அம்மாக்கண்ணுவுக்கு நீலனைப் பிடிக்காது

நிவேதிதா லூயிஸ்

வரலாறு, தொல்லியல், பண்பாடு உள்ளிட்ட தளங்களில் கடந்த ஏழாண்டுகளாக இயங்கி வருபவர். முன்னாள் மத்திய அரசுப் பணியாளர். உள்ளூர், மறைக்கப்பட்ட பெண்கள் மற்றும் சிறுபான்மை சமூகத்தின் வரலாற்றை முனைப்போடு மக்களிடம் கொண்டு செல்பவர். சென்னை நகரில் தொடர்ச்சியாக மரபு நடைகள், உலாக்கள், வரலாற்றுச் சொற்பொழிவுகள் நிகழ்த்தி வருகிறார். இவரது 'வடசென்னை: வரலாறும் வாழ்வியலும்' நூல் 2022ம் ஆண்டுக்கான எஸ் ஆர் எம் தமிழ்ப் பேராயத்தின் புதுமைப்பித்தன் படைப்பிலக்கிய விருதும் த மு எ க ச வின் தொன்மைசார் நூலுக்கான தோழர் கே. முத்தையா விருதும் வென்றுள்ளது. Her Stories நிறுவனத்தின் இணை நிறுவனர். அதன் ஃபேஸ்புக் பக்கத்தில் வாரந்தோறும் நடத்திவரும் Her Stories Conversations நிகழ்ச்சிகளுக்காக 2021ம் ஆண்டு 'லாட்லி' ஊடக விருது பெற்றுள்ளார். பெண் படைப்புகளை பதிப்பித்து வருகிறார்.

ஆசிரியரின் நூல்கள்

முதல் பெண்கள்

ஆதிச்சநல்லூர் முதல் கீழடி வரை

வடசென்னை: வரலாறும் வாழ்வியலும்

சிந்து சமவெளி நாகரிகம் கண்டுபிடிக்கப்பட்ட கதை

மகிழ்ச்சியின் தேசம் (மின்நூல்)

அறியப்படாத கிறிஸ்தவம்

அம்மாக்கண்ணுவுக்கு நீலனைப் பிடிக்காது

கலகப் புத்தகம்

பாதை அமைத்தவர்கள் - முதல் பெண்கள் 2

அம்மாக்கண்ணுவுக்கு நீலனைப் பிடிக்காது

பண்பாட்டுக் கட்டுரைகள்

நிவேதிதா லூயிஸ்

கிழக்கு

அம்மாக்கண்ணுவுக்கு நீலனைப் பிடிக்காது

Ammakannuvukku Neelanai Pidikkaathu

Nivedita Louis ©

First Edition: January 2023
208 Pages
Printed in India.

ISBN 978-93-90958-59-7
Kizhakku - 1310

Kizhakku Pathippagam

177/103, First Floor, Ambal's Building, Lloyds Road,
Royapettah, Chennai - 600 014. Ph: +91-44-4200-9603
Email : support@nhm.in Website : www.nhm.in

kizhakkupathippagam kizhakku_nhm

Author's Email : niveditalouis@gmail.com

Kizhakku Pathippagam is an imprint of New Horizon Media Private Limited

என் மகனுக்கு...

உள்ளே

அணிந்துரை

தமிழ் அறிவுலகில் ஒரு புதிய குரல் நிவேதிதா லூயிஸ். 'முதல் பெண்கள்' நூலில் துவங்கிய அவரது ஆய்வுப்பயணம் 'அறியப்படாத கிறிஸ்தவம்', 'வட சென்னை: வரலாறும் வாழ்வியலும்', 'சிந்து சமவெளி நாகரிகம் கண்டுபிடிக்கப்பட்ட கதை', 'ஆதிச்சநல்லூர் முதல் கீழடிவரை' எனப் பரந்து விரிந்து இத்தொகுப்பின் 21 கட்டுரைகளிலும் தொடர்கிறது. கல்வெட்டுகளையும் ஆவணங் களையும் மட்டும் சார்ந்திருக்காமல் மனிதர்களையும் அவர்தம் வாய்மொழி வழக்காறுகளையும் தேடி ஒரு புதிய வழித்தடத்தில் நிவேதிதா லூயிஸ் பயணிக்கிறார். அதுவே அவருடைய எழுத்தின் மீது பெரும் ஈர்ப்பை ஏற்படுத்துகிறது.

எழுதப்பட்ட வரலாற்று ஆவணங்களில் எளிய மக்களின்/பண்களின் வரலாறுகிடைப்பதில்லை. அவை மனிதர்களின் நினைவுகளில் நிலை கொண்டுள்ளன. ஆகவே நிவேதிதா மனிதர்களைத் தேடிப் போகிறார். தமிழ் நாட்டின் குறுக்கிலும் நெடுக்கிலுமாக அறிவைத் தேடி அவர் நிகழ்த்தும் பயணங்கள் அர்த்தமுள்ளவை.

என்னுடைய தாய்வழித் தாத்தாவான மதுரகவி பாஸ்கரதாஸ் நீலன் சிலை உடைப்பு பற்றி எழுதிய பாடலைச் சின்ன வயதில் வீட்டில் பார்த்திருக்கிறேன், படித்திருக்கிறேன். அப்பாடல் இப்படிப் போகும்:

> கெருவம் மிகுந்த நீலன்-மகாக் கேவலக் கொடுங் கோலன்-அவன்
> உருவத்தை இந்த ஞாலம் உடைத்தெறிவது தான் சீலம் (கெ)
> தருமம் மிகுந்த சென்னையில்-சண்டாளன* நீலனின்-சிலை
> கிரந்தரமாய் நிற்பதோ இன்னிலையை நாம் சகிப்பதோ(கெ) (தொகையறா)
> ஆயிரத்தி எண்ணூற்றி ஐம்பந்தாறாம் ஆண்டு ஜூன் மாதம் நான்காம் தேதி
> யூரீகாசிக் கிளர்ச்சிக்குப்பின் ஜெனரல் நீலன் இரத்த வெறித்திமிர் மீறியே

தூயகுணச் சீக்கியர் வாழ் கிராம மெங்கும் வெள்ளைத்
துருப்புக்கள் தனை யேவியே
தாயென்றும் சேயென்றும் தள்ளாத கிழவரென்றும்
தயவு தாட்சண்ய மின்றியே....

'அம்மாக்கண்ணுவுக்கு நீலனைப் பிடிக்காது' என்றே இப்புத்தகத்தின் தலைப்பு அமைந்தது என்னை வெகுவாக இழுத்தது. அதே தலைப்பில் நீலன் சிலை உடைப்புப் போராட்டம் பற்றி இரண்டு கட்டுரைகள் கச்சிதமாகச் சேர்க்கப்பட்டுள்ளன. அம்மாக்கண்ணு லீலாவதியாகி வார்தா ஆசிரமத்தில் காந்தியின் நேர்ப் பார்வையில் வளர்ந்து பின்னர் கம்யூனிஸ்ட் தோழர் ஜமதக்னியை மணந்து கொண்டு வாழ்ந்த கதை உணர்ச்சி ததும்பச் சொல்லப்பட்டுள்ளது. இந்த உணர்ச்சி மிக முக்கியம். வறண்ட மொழியில் தகவல்களை அடுக்கும் ஆய்வாளர்கள் மத்தியில் தோழர் நிவேதிதாவின் நெகிழ்ச்சியும் உணர்ச்சியும் ததும்பும் குரல் வாசகரை உள்ளடக்கத்துடன் கட்டிப்போட்டுவிடுகிறது.

எங்கோ தட்டுப்படுகின்ற ஒரு வரி அல்லது யாருடைய பேச்சிலோ அடிபடுகின்ற ஒரு பேர் போதும். அது தரும் தூண்டலில் தன் பயணத்தைத் துவக்கி விடுகிறார் நிவேதிதா. அந்த வார்த்தைக்குப் பின்னால் உள்ள வரலாற்றைத் துப்பறிந்து நமக்குப் பரிமாறுகிறார். இதுகாறும் அறியப்படாத மகத்தான ஆளுமைகளை நமக்கு அறிமுகப் படுத்துகிறார்.

அந்தமானின் வட செண்டினல் தீவின் பழங்குடி மக்களால் 'கைரி' அம்மா என்று அழைக்கப்பட்ட மானுடவியல் அறிஞர் மதுபாலா சட்டோபாத்யாயாவின் நேர்காணலில் துவங்குகிறது. பல்வேறு காலகட்டங்களில் எழுதப்பட்ட கட்டுரைகளும் நேர்காணல்களுமாக மிகுந்த சுவாரஸ்யமான புத்தகமாக இத்தொகுப்பு விரிகிறது.

நாட்டின் முதல் பெண் மனநல மருத்துவர் சாரதா மேனன் பற்றிய கட்டுரை ஒரு புனைவிலக்கியம் போல மனதைத் தொடுகிறது. வாவிள்ள ராமஸ்வாமி சாஸ்துருலு பதிப்பகம் வ.உ.சியை ஆதரித்த தகவலே எனக்குப் புதுசு. (தோழர் ஆ.இரா.வேங்கடாசலபதி கவனிக்கவும்.)

கிறித்துவத்துக்கு மதம் மாறிய தமிழ் மக்கள் சிலரைப் பற்றிய கட்டுரைகள், குறிப்பாக தனகோடி ராஜு, பூந்தமல்லி ராஜகோபால் இருவரையும் அறிமுகம் செய்யும் கட்டுரைகள் அன்றைய நாட்களில் கிறித்துவர்கள் தமிழ்ச் சமூகத்துக்கு ஆற்றிய அருந்தொண்டுகளை எடுத்துரைக்கின்றன. வரலாற்றின் இடைவெளிகளை இட்டு நிரப்பும்

முக்கியமான காரியமாக இவற்றை நாம் பார்க்கவேண்டும். அதிலும் சாதி, தீண்டாமை குறித்த பூந்தமல்லி ராஜகோபாலின் கருத்துகள் வியப்பூட்டுகின்றன. அந்தக் காலத்தில் இப்படித் தெளிவாகவும் தொலை நோக்கோடும் சிந்தித்திருக்கிறாரே!

பாடகர் டி.எம். சௌந்திரராஜனை ஆவணப்படத்தில் கொண்டுவர என்றே தன் வாழ்நாளில் இருபது ஆண்டுகளைக் கழித்த விஜயராஜ் போன்ற மனிதர்கள் இந்தக் காலத்திலும் இருக்கிறார்களே என்பது பெருத்த நம்பிக்கை அளிக்கிறது. மனம் ஈடுபடுகின்ற ஒன்றுக்காக வாழ்வை அர்ப்பணிக்கும் லட்சியவாதிகள் இல்லாமல் போய் விட்டார்களே என்று ஏங்கும் நமக்கு விஜயராஜ் ஒரு நட்சத்திரம்தான்.

நேமி சந்த்ராவின் புகழ்பெற்ற நாவலான 'யாத் வஷேம்' வாசித்து பெங்களூருவில் வாழ்கின்ற யூதர்களைப் பற்றி அறிந்து லேசான அதிர்ச்சி அடைந்த நமக்கு சென்னையில் இன்றும் வாழ்ந்து கொண்டிருக்கும் ஒரே ஒரு யூதரை அறிமுகப்படுத்தி, சென்னை மாநகருக்கும் யூதர்களுக்கும் இடையிலான வரலாற்று உறவைத் தேடிப் பயணிக்கிறது இந்நூல். ஜோ பைடனின் சென்னைத் தொடர்பு பற்றிய கட்டுரை உண்மையிலேயே ஆச்சரியப்பட வைத்தது. எதையெல்லாம் ஆய்வுக்கு எடுக்கிறார் நிவேதிதா என்கிற ஆச்சர்யம் அது!

மலாக்காவுக்குப் பயணம் போன அனுபவத்தைச் சொல்லும் 'ஸ்டீம்பர் யாத்திரை' புத்தகம் பற்றிய கட்டுரையும் சிங்கை ஜுஹூர் பிரயாணக் கும்மி, அதிவினோதக் குதிரைப் பந்தய லாவணி பற்றிய கட்டுரையும் எளிய மக்களின் வரலாற்றுக் குறிப்புகளைத் தேடும் தோழர் நிவேதிதாவின் பயணத் தடங்களை நமக்குக் காட்டுகின்றன.

முந்தைய புத்தகங்கள் நமக்களித்த அதே விதமான வியப்பையும் வரலாற்றுணர்வையும் இந்தப் புத்தகமும் குறைவின்றி அளிக்கிறது. வாசித்துப் பரவலாக்கவேண்டிய ஒரு நூல் இது. வாழ்த்துகள்!

சிவகாசி-626124 தோழமையுடன்,

02 ஜனவரி 2023 **ச. தமிழ்ச்செல்வன்**

* இந்தப் பயன்பாட்டில் எனக்கு ஒப்புதல் இல்லை என்றாலும் 1930களில் வெளிவந்த பாடல் என்பதால் மாற்றமின்றி அப்படியே கொடுத்திருக்கிறேன்.

முன்னுரை

ஒவ்வொரு காலத் தொகுப்பும் ஓர் காலக்கண்ணாடி. சிதறிக் கிடப்பதைத் தொடுப்பதும் தொகுப்பதும் மனித இயல்பு. அங்கொன்றும் இங்கொன்றுமாக வெவ்வேறு காலகட்டத்தில் பல இதழ்களில் எழுதப்பட்ட கட்டுரைகளின் தொகுப்பு இந்நூல். சூழலுக்கேற்ப பல்வேறு பொருண்மைகளில் இவை எழுதப்பட்டுள்ளன. நாட்டின் முதல் பெண் மானுடவியலாளர் மதுமாலாவின் பேட்டியில் தொடங்கி, தமிழ் சிற்றிலக்கியங்களான லாவணி, குஜிலி எனப் பல களங்களை இந்த நூல் தொட்டுப் பேசுகிறது.

மதராஸின்மேல் மட்டற்ற காதல் எனக்கு எப்போதும் உண்டு. இம்மண்ணில் நடந்தவை, வாழ்ந்தவர்கள் எனச் சம்பவங்களும் மனிதர்களும் என்னை ஈர்த்தவண்ணம் உள்ளனர். வரலாறு எங்கோ யாருக்கோ நடந்தது எனக் கடந்துபோவதன்று. அன்று நடந்ததை நான் ஏன் இன்று தெரிந்துகொள்ளவேண்டும், அதிலிருந்து என் புரிதலை நான் எப்படித் தகவமைக்க முடியும் என்பதைப் பண்பட்ட சமூகத்தின் உறுப்பினர்களாக நாம் மீள்பரிசீலனைக்கும் திருத்தத்துக்கும் நம்மை உட்படுத்திக்கொள்ளவேண்டும். வரலாறும் வாழ்வியலும் நமக்குக் கற்றுத்தரும் பாடங்கள் இவை. நம்மை மேம்பட்ட மனிதர்களாக முன்னேற்ற வரலாறாலும் வாழ்வியலாலும் மட்டுமே இயலும்.

இந்நூலின் மாந்தர்களாக நம்முடன் பேசும் அம்மாக்கண்ணு, வாவிள்ள அச்சகத்தின் அல்லாடி ஸ்ரீனிவாசமூர்த்தி, தனகோடி ராஜு, தாவீது லெவி, இசபெல் பிராண்டர், பூந்தமல்லி ராஜகோபால், சாந்தா ஆப்தே, டி.எம்.சௌந்தரராஜன், பைடன் எனப் பல மனிதர்களை இந்நூல் அறிமுகம் செய்கிறது. 'அம்மாக்கண்ணுவுக்கு நீலனைப் பிடிக்காது' எழுதும்போது எழும்பூர் அருங்காட்சியகத்தின் ஓர் இருள்

மூலையில் கம்பீரமாக நின்றுகொண்டு நம்மை மிரட்டும் நீலனின் சிலை என் மனக்கண்ணிலிருந்து அகலவேயில்லை. அன்றைய மதராஸ் மக்களுக்கு மவுண்ட் ரோடு ஸ்பென்சர் முன்பாகக் காலனியாதிக்கத்தின் சாட்சியாக நெடிதுயர்ந்து நீலனின் சிலை எவ்வளவு அச்சுறுத்தியிருக்கக்கூடும்? சிறுமி அம்மாக்கண்ணு அதைக்கண்டு எப்படி அஞ்சியிருப்பாள், சீர்திருத்தப் பள்ளி சிறுமியை எப்படிப் பாதித்திருக்கும் என நிலைகொள்ளாமல் அவர் பார்வையில் இருந்தே அக்கட்டுரையை எழுதினேன்.

யூதரான தாவீது லெவி இன்று என் நண்பர்களில் ஒருவர்; வாழ்நாள் முழுக்க வேட்டையாடப்படும் உணர்வுடன் மனிதர்கள் அஞ்சி ஒடுங்கி வாழ்வது பெரும்கொடுமை என்பதை எனக்கு உணர்த்திய வாழ்க்கை லெவியுடையது. பூந்தமல்லி ராஜகோபால் என்னைச் சிலகாலம் தன் சொற்களால் வழிநடத்தியவர். நான்காண்டு காலமாக யார் இவர் எனத் திக்குமுக்காடவைத்தவர்; ஒரு வழியாக அவரைப் பற்றிய ஆய்வுக்கட்டுரை ஒன்றை எழுதி முடித்தபின்னரே மனநிம்மதி கொண்டேன். இசபெல் பிராண்டர் கிண்டர்கார்டன் கல்விமுறை மூலம் நம் தலைமுறைப் பிள்ளைகளிடம்கூட தொடர்பில் இருப்பவர்.

டி.எம்.எஸ்ஸை ஆராதிக்கும் விஜயராஜ் போன்றோர் என்னை வெகுவாகப் பாதித்தது உண்டு. இன்னமும் எப்போதாவது அழைத்து, 'இப்ப உங்களுக்கு நேரம் கொஞ்சம் சரியா இருக்காதே... என்ன செய்றீங்க?' என ஆதுரத்துடன் விசாரிப்பவர் விஜயராஜ். 'நீ மட்டும்தான் பேட்டி எடுக்கச் செல்லும் நபர்களைக்கூட வாழ்நாள் நட்பாக்கிக் கொள்கிறாய்' என நண்பர் அடிக்கடி சொல்வதுண்டு. உண்மைதான் என உணர்கிறேன். என்னால் வரலாற்று மனிதர்களைக் கடந்துசெல்ல முடிவதில்லை. அவர்களுடன் பேசும்போதும் அவர்களைக் குறித்து எழுதும்போதும் இந்தப் பெரும் பிரபஞ்சத்தின் சிறு துளியாய் எப்போதோ வாழ்ந்தவர்கள், அவர்கள் நினைவை இன்றும் தூக்கிச் சுமப்பவர்கள்மூலம் நானும் அவர்களைக் கொஞ்சம் சுமந்துகொள்கிறேன்; கைமாற்றிக்கொள்கிறேன். வரலாற்றுடனான மெல்லியப் பிணைப்பை இந்த மனிதர்களைப் பற்றிய என் சொற்கள் மூலம் உருவாக்கிக்கொள்கிறேன்.

நான் வரலாற்றின் பன்னடுக்குகளில் எங்கோ சந்தித்த மனிதர்களை உங்கள் முன் கொண்டுவந்து இந்நூல் மூலம் நிறுத்தியிருக்கிறேன். இவர்களைக் காலம் மறக்கடித்ததா என்ற கேள்வி எனக்குள் எப்போதும் உண்டு. காலமா அல்லது இவர்களது பணியை, அதன் முக்கியத்துவத்தைச் சரியாகக் கடத்தத் தவறிய கடந்த தலைமுறையா

என இன்னும் குழப்பத்தில் இருக்கிறேன். எது எப்படியோ, அவர்களை இந்தத் தலைமுறைக்குச் சரியாக அறிமுகம் செய்விக்கும் கடமை ஒரு வரலாற்றாளராக எழுத்தாளராக எனக்கு உண்டு என்றே இதை எழுதுகிறேன்.

லாவணி, குஜிலி, கும்மி, திரட்டு உள்ளிட்டவை இந்த நூலில் எளிய மக்களின் கதைகளைச் சொல்கின்றன. புலம்பெயர்ந்த தமிழர்களின் வாழ்க்கை, அவர்களது ஆசைகள், பார்வைகளை லாவணி முதலான சிற்றிலக்கியக் கட்டுரைகள் அடிக்கோடிட்டுக் காட்டுகின்றன. அவை வெறும் பாடல்கள் அல்ல, அந்தக் காலத்தின் மிக முக்கிய வரலாற்று ஆவணங்கள்; நம் மக்களின் பதிவுகள். சிராங்கூன் டைம்ஸ் இதழுக்காக சிங்கை பற்றிய சிற்றிலக்கியங்களை வாசித்து, பதிவும் செய்தேன். இந்த அறிமுகத்தின் தொடர்ச்சியாக வேறோர் விழாவில் சிராங்கூன் டைம்ஸ் வாசகர்கள் அற்புதக் குதிரைப் பந்தய லாவணியை வாசித்து மகிழ்ந்தது உண்மையில் மனதுக்கு நிறைவாக இருந்தது. நல்ல எழுத்து செய்யவேண்டியது உண்மையில் அதுவே. அந்த வகையில் இந்நூலும் யாருக்கேனும் சில திறப்புகளைத் தந்தால், மகிழ்வே.

அன்புடன்,

நிவேதிதா லூயிஸ்

1

நான் – ‘கைரி’ மதுமாலா

‘உங்களை, உங்கள் பணியை இப்படி மொத்தமாக இருட்டடிப்பு செய்து விட்டார்களே? உங்களுக்கு வருத்தமாக இல்லையா? கோபம் வரவில்லையா?’, என்ற என் கேள்விக்குப் பொறுமையாக அவரிடமிருந்து பதில் வருகிறது. ‘வருத்தம்தான். அப்போது நான் வெறும் ஆராய்ச்சி மாணவி மட்டுமே. நான் முதன்முதலில் சென்டினலீஸ் மக்களுடன் தொடர்பு ஏற்படுத்தியதை அரசுக்குக் கூடத் தெரியப்படுத்தவில்லை அப்போது இருந்த உயர் அதிகாரிகள். தங்கள் புகைப்படங்களைப் பத்திரிகைகளில் போட்டுக்கொண்டு, அரசிடம் பரிசும், பிரமோஷனும் வாங்கிக் கொண்டார்கள். நான் எங்கு இருக்கிறேனோ அங்கு என்னால் முடிந்ததைச் செய்கிறேன். மகிழ்ச்சியாக இருக்கிறேன். 30 ஆண்டுகளுக்குப் பிறகு கிடைக்கும் இந்த விருதுகளும், பாராட்டும் நிறைவாக இருக்கிறது. ஆனால் இவற்றை விட, அந்த மக்களை நான் அதிகம் நேசிக்கிறேன்’, என்று கூறுகிறார் மதுமாலா.

அமெரிக்க மிஷனரியான ஜான் ஆலன் ஷாவை கொடூரமாகக் கொன்று அரைகுறையாகப் புதைத்து வைத்த பழங்குடி இனம்தான் அந்தமானின் வட சென்டினல் தீவில் வசிக்கும் இந்த சென்டினலீஸ் மக்கள். சென்டினலீஸ் மக்களை முதன்முதலில் வெகு நெருக்கத்தில் சந்தித்து உரையாடிய மானுடவியலாளர் மதுமாலா சட்டோப்பாத்யாய். இன்று பரவலாக நம்பப்படும் ‘உயர் ஆண்

அதிகாரிகள்' அல்ல! இனி அந்தமான் காடுகளில் ஒரு சுவாரசியப் பயணம், மதுவுடன்...

ஆண்களே நுழையத் தயங்கும் துறை மானுடவியல். அதை நீங்கள் தேர்ந்தெடுக்கக் காரணம்?

'நான் ஏழாம் வகுப்பு படித்துக் கொண்டிருந்தபோது, கொல்கத்தாவின் 'ஆனந்த பசார் பத்திரிகா' நாளிதழில், அந்தமானின் ஓங்கி பழங்குடியினக் குடும்பத்தில் குழந்தை பிறந்ததாக வாசித்தேன். என் தந்தையிடம் அடுத்த விடுமுறைக்கு அந்தமான் சென்று அவர்களைச் சந்திக்கவேண்டும் என்றேன். சாதாரண மக்கள் பழங்குடியினரை எளிதில் சந்திக்க முடியாது, ஆராய்ச்சியாளரால் மட்டுமே முடியும் என்று அவர் சொல்ல, என் மனதில் அது பதிந்து போனது. கல்லூரி சேரும் நேரம் தோழிகள் பாட்டனி, கெமிஸ்ட்ரி என்று தேர்ந்தெடுக்க, அதன் பின்னர்தான் பழங்குடி மக்கள் பற்றிய படிப்பின் பெயரை டிக்ஷனரியில் நான் தேடினேன்! ஓங்கி மக்களிடம் செல்ல 'ஆந்த்ரபாலஜி' படிப்புதான் ஒரே வழி என்பதையும் உணர்ந்தேன்.

முதுகலை பட்டம் பெற்றபின், ஆந்த்ரபாலஜிக்கல் சர்வே ஆஃப் இந்தியாவில் (ஏ.எஸ்.ஐ.) ஆராய்ச்சி மாணவியாகச் சேர்ந்தேன். 1989ஆம் ஆண்டு மே மாதம் முதல் 1996ஆம் ஆண்டு வரை நான் ஏ.எஸ்.ஐ-யில் ரிசர்ச் அசோஸியேட். அந்தமான் சென்றேன். கிரேட் அந்தமானீஸ், ஓங்கி, ஷாம்பென்ஸ், நிக்கொபாரீஸ், ஜாரவா, சென்டினலீஸ் என்று அந்தமானின் ஆறு முக்கிய பழங்குடியினர் பற்றியும் ஆராய்ந்தேன். என் ஆய்வு அவர்கள் உடல் நலம், டிமாக்ரஃபி என்ற வாழ்விடம், வாழும் முறை, மொழி பற்றியது. என் தீசிஸ் முழுவதையும் தொகுத்தே கார் நிக்கோபார் புத்தகத்தை வெளியிட்டேன்.'

'ஓங்கி மொழியைக் கற்றுக்கொண்டது உங்கள் உயிரைக் காப்பாற்றியது இல்லையா?'

'ஜனவரி 4, 1991 அன்று சென்டினலீஸை முதன் முதலில் நாங்கள் பார்த்தோம். தேங்காய்களை எங்கள் போட்டில் இருந்து கடலில் வீசி, அவர்கள் புறம் தள்ளினோம். ஆண்கள் பாதுகாப்பான தொலைவில் நின்றபடி தேங்காய்களை எடுத்துக் கொண்டார்கள். சென்டினலீஸ் பெண்களோ கரையில் இருந்தபடி வேடிக்கை பார்த்தார்கள். தேங்காய்கள் தீர்ந்து போக, மீண்டும் மதியம் காய்களுடன் சென்றோம். இம்முறை அவர்கள் எங்களைக் கண்டதும் 'நரியாலி

ஜபா ஜபா...' என்று கத்தினார்கள். இன்னும் தேங்காய் வேண்டும் என்று பொருள்படலாம் என்று ஊகித்தேன்.

இம்முறை ஆண்கள் அவர்களது சிறு படகில் எங்கள் போட் வரை வந்தார்கள். கடற்கரையில் இருந்த 20 வயது மதிக்கத்தக்க சென்டினலீஸ் இளைஞன் ஒருவன் என் மார்புக்கு நேராக அம்பைக் குறிவைத்தான். அப்போது அங்கு வேடிக்கை பார்த்தபடி நின்ற பெண்களில் ஒருவர் கைக்குழந்தையுடன் நிற்பதைப் பார்த்தேன். ஓங்கி மொழியில் 'கைரி...கைரி இஷிரா...நரியாலி ஜபா ஜபா...' என்று கத்தினேன். ஓங்கி மொழியில் கைரி என்றால் அம்மா. அம்மா, அம்மா..இங்கே வா...தேங்காய் வாங்கிக் கொள், வாங்கிக் கொள் என்று பொருள்படும்படி நான் அப்படிக் கத்தியது என் உயிரைக் காப்பாற்றியது. ஓங்கி மொழி கிட்டத்தட்ட சென்டினலீசின் மொழியுடன் ஒத்திருக்க வேண்டும் என்பது என் கணிப்பு. அருகருகே இருக்கும் தீவுகள் என்பதாலும், அவை ஒரே தாய்மொழியில் இருந்து வந்திருக்கலாம் என்ற என் திடமான நம்பிக்கையும்தான் இப்போது நான் உயிரோடு இருக்கக் காரணம்!

கைக்குழந்தையுடன் நின்ற அந்தப் பெண் குறிபார்த்துக் கொண்டிருந்த இளைஞனை லேசாகத் தள்ளிவிட, அம்பு, கடல் நீரில் விழுந்தது! எங்கள் டீமில் யாரையும் அவர்கள் ஒன்றும் செய்யவில்லை. 'கைரி' என்ற வார்த்தைக்கு அவ்வளவு மரியாதை. ஒரு பெண்ணாக அந்த இடத்தில் நான் இருந்ததால் மட்டுமே அந்தப் பெண் அவர்களைத் தடுத்தார் என்று நான் நினைக்கிறேன். என் வாழ்வின் மிக நெகிழ்வான தருணம் என்றால் ஜாரவா பெண் ஒருவர் தன் பச்சிளம் குழந்தையை என் கையில் முதல்முறை ஏந்தத் தந்தது எனச்சொல்வேன்.'

பழங்குடியினரது மறு குடியமர்வு பற்றிய உங்கள் கருத்து?

'என்னைப் பொறுத்தவரை அவர்களை அவர்கள் இயல்புடன் வாழ நாம் அவர்கள் இடத்திலேயே அனுமதிப்பதுதான் நல்லது. நம் வாழ்வியல் முறைக்கு வருமாறு அவர்களை நிர்பந்திப்பது சரியில்லை. இப்படித்தான் கிரேட் அந்தமானீஸ் பழங்குடியினரை ஆங்கிலேயர் மறுகுடியமர்வு என்ற பெயரில், அவர்கள் வாழிடத்தில் இருந்து அப்படியே பிரித்து போர்ட் பிளேருக்குக் கொண்டு சென்றனர். 3000 பேர் அப்படிக் கொண்டுவரப்பட்டதில், 1971ல் 19 பேரே எஞ்சியிருந்தனர். நோய் அவர்களை அழித்துவிட்டது. பழங்குடியினரது ஜீன்களை நாங்கள் 'பியூர் ஜீன்கள்' என்று சொல்வோம். இயற்கையோடு இணைந்து வாழும் அவர்களுக்கு இங்குள்ள சீதோஷணமோ, வாழும் சூழலோ ஒத்துக்

ஜாரவா தாய் மற்றும் குழந்தையுடன் மதுமாலா

கொள்வதில்லை. உடலில் எதிர்ப்புச் சக்தி குறைவதால், எளிதில் வியாதிகளுக்குப் பலியாகிறார்கள். ஏற்கெனவே சொற்ப எண்ணிக்கையில் இருக்கும் செண்டினலீஸ் மக்களை நாம் தொடர்பு கொள்வது அவர்களது கொலைக்குச் சமம்! 20-25 பேர் கொண்ட குழுக்களாக வாழும் அவர்கள் மொத்த எண்ணிக்கையே 100தான் இருக்கும்.

அமெரிக்கர் ஜான் ஆலன் சாவின் மரணம் துரதிர்ஷ்டவசமானது. எடுத்தவுடன் அவர்கள் யாரையும் தாக்குவதில்லை. கைகளை அசைத்து, கத்தியை அல்லது அம்புகளைக் காட்டி 'இங்கு வராதீர்கள்' என்று எச்சரிக்கிறார்கள். அதை மீறிச் செல்வது ஆபத்தானது.'

கொலை செய்யும் அளவுக்குப் பழங்குடியினர் அத்தனை ஆக்ரோஷமானவர்களா?

'கார் நிக்கோபார் தீவில் பாலூட்டும் தாயும், கைக்குழந்தையும் வசிக்கும் கடலோர சிறு குடிலுக்குப் பெயர் 'பதி வாகினி'. கடற்கரை ஓரம் இருக்கும் பதி வாகினி ஒவ்வொன்றிலும் மூன்று அல்லது நான்கு பாலூட்டும் அம்மாக்களும், குழந்தைகளும், சில காலம் வசிப்பது அத்தீவின் பழங்குடியினரது வழக்கம். 2004 சுனாமிக்குப் பின் காரா எனப்படும் செண்ட்ரல் அடாப்ஷன் ரிசர்ச் ஏஜன்சி கார் நிக்கோபார் தீவுகளில் கடலால் அடித்துச் செல்லப்பட்ட பதி வாகினிகள் பற்றிக் கவலை கொண்டது. பதி வாகினிகளில் தங்கியிருந்த பழங்குடியினப் பெண்கள் கடலால் அடித்துச் செல்லப்பட்டு, குழந்தைகள் அனாதைகளாகி இருப்பார்கள் என்பது அவர்கள் கணிப்பு. அனாதைக் குழந்தைகளைத் தத்தெடுக்கலாம் என்று கள ஆய்வாளர்களை அனுப்பியது. அங்கு எந்தப் பிரச்சனையும் இருக்காது என்பது எனக்குத் தெரியும்.

நான் கணித்தபடி ஒரு குழந்தை கூட அங்கு அனாதையாக இல்லை! நாகரீகமே தெரியாதவர்கள், காட்டுமிராண்டிகள் என்று நாம் அவர்களை ஏளனம் செய்கிறோம். ஆனால் நம் வீட்டு முதியோரை முதியோர் இல்லத்துக்கு எந்தக் கவலையுமின்றி அனுப்புகிறோம். அவர்களோ சுனாமிக்கு அடுத்த கணமே, அனாதையான குழந்தைகளைத் தங்களுடைய குழந்தைகளாக, தங்களுக்குள் பிரித்துத் தத்தெடுத்துக் கொண்டுவிட்டார்கள்.

டூரிஸ்டுகளால் பாலியல் வன்புணர்வுக்கு உள்ளாகி, அல்லது ஏமாற்றப்பட்டுக் குழந்தை பெற்றுக் கொள்ளும் ஜாரவா இனப் பெண்களின் அண்ணன்களும், அப்பாக்களுமே அந்தக் குழந்தைகளுக்கு 'அப்பா'! தாத்தாவும், தாய்மாமனும் 'அப்பா' என்ற

இடத்தில் நின்று அந்தப் பெண்களையும், குழந்தைகளையும் பாதுகாக்கிறார்கள். அவர்களைப்போல அன்பும், ஒற்றுமையும், கூடி வாழும் தன்மையும் கொண்டவர்கள் வேறு யாருமில்லை.'

பழங்குடியினப் பெண்கள் குறித்து?

'எனக்கு அதிகம் புன்னகைக்கும் பழக்கம் இல்லை. ஜாரவாப் பெண்களுடன் நான் நெருங்கிப் பழக இந்தக் குணம்தான் காரணம். அவர்களைக் கண்டு நாம் சிரிக்காமல் இருந்தாலே அவர்கள் நம்மிடம் எளிதில் பழகிவிடுவார்கள். அவர்கள் ஆடை இன்றி இருப்பது என்னைக் கொஞ்சமும் பாதிக்கவில்லை. அவர்களது வாழும் முறை அப்படி. அவர்கள் மனிதர்கள், அதிலும் பெண்கள் என்ற பரிவும் அன்பும் எனக்கு எப்போதும் உண்டு. எட்டு ஆண்டுகளுக்குப்பின் கார் நிக்கோபார் தீவுக்குச் சென்றபோது, என்னை அடையாளம் கண்டுகொண்ட நிக்கொபாரினப் பெண்கள், 'ஏ தோ ஹமாரி கர் கி பேட்டி ஹை' (இவர் எங்கள் வீட்டுப் பெண்) என்று சரியாக நினைவு கூர்ந்தார்கள்!

ஓங்கிப் பெண் ஒருவரது பிரசவத்தைக் காண நான் அனுமதிக்கப்பட்டேன். குத்தவைத்து அமர்ந்த நிலையில்தான் குழந்தையைப் பிரசவிக்கிறாள் ஓங்கிப் பெண். வயதில் மூத்த பெண்கள் துணைக்கு அமர்ந்திருக்கிறார்கள். தங்கள் வாயில் தண்ணீரை உறிஞ்சி, பிறந்த குழந்தை மீது துப்பிக் கழுவுகிறார்கள். அதேபோல, ஜாரவா இனப் பெண்கள், தங்கள் குழந்தை தாய்ப்பாலுடன் திட உணவு உண்ணக் கூடிய பருவம் வந்ததும், தன் வாயில் உணவைச் சவைத்து, வாய் வழியாகக் குழந்தைக்கு அதை ஊட்டுகிறார்கள்(ப்ரீமாஸ்டிகேஷன்). மாதவிடாய்க் காலத்தில் தங்கள் குடில்களில் கொஞ்சம் கற்களை அடுக்கி, அதன் மீது குச்சிகளைக் கட்டி, இலை தழைகளைப் பரப்பி அமர்ந்து கொள்கிறார்கள். என்ன நடந்தாலும் அந்த இடத்தை விட்டு நகர்வதில்லை பெண்கள். ரத்தப் போக்கை இலைகள் உறிஞ்சிக் கொள்கின்றன.'

அடுத்து என்ன செய்யவிருக்கிறீர்கள்?

'இப்போது சோஷியல் ஜஸ்டிஸ் துறையில் ஜாயின்ட் டைரக்டர் நான். திருமணம் செய்து கொள்ளவில்லை. பழங்குடியின மக்களை மீண்டும் சந்திக்க முடியவில்லையே என்பது எனக்கு வருத்தமாக இருக்கிறது. தன் தோழியாக, குடும்ப உறுப்பினராகப் பழங்குடியினர் ஏற்றுக் கொண்டது எனக்குக் கிடைத்த மிகப்பெரிய அங்கீகாரம்.

அவர்களைப் பற்றிய என் ஆய்வுகளை இன்னும் விரிவாக எழுத வேண்டும். நேரு பிரதமராக இருந்தபோது, மத்தியப் பிரதேசம் பஸ்தார் மாவட்டத்தில் முரியா பழங்குடியினருடன் நெருங்கிய தொடர்பிலிருந்த வெரியர் எல்வின் என்ற ஆந்த்ரபாலஜிஸ்ட்டின் நட்பு அவருக்குக் கிடைத்தது. பழங்குடியினருக்கான நேருவின் பஞ்சசீலக் கொள்கையை வடிவமைத்தது எல்வின் தான். அது போல ஆந்திரபாலஜிஸ்ட்டுகளுக்கு நேர்மையும், ஒரிஜினாலிட்டியும் மிகவும் முக்கியம். இன்னமும் 3-4 வருடங்கள்தான் எனக்குப் பணிக்காலம் எஞ்சியிருக்கிறது. பழங்குடியினர் குறித்த அரசின் ஆய்வுகளிலும், அவர்களுக்கான அரசு உதவித்திட்டப் பணிகளிலும் ஈடுபட ஆசையாக இருக்கிறது. வாய்ப்பு கிடைத்தால் நிச்சயம் தீவுகளுக்குச் செல்வேன்.'

பதிப்பித்ததும் உங்களுக்குத் தகவல் சொல்கிறேன், என்னுடன் பேசியதற்கு நன்றி என்று சொல்லி பேச்சைத் துண்டிக்க எத்தனிக்கிறேன். 'வேலை முடித்து ஓர் இடத்திலிருந்து அடுத்த இடத்திற்கு நான் செல்லும்போதெல்லாம் அந்தக் குழந்தைகள் என்னைச் சூழ்ந்து கொள்வார்கள். 'மது...மிட்டாயி...மது மிட்டாயி..' என்று மிட்டாய் கேட்பார்கள். 'மது யூ அவர் ஃப்ரெண்ட்', என்று சொல்லித்தான் என்னை வழியனுப்புவார்கள் அந்தக் குழந்தைகளும், அவர்களின் பெற்றோரும்', என்று தொடர்கிறார்.

ஜான் ஆலன் ஷாவின் உடலைக் கைப்பற்றும் எண்ணம் உண்மையிலேயே அரசுக்கு இருக்குமானால், அவர்கள் தொடர்பு கொள்ளவேண்டியது இந்தப் பெண்மணியைத்தான்! செண்டினல் தீவுவாசிகளுடனான நம் உறவுக்குப் பாலமாக இருப்பார் மதுமாலா. இத்தனை காலம், துரோகத்துக்குப் பின்னும் இந்தப் பெண்ணுக்குள் உயிர்ப்புடன் இருக்கிறது- ஆதிக்குடிகளின் மேலான பேரன்பு.

•

2

இரண்டு நூற்றாண்டுக்கு முன்பே மதராஸில் நடந்த மலர்க்காட்சி

'**செ**ன்னையின் முதல் மலர்க்காட்சி' கலைவாணர் அரங்கில் ஜூன் 3, 2022 அன்று தொடங்கிவைக்கப்பட்டது. 'தமிழ்ப் பண்பாடு, கலாசாரம் போன்றவற்றை இந்தக் கண்காட்சி பிரதிபலிக்கிறது; தமிழ்நாட்டின் முதல் மலர்க்கண்காட்சி இது', எனச் செய்தியாளர்கள் எழுதினர்.

காலம் எப்படிச் சுழல்கிறது? சென்னையில் மலர்க்காட்சி 19ம் நூற்றாண்டிலேயே ஏற்படுத்தப்பட்டுவிட்டது. நாம்தான் அதை மறந்துபோனோம். மதராஸ் வேளாண்மை – தோட்டக்கலை சங்கம் (Madras Agricultural Horticultural Society) நூற்றாண்டைத் தாண்டிய அமைப்பு. 1836ம் ஆண்டு இந்த அமைப்பை நிறுவ உறுதுணையாக நின்றவர் அன்றைய சென்னை மாகாண ஆளுநர் பிரதரிக் ஆதம் துரை.

இந்திய மண்ணின் வளமை, அது தரக்கூடிய செல்வத்தை ஆராய்ந்து அறிவதில் பெரும் ஆர்வம் ஐரோப்பியருக்கு உண்டு. தமிழகத்தின் முதல் ஐரோப்பியத் தோட்டங்கள் அமைந்த இடங்களில் ஒன்றென தரங்கம்பாடியைத் தாராளமாகச் சுட்டலாம். ஆரஞ்சு, பம்ப்ளிமாஸ், திராட்சை என ஐரோப்பியப் பழங்களை 18ம் நூற்றாண்டிலேயே விளைவித்துள்ளனர். கடலூரின் பம்ப்ளிமாஸ் சிறந்த சுவையுடையது

எனச் சங்கத்தின் குறிப்புகள் தெரிவிக்கின்றன!

மொராவியர்கள் தரங்கையில் உருவாக்கிய திராட்சைத் தோட்டங்கள் உலகப்பிரசித்தி பெற்றவை (இது குறித்து இன்னும் விரிவாக 'அறியப்படாத கிறிஸ்தவம்' நூல் பேசுகிறது). தரங்கம்பாடியின் தோட்டங்களைப் போல மதராஸிலிருந்து செங்கல்பட்டு வரையுள்ள பகுதியைப் பசுமையாக மரங்கள், செடி கொடிகளால் நிரப்பவேண்டும் என ஆசைகொண்டு அதுகுறித்துப் பேசிவந்தவர், மொராவிய மிஷனரியான கிறிஸ்டாஃப் சாமுவேல் ஜான் (Christoff Samuel John). சீகன்பால்கை அடியொற்றி 1800களில் தரங்கைக்கு வந்த சாமுவேல் ஜான், ஜெரிக் (Gericke) என்ற மிஷனரியிடம், இவ்வாறு மரங்களையும் செடி கொடிகளையும் நட்டுவிட்டால், தங்களிடம் பணியாற்றும் ஆசிரியர்கள், அவர்களது மாணவர்களைக் கொண்டு அவர்களின் ஓய்வு நேரத்தில் தோட்டங்களைப் பராமரிக்கலாம் என்று கூறியுள்ளார்.

சென்னையும் அதற்குச் சற்றும் சளைத்தது அல்ல. அங்கொன்றும் இங்கொன்றுமாக நகரின் தோட்டங்களைத் தோற்றுவித்த யூதர்கள், போர்ச்சுக்கீசியர்கள், ஆர்மீனியர்கள் உண்டு. ஆனால் ஆங்கிலேயரே ஒழுங்குபடுத்தப்பட்ட கட்டமைப்புக்குள் தோட்டக்கலையைக் கொண்டுவந்தவர்கள். இங்கிலாந்தில் 'அரசு வேளாண் சங்கம்' (Royal Agricultural Society) அமைக்கப்பட்ட ஆண்டு, 1839. அதனை அமைக்க அடிப்படையாக இந்தியாவின் 'இந்திய வேளாண்மை தோட்டக் கலை சங்கம்' இருந்தது என வரலாற்றாளர்கள் பதிவு செய்துள்ளனர்.

இந்திய வேளாண் தோட்டக்கலைச் சங்கத்தை நிறுவியவர் வில்லியம் கேரி (William Carey) என்ற மிஷனரி! கொல்கொத்தாவின் 'செராம்பூர் மிஷன் ஹவுஸில்' 15 ஏப்ரல் 1820 அன்று கேரி இவ்வமைப்பை நிறுவினார். பின்னாளில் மதராஸ், பம்பாய், சிலோன் ஆகிய மூன்று இடங்களிலும் அமைந்த வேளாண் தோட்டக்கலை சங்கங்களுக்குத் தாய்ச் சங்கம் என இதைச் சொல்லலாம். ஜூன் 10, 1835 அன்று இந்திய வேளாண் தோட்டக்கலை சங்கத்தின் பொது அவைக் கூட்டத்தில், மதராஸ் ஆளுநர் பிரதரிக்கின் தனிச்செயலாளர் ஹாட்ஜஸ் எழுதிய கடிதம் வாசிக்கப்பட்டுள்ளது. அதில், 'இந்திய சங்கம் கேட்டிருந்த அனைத்து உதவிகளையும் சம்பந்தப்பட்ட ஆட்சியர்களிடமிருந்து பெற்றுத்தர ஆவன செய்யப்படும்', என எழுதப்பட்டிருந்தது.

அதே ஆண்டு ஆகஸ்ட் 12 அன்று நடைபெற்ற பொதுக்கூட்டத்தில், மதராஸில் வேளாண் தோட்டக்கலை சங்கம் புதிதாக ஏற்படுத்தப் பட்டு அதன் அமைப்பு, சட்டதிட்டங்கள் குறித்த தகவல்களைச்

செயலாளருக்கு (பொறுப்பு) மதராஸிலிருந்து சி.ஒய்.பார்ன்ஸ் (C.Y.Barnes) அனுப்பியுள்ளதாகவும் அவ்வமைப்புக்கு வேண்டிய உதவிகளைச் செய்வதாகவும் தீர்மானம் நிறைவேற்றப்பட்டது. இதைக்கொண்டு 1835ம் ஆண்டு மதராஸ் வேளாண்மை தோட்டக்கலை சங்கம் அமைக்கப்பட்டது தெரிகிறது. இந்த அமைப்பின் குறிக்கோள்களில் ஒன்றாக 'ஆண்டு மலர்க்காட்சி' ஏற்பாடு செய்வது என நிறுவனப் பதிவுகளில் குறிப்பிடப் பட்டுள்ளது. 1839 முதல் நமக்குக் கிடைக்கும் முதல் தரவுகளின்படி அதற்கு முந்தைய ஆண்டு மலர்க்காட்சிக்காக 200 ரூபாய் ஒதுக்கப் பட்டது தெரிகிறது.

மலர்கள் மட்டுமே அல்லாமல், காய் கனிகள், தானியங்கள், கரும்பு, பருத்தி என நிலத்தில் விளைந்தவை அனைத்தும் இங்குக் காட்சிக்கு வைக்கப்பட்டன. 1840 முதல் ஒவ்வொரு ஆண்டும் பிப்ரவரி மாதம் மலர்க்காட்சி மதராஸில் நடந்துள்ளது. திருவல்லிக்கேணி மயிலாப்பூர் தாலுகா மயிலாப்பூர் கிராமத்தில் கூவம் ஆற்றுக்குத் தெற்கே 22 ஏக்கர் நிலம், மதராஸ் வேளாண் தோட்டக்கலை சங்கத் தோட்டம் அமைக்க 1836ம் ஆண்டு பிரதரிக் ஆதம் முயற்சியில் அரசு வாங்கியது.

இந்தத் தோட்டம் தென்னிந்தியாவில் பட்டு, பருத்தி, காபி, தேயிலை, புகையிலை, அவுரி (indigo), கரும்பு, மெரினோ ஆடுகள் (Merino), ஆப்பிள், ஆர்டிசோக் (artichoke), முட்டைக்கோஸ் எனப் பல பயிர்கள் குறித்து ஆய்வு செய்யவும், விதைகளை உலகெங்குமிருந்து கொணர்ந்து சேர்த்துவைத்து ஐரோப்பியத் துரைகள், இந்திய விவசாயிகளுக்கு வழங்கும் தலைமையகமானது. அடித்தளத்தில் இருந்து இச்சங்கத்தைக் கட்டமைத்தவர் அதன் முதல் செயலாளரான டாக்டர் ராபர்ட் வைட் (Dr Robert Wight) என்ற ஆங்கிலேயர்.

கிட்டத்தட்ட 30000 தாவர மாதிரிகள், 700க்கும் அதிகமான ஓவியங்கள் என மதராஸ் மாகாணத்தின் தாவரங்களைக் குறித்து தகவல்கள் சேகரித்தவர் வைட். கோவிந்தூ, ரங்கையா உள்ளிட்ட மதராஸ் மாகாண மண்ணின் மைந்தர்களுக்குத் தாவரங்களை வரையும் பயிற்சி தந்து அட்டகாசமான ஓவியங்களை, ஓவியர்களை உருவாக்கியவர் வைட். இன்றும் பிரிட்டிஷ் நூலகம் உள்ளிட்ட உலகின் முக்கிய நூலகங்கள், அருங்காட்சியகங்களை இவர்களது ஓவியங்கள் அலங்கரிக்கின்றன.

சேலத்திலிருந்து ஜி.எஃப். ஃபிஷர் (GF Fisher) என்ற ஐரோப்பியர் சங்கத்துக்கு எழுதிய டிசம்பர் 9, 1839 தேதியிட்ட கடிதத்தில்,

‘மொரிஷியஸ் கரும்பு என் தோட்டத்தில் வளர்ந்துள்ளது; எகிப்தியப் பருத்தி, புகையிலை, அவுரி போன்றவையும் செழித்து வளர்ந்துள்ளன. அவற்றைக் காட்சிப்படுத்தவேண்டும். கண்காட்சி எப்போது? அது குறித்த தகவல்கள் மீண்டும் வெளியிடப்பட வேண்டும்; பரிசுத்தொகை முன்னரே அறிவிக்கப்படவேண்டும்’, என்று வேண்டுகோள் வைக்கிறார்.

ஆண்டுதோறும் மயிலாப்பூரில் அமைந்த (இன்றைய ஜார்ஜ் கதீட்ரல் சாலை) மதராஸ் வேளாண் தோட்டக்கலை சங்கத் தோட்டத்தில் கண்காட்சி நடந்துள்ளது. 1840ம் ஆண்டு பிப்ரவரி 12 அன்று காலை 10 மணிக்குக் கண்காட்சி தொடங்கியது. அவ்வாண்டு கண்காட்சியில் மதராஸில் விளைந்த உருளைக்கிழங்குகளை, லிடல் (Lidel) என்பவர் காட்சிக்கு வைத்திருக்கிறார். அதே ஆண்டு ஓச்சர்லே (Outcherlay) என்பவர் மதராஸ் தோட்டத்தில் விளைவித்த காபிக் கொட்டை களையும் பார்வைக்கு வைத்திருக்கிறார். எழும்பூர் ராமசாமி (பீட்ரூட்), சேத்துப்பட்டு வீராசாமி (லெட்யூஸ்), சிந்தாதிரிப் பேட்டை குஞ்சமுதலி (கேரட்), சிந்தாதிரிப்பேட்டை ஜம்பெருமாள் (கத்திரிக்காய்), நுங்கம்பாக்கம் நைனப்பன் (பரங்கி), சிந்தாதிரிப் பேட்டை ராமசாமி (பரங்கிக்காய், வெள்ளரிக்காய்), குழந்தை முதலி

மதராஸ் தோட்டக்கலை சங்கத்தின் தோட்டம், 19ம் நூற்றாண்டு

(கிழங்குகள்), சைதாப்பேட்டை உண்ணாமலை (புடலங்காய்) என மதராஸின் பல விவசாயிகள் பரிசுபெற்றுள்ளனர்.

1840ம் ஆண்டு மலர்க்காட்சியில் திருமதி கோல், திருமதி வானல், திருமதி பிர்ச், திருமதி வா, மிஸ் பிரந்தர்கஸ்த், திருமதி துலலோச் ஆகியோரின் மலர்க்கொத்துகள் பரிசு வென்றன. மருந்துக்கும் இந்தியப் பெண்களின் பெயர்களைக் காணவில்லை!

1842ம் ஆண்டு 23 பிப்ரவரி அன்று சங்கத் தோட்டத்தில் கண்காட்சி நடைபெற்றது. சென்னையில் இதமான முன் வசந்த காலம் நிலவிய பிப்ரவரி மாதத்தை ஆங்கிலேயர்கள் தெளிவாகவே தேர்ந்துள்ளனர். 1842ம் ஆண்டு காய்கனிகளைத் தீர்ப்பிட்டவர்கள் டேவிஸ் (Davis), ஸ்வின்டன் (Swinton) மற்றும் குழந்தை முதலி. அவ்வாண்டு சங்கத்தில் வளர்க்கப்பட்ட எந்த மலரும் காயும் கனியும் காட்சிக்கு வைக்கப்படவில்லை. 'தனிப்பட்ட போட்டியாளர்களுடன் அமைப்பு போட்டியிடுவது சரியாகாது' என 1839ம் ஆண்டு எடுக்கப்பட்ட முடிவு இவ்வாண்டும் பின்பற்றப்பட்டது!

ஹென்றி சேமியர் (Henry Chamier) துரை அறிவித்த இரண்டு பரிசுகள் சிறந்த கேரட்டுக்கும் பீட்ரூட்டுக்கும் வழங்கப்பட்டன. அவற்றை கந்தப்பன், முத்தாளு நாயகர் இருவரும் முறையே பெற்றனர். முட்டைக்கோசுகள் அவ்வாண்டு போட்டிக்கு அதிகம் வரவில்லை. ஆனால் கேரட், டர்னிப் (turnip), நூல்கோல் (knole cole), செலரி (celery), யெருசலேம் ஆர்டிசோக் (Jerusalem artichoke), டஃபின் பீன்ஸ் (Duffin beans), பீட்ரூட் ஆகியவை நிறைய காட்சிக்குக் கொண்டுவரப்பட்டன. காய் கனிக் கண்காட்சியில் முதல் மூன்று (பொது) பரிசுகளையும் ப்ரெந்தர்கஸ்த் (Prendregast), கேப்டன் ஜார்ஜ் க்ரெய்க் மக்கன்சி (George Greig Mackenzie), பூ (Pugh) ஆகிய ஆங்கிலேயரே தட்டிச்சென்றனர். ஆனாலும் சிறந்த பீன்ஸ், பீட்ரூட் – இரண்டாம் பரிசு (ராகவ செட்டி), டிரம்பீட் கோஸ் (drumbeat cabbage) (நவாபு தோட்டம்) என ஒன்றிரண்டு காய்கறிகளில் மதராஸ்வாசிகள் பெயர் காணக்கிடைக்கிறது.

மதராஸில் ஆப்பிள்கள் விளைந்தன என்றுகூடத் தெரிகிறது! 1842ம் ஆண்டு கண்காட்சியில் ஹோம்ஸ் (Homes) என்ற ஆங்கிலேயர் மதராஸில் விளைவித்த இரண்டு ஆப்பிள்களுக்காகப் பரிசு பெற்றார். ஆப்பிள்கள் அளவில் சிறியதாக இருந்தன என்றும் பதிவு செய்யப்பட்டுள்ளது.

1840ம் ஆண்டு போல இவ்வாண்டும் கண்காட்சியில் ஆச்சரியமூட்டும் மற்றொரு பிரிவிலும் பரிசுகள் வழங்கப்பட்டன. 'சந்தைத்

தோட்டக்காரர்கள்' பிரிவில் கந்தப்பன், குஞ்சப்பிள்ளை, முத்தாளு நாயகர், தாண்டவக்கோன், ராமசாமி, அருணாச்சலம் போன்றோர் பரிசு வென்றுள்ளனர். அவர்கள் வளர்த்து காட்சிக்கு வைத்த காய்கள் – கேரட் மற்றும் பீட்ரூட். இவை தவிர 'இந்தியக் காய்களான' பாகற்காய், புடலங்காய் போன்றவையும் கண்காட்சியில் வைக்கப்பட்டன. 'மண்ணின் மக்கள் (சந்தைத் தோட்டக்காரர்கள்) காட்சிக்குக் கொண்டுவந்த பொருள்கள் கமிட்டிக்கு மிகுந்த மன நிறைவைத் தந்தன, அவர்களை ஊக்குவிக்கும் விதமாகப் பல பரிசுகளும் அவர்களுக்குத் தரப்பட்டன', என சங்கம் பதிவு செய்துள்ளது.

மலர்க்காட்சி முழுக்க முழுக்க ஐரோப்பியப் பெண்களின் களமாக இருந்துள்ளது! திருமதி போர்ட்டர் (Porter), அலெக்சாந்தர் (Alexander), அரதூன் (Arathoon) ஆகியோர் மலர்க்கொத்துகளை ஆராய்ந்து தீர்ப்பளித்தனர். இதில் திருமதி அரதூன் ஆர்மீனியர், மற்றவர்கள் ஆங்கிலேயப் பெண்கள். திருமதி ஸ்பிரிங் (Spring), மக்கன்சி (Mackenzie), ஹீலியோட்ரோப் (heliotrope) மலர்களைக் கொண்டு பூங்கொத்து செய்திருந்த திருமதி சுவின்டன் ஆகியோர் அவ்வாண்டு பரிசுபெற்றனர். இது தவிர கேப்டன் மக்கன்சி (இவர் காலின் மக்கன்சி அல்ல, ஜார்ஜ் க்ரெய்க் மக்கன்சி, உதகையில் இறந்து அடக்கம் செய்யப்பட்டுள்ளார்) உயிர்ச்செடிகள் சிலவற்றைப் பார்வைக்கு வைத்திருந்தார்.

அவை பெரும்பாலும் மண்ணின் மலர்களே. ஆனாலும் அலங்காரப் பூக்களான டாஃபோடில் (Daffodil), ஹயசிந்த் (Hyacinth), நார்சிசஸ் (Narcissus), ஜெரெனியம் (Geranium), லாவண்டர் (Lavender), ஸ்னாப் டிராகன் (Snap dragom), குளோவ் பிங்க் (Clove pink), கார்னேஷன் (Carnation), ஃபுஷியா (Fuschia) போன்றவையும் கண்காட்சியில் வைக்கப்பட்டன.

1970கள் வரை மலர்க்கண்காட்சி நடந்ததாகச் சொல்லப்பட்டாலும், நமக்குக் கிடைத்துள்ள 1937ம் ஆண்டு தேதியிட்ட மதராஸ் ரிஃபைனரீஸ் லிமிட்டட் நிறுவனத்தின் பாராட்டுக்கடிதம் ஒன்றில், 'மதராஸ் வேளாண் தோட்டக்கலை சங்கத்தின் 1(?)6வது ஆண்டு மலர்க்காட்சி' எனக் குறிப்பிடப்பட்டுள்ளது. வரலாற்றாளர் எஸ். முத்தையா தன் கட்டுரை ஒன்றில் மதராஸ் சென்ட்ரலை ஒட்டிய 'மை லேடிஸ் கார்டன்' பூங்காவில் சுமார் ஒரு நூற்றாண்டுக்காலம் மலர்க்காட்சி நடைபெற்றது எனவும், அதைத் தொடங்கிவைப்பது மதராஸின் மேயர் எனவும் பதிவு செய்துள்ளார். 1948ம் ஆண்டு டாக்டர் யு. கிருஷ்ண ராவால் திறந்துவைக்கப்பட்ட அசோகத் தூபி

மலர் அலங்காரம் செய்யப்பட்டு ஜொலித்தது என்றும், மலர்க்காட்சியின் மையமாக அந்தத் தூபியே அமைந்தது எனவும் எழுதியுள்ளார். ஈராண்டுக்கு முன்பு நிகழ்வு ஒன்றுக்காக மை லேடிஸ் கார்டன் செல்ல நேர்ந்தது. ஆளரவமற்ற பூங்காவில் பலர் நடைபயின்று கொண்டிருந்தனர். வாழ்ந்துகெட்ட பெண்ணைப் போலப் பொலிவிழந்து நிற்கிறது பூங்கா. நல்லவேளை தூபி பாதுகாப்பாகவே இருக்கிறது.

இன்றிலிருந்து சுமார் 190 ஆண்டுகளுக்கு முன்பு ஐரோப்பியப் பெண்கள் அமைத்த பூங்கொத்துகளை இன்றைய கலைவாணர் அரங்க மலர் அலங்காரங்களுடன் ஒப்பிட்டுப் பார்க்கிறேன். தமிழ்ப் பண்பாடு என, காட்சிக்கு வைக்கப்பட்டுள்ள கிரிசாந்திமம் (Chrysanthemum), அந்தூரியம் (Anthurium) உள்ளிட்ட மலர்களைக் கருத இயலவில்லை. ஆனால் இது ஒரு சிறந்த முன்னெடுப்பு. முத்தமிழறிஞர் கலைஞரின் பிறந்தநாளை ஒட்டி, நூற்றாண்டு கடந்த பாரம்பரியம் ஒன்று மீட்டெடுக்கப்படுவது என்னளவில் பெரும் உவகை கொள்ளச் செய்கிறது. முதல்வருக்கு மனம் கனிந்த பாராட்டும் வாழ்த்தும்.

இனி தடையின்றி இந்தக் கண்காட்சி ஆண்டுக்கு ஒருமுறை கலைஞரின் பிறந்தநாளன்று நடைபெறும் என நம்புகிறேன். வெறும் மலர்க்காட்சியாக அல்லாமல், முன்புபோலக் காய், கனி, தானியம் என உழவர்களின் படைப்புகளைக் காட்சிக்கு வைத்தால், உழவை ஊக்குவிக்கும் பெரும் பணி முன்னெடுக்கப்படும். கண்காட்சியை சென்னை மாநகரக் கட்டுப்பாட்டிலிருக்கும் அதே மை லேடிஸ் கார்டன் தோட்டத்திலோ, கதீட்ரல் சாலை மதராஸ் வேளாண்மை தோட்டக்கலை சங்கத் தோட்டத்திலோ அமைப்பது, அவ்விடத்திலிருந்து மறைந்துபோன வரலாற்றை அங்கேயே மீட்டுருவாக்கம் செய்யும் அரும்பணியாக அமையும். வரும் தலைமுறைக்குத் திராவிடம் செய்திட்ட அரும்பெரும் பணிகளில் இதுவும் ஒன்றாக நின்று காலம் தாண்டிப் பேசும்.

•

3

ஹாரி பாட்டர் தலைமுறை நாம்!

மனித வாழ்க்கை கடினமானது; சிக்கல்கள் நிறைந்தது. உண்மை வாழ்வின் கொடூரங்களில் இருந்து நம்மைத் தற்காத்துக்கொள்ள, எங்கோ கனவுகளில் நாம் ஒளிந்திருக்க முயன்றுகொண்டே இருக்கிறோம். 2700 ஆண்டுகளுக்கு முன்பே கிரேக்க சிந்தனையாளர், மகா கவி ஹோமர் அப்படியான ஒரு மாயக் கனவு உலகத்தை மனிதருக்கு அறிமுகம் செய்தார். அது - அட்லாண்டிஸ். அவருக்குப்பின் அந்த உலகை கிமு 4ம் நூற்றாண்டில் விரிவுபடுத்தி பிளேட்டோ எழுதினார்.

கடவுள் பாதி, மனிதன் பாதியான விந்தையானவர்கள் 'வாழ்ந்த' பிளேட்டோ வர்ணித்த அட்லான்டிஸ் தீவு, பல காலம் கிரேக்கர்களின் மாய உலகமாக இருந்தது. அக்காடிய மொழியில் எழுதப்பட்ட கில்கமேஷ் காப்பியத்திலும் ஃபேன்டஸி உலகம் அங்கங்கே எட்டிப் பார்த்தது. பிற உலக நாடுகள் மட்டுமல்லாமல், இந்தியாவிலும் மகாபாரதம், ராமாயணம் போன்ற ஃபேன்டஸி கதைகள் மக்கள் மனங்களைக் கொள்ளை கொண்டன. ஒவ்வொரு நூற்றாண்டிலும் இவ்வாறான கதைகள் சொல்லப்பட்டே வந்துள்ளன.

வரலாறு முழுக்க நமக்குச் சொல்லப்பட்ட ஃபேன்டஸி கதைகள் நமக்கு 'படிப்பினை' கற்றுத்தந்தன. 'நல்லவனாக இரு', 'நேர்மை பழகு', 'உண்மையைச் சொல்' என வகுப்பெடுத்தன. இன்றைய

நவீன ஃபேன்டஸி உலகின் சூத்திரதாரி எனக் கவிஞர் ஷெல்லியின் மனைவி மேரி ஷெல்லியைச் சொல்லலாம். 1818ம் ஆண்டு எழுதப்பட்ட அவரது 'ஃப்ராங்கென்ஸ்டீன்', மாய மனிதன் ஒருவனை உலகுக்கு அறிமுகம் செய்தது.

மேரிக்குப் பிறகு பல ஃபேன்டஸி கதைசொல்லிகள் தோன்றினாலும், இரண்டு நூற்றாண்டுகளுக்குப் பின் வெளியான 'ஹாரி பாட்டர்' ஃபேன்டஸி நாவல்கள், ஃபேன்டஸி கதைகளை இவ்வுலகம் பார்த்துவந்த பார்வையை அடியோடு கலைத்துப்போட்டது! 26 ஜூன் 1997 அன்று வெளியான 'ஹாரி பாட்டர் அண்டு தி ஃபிலாசஃபர்ஸ் ஸ்டோன்' புதினம் வெளியாகி இன்றுடன் 25 ஆண்டுகள் நிறைவடைகின்றன.

நம் தாய்மொழியில் அல்லாது, வேற்று மொழியில் வெளியான ஒரு படைப்பு குறித்து கால் நூற்றாண்டு கழித்தும் நாம் பேசிக்கொண்டிருப்பதே ஹாரி பாட்டர் நாவல்களின் பெருவெற்றி எனச் சொல்லலாம். வழக்கமான 'நல்லதே வெல்லும்' கதைக்கருதான். ஆனால் உலகமே தலையில் வைத்துக் கொண்டாடும் அளவுக்கு ஜே.கே.ரவுலிங் இந்த நூல்களில் செய்த செப்படி வித்தைதான் என்ன? 'மேஜிக்' மட்டுமே! இதுகாறும் தமிழில் வெளியான மாயக் கதைகள் வேறொரு உலகை மக்களுக்கு அறிமுகம் செய்தன; அதில் சூப்பர் ஹீரோக்கள் இருந்தனர்; அவர்கள் ஒருபோதும் தோல்வியடைந்தது இல்லை.

ஹாரி அப்படி அல்ல! ஹெர்மயனி கிரேஞ்சர் என்ற 'மகிள்' (muggle - மேஜிக் உலகை அறியாத சாதாரணர்கள்) உலகைச் சேர்ந்த பெண் தன் அதீத எச்சரிக்கை உணர்வு மற்றும் அறிவாற்றலால் பல இன்னல்களிலிருந்து ஹாரியைக் காப்பாற்றவேண்டியிருக்கிறது. ஹாரி மட்டுமே சூப்பர் ஹீரோ அல்ல, குட்டியூண்டு 'டாபி' முதற்கொண்டு ஹாரி பாட்டரின் ஒவ்வொரு கதாபாத்திரமும் தனித்தன்மை கொண்டது. சில பத்து கதாபாத்திரங்களை வெவ்வேறாக வடிக்க அவர்களின் குணாதிசயங்கள், முக வடிவமைப்பு, ஆடை, அவர்களது சிறப்பு 'விசார்டிங் ஆற்றல்' என ஒவ்வொன்றையும் பார்த்துப் பார்த்து ரவுலிங் செதுக்கியிருப்பதுதான் ஹாரி பாட்டர் கதைகளின் பெருவெற்றிக்குக் காரணம்.

'விசார்டிங் உலகம்', அதன் இயங்கியல் குறித்து எதுவுமே அறியாத 'மகிள்ஸ் உலகம்' என இரண்டையும் ஒரே சம தட்டில் சம காலத்தில் படைத்து, இரு உலகங்களுக்குள்ளும் மந்திரவாதிகள் சஞ்சரிப்பதை ரவுலிங் அருமையாகக் காட்சிப்படுத்தி எழுதியிருப்பார். இதுவரை எழுதப்பட்ட ஃபேன்டஸி கதைகளில் இந்தச் சமன்பாடு இல்லை.

லூயிஸ் கரோல் எழுதிய 'ஆலிஸ் இன் ஒண்டர்லாண்ட்' கதையில் ஆலிஸ் விசித்திர உலகைக் கனவு காண்கிறாள். 'அரேபிய இரவுகள்' கதையில் ஷெஹர்சாதி, கணவருக்குக் கதை சொல்ல விசித்திர உலகை அறிமுகம் செய்கிறாள்.

பிரபல குழந்தைகள் எழுத்தாளரும் ரவுலிங்கின் முன்னோடியுமான ஜே.ஆர்.ஆர். டால்கீன் எழுதிய 'தி ஹாபிட்' (1937) மற்றும் 'லார்ட் ஆஃப் தி ரிங்ஸ்' (1968) போன்றவற்றில் வரும் 'மிடில் எர்த்' இதே போன்ற மாய உலகம்தான். அங்கு நடக்கும் கதைகளுக்கும் நிஜ உலகுக்கும் யாதொரு சம்பந்தமும் இல்லை. இதை உடைத்து, நிஜ உலகையும் கனவுலகையும் ஒன்றாக்கியது ஹாரி பாட்டர் தொடர்.

குழந்தைகளுக்கான நூல்கள் குறைந்த எழுத்துகளுடன், நிறையப் படங்களுடன் வண்ணமயமாக இருந்தால்தான் வெற்றிபெறும் என்பது இங்குக் காலம் காலமாக 'நிறுவப்பட்ட' நியதி. இதையும் ஹாரி பாட்டர் உடைத்தது. ஒவ்வொரு ஹாரி பாட்டர் நாவலிலும் 200-300 சொச்சப் பக்கங்கள் முழுக்க வெறும் எழுத்து மட்டுமே உண்டு. ஆனால் வெள்ளைத் தாளில் இந்தக் கருப்பு எழுத்துகள் பல வர்ண மாயாஜாலங்கள் நிகழ்த்தின. படங்கள் காட்ட வேண்டியதை, ரவுலிங்கின் எழுத்து மட்டுமே தெளிவாகச் சித்தரித்தது. குழந்தைகளின் 'கல்ட் நாவல்' நிலையை 2000ங்களில் ஹாரி பாட்டர் எட்டியது.

சிறார் மட்டுமே வாசித்த நூலா அது? இல்லவே இல்லை! பதின் பருவத்தினர், மணமான பெண்கள், நடுவயது ஆண்கள், ஓய்வு பெற்ற ஆசிரியர்கள் எனப் பலர் ஹாரி பாட்டர் வாசிக்கக் கண்டிருக்கிறோம். நான் ஹாரி பாட்டர் முழு செட்டையும் வாசித்து முடித்தபோது எனக்கு வயது 30! சினிமா ஹாரி பாட்டரை உள்வாங்கிக்கொண்டது. ஹாரி பாட்டர் சீரிஸ் படங்கள் வசூலை வாரிக்குவித்தன. அவற்றின் வெற்றி, 'லார்ட் ஆஃப் தி ரிங்ஸ்', 'கிரானிக்கிள்ஸ் ஆஃப் நார்னியா' என மாயாஜாலப் படங்கள் மளமளவென வெளிவரக் காரணமானது.

ஹாரி பாட்டர் வாசித்து வளர்ந்த பெண் குழந்தைகள் தங்கள் முப்பதுகளில் பாலா ஹாக்கின்ஸின் 'தி கேர்ள் ஆன் தி ட்ரெய்ன்' நூலை விழுந்து விழுந்து வாசிக்கின்றனர். 'ஹாரி பாட்டர் ஜெனரேஷன்' என உலகம் கொண்டாடும் இந்தப் பெண்களும் ஆண்களும் ஃபேன்டஸி வாசிப்பை விட்டுவிடவில்லை. இன்றும் தங்களை 'கிரிஃபிண்டார்களாக' கற்பனை செய்துகொண்டு வாசிக்கின்றனர். தீவிர இலக்கியம் மட்டுமே கொண்டாடப்பட வேண்டியதா என்ன? நல்ல வாசிப்பைத் தக்கவைத்துக் கொள்ளும் எதுவும் கொண்டாடப்பட வேண்டியதே!

லண்டன் லீசெஸ்டர் ஸ்கொயரில் நிறுவப்பட்டுள்ள ஹாரி பாட்டர் சிலை

ஃபேன்டஸி கதைகள் சாமானியர்களால் எழுதப்படுபவை; சாமானியர்களுக்காக எழுதப்படுபவை. அவற்றைக் கொண்டாடத் தயங்கவேண்டியதில்லை. கிங்ஸ் கிராஸ் ரயில் நிலையத்தின் 9¾ நடைமேடையிலிருந்து விசார்ட்ரி பள்ளிக்குச் செல்ல ரயிலேறலாம், நிகழ்கால உலகின் துன்பம் மறக்கலாம் என்றால், யாருக்குத்தான் ஃபேன்டஸி பிடிக்காது? ஹாரியின் கைகளில் இருந்த (கடைசி நூலில் உடைந்துபோனது) 'மேஜிக் வாண்ட்' உண்மையில் ரவுலிங் கையில்தான் இருக்கிறது. நம்மை வாசிக்கத் தூண்டும் அந்த மேஜிக் வாண்ட், ரவுலிங்கின் பேனா.

•

4

அம்மாக்கண்ணுவுக்கு நீலனைப் பிடிக்காது

அம்மாக்கண்ணுவுக்கு அப்போது 9 வயது. அம்மாவின் சேலையைப் பிடித்துக்கொண்டு அண்ணாந்து வானத்தைப் பார்க்கிறாள். வியர்வை நெற்றிப்பொட்டிலிருந்து வழிந்து நாடிவரை நீள்கிறது. கடலூரில் இவ்வளவு வெயில் இல்லையோ? கடலூர் அவளுக்குப் பிடித்தாலும், அதைவிடப் பட்டணம் அவளுக்கு ரொம்பவே பிடித்திருக்கிறது. பரபரவென வில்வண்டிகளும், மோட்டார் கார்களும் சாலையில் பறக்கின்றன. கடலூரில் அவள் இந்தச் சின்ன மோட்டார் வண்டியை அபூர்வமாகப் பார்ப்பதுண்டு. டிராம் வண்டியின் டிங் டிங் ஓசை அவளுக்குள் அதில் எப்படியாவது பயணம் செய்யவேண்டும் என்ற பேராவலை எழுப்பியிருந்தது. கடலூருக்குப் போவதற்கு முன் எப்படியாவது அம்மாவிடம் சொல்லி டிராம் வண்டியிலும், ரயிலிலும் போய்விடவேண்டும். முடிந்தால் அந்த நீள மோட்டார் காரிலும்தான்... சீட்டிப் பாவாடையும், சிவப்பு ரிப்பனும், படிய வாரிய தலையுமாய் அந்தக் கருப்பு பிரம்மாண்டச் சிலை முன் நிற்பது ஏன் என்பது மட்டும் அவளுக்குப் புரியவில்லை.

அப்பா என்ன செய்கிறார் என்று திரும்பிப் பார்த்தாள். சாலையின் ஓரத்தில் நின்றுகொண்டு தலையில் துண்டைக் கட்டிக் கொண்டிருந்தார். 'இங்கே எல்லாம் நிற்கப்படாது... புறப்படு புறப்படு', என்ற அதிகாரத்துடன் பாராக்காரர் ஒருவர் அவர்களை விரட்டிக்கொண்டிருந்தார். அம்மாவின் சேலைத் தலைப்பை

இன்னும் கெட்டியாகப் பிடித்துக்கொண்டாள் அம்மாக்கண்ணு. அப்பா இவர்களின் கையைப் பிடித்து இழுத்துக்கொண்டு சாலையோரத்தில் இருந்த அரசமரத்தடிக்குப் பின்னால் போனார். 'இங்கேயே இருங்க கண்ணு... அப்பா இப்ப வந்திடுவேன்', என்ற முருகப்பன், கொண்டு வந்த கோணியிலிருந்து மண்வெட்டித் தலையை முதுகுக்குப் பின் மறைத்துக்கொண்டார். மனைவியிடம் எதுவும் பேசாமல் தலையசைத்துவிட்டு விறுவிறுவென அவர்களை விட்டு நகர்ந்து சாலையின் நடுப்பகுதிக்குச் சென்றார்.

அம்மாக்கண்ணுவுக்கு ஒன்றும் புரியவில்லை. புதுச் சீட்டிப் பாவாடையை அம்மா வாங்கித் தந்ததே அதிசயம். அதை அணிந்துகொண்டு பட்டணம் வந்தது அதைவிடப் பெரிய விஷயம்! அம்மாவுக்கு எப்போதும் பழுப்பேறிய கதர் சேலைதான். மகளுக்குக் கடலூர் சந்தையில் பாவாடை வாங்கவேண்டும் என்றபோது அவளது பிடிவாதம் பொறுக்காமல் வாங்கினாள். புதுப் பாவாடையில் தூசி படாமல் அதை ஒரு கையால் ஏற்றிப்பிடித்துக்கொண்டு இன்னொரு கையால் அம்மாவைப் பிடித்துக்கொண்டாள்.

'நீலன் ஒழிக... நீலன் ஒழிக', என்ற திடீர் முழக்கம் கேட்டது. கதர் சேலை கட்டிய அம்மாள் ஒருவர் கையில் கொடியுடன் ஓடினார். சாலையைக் கடந்த அந்த அம்மாளுடன் இவள் அப்பா, மற்றும் சிலர் சேர்ந்துகொண்டார்கள். திடீரென அங்குக் கூடிய கும்பலை ஆச்சர்யமாக அம்மாக்கண்ணு பார்க்கத்தொடங்கினாள். நீலன் ஒழிக என்ற கோஷத்துடன் கூட்டம் சாலையின் மறுபக்கமிருந்த உயரமான கருப்புச் சிலையை அடைந்தது.

அம்மாடியோவ்...எவ்வளவு உயரமான சிலை. இப்போதுதான் அதைப் பார்த்தாள் அம்மாக்கண்ணு. அம்மா ஏனோ மரத்தடியைத் தாண்டிப் போகவேயில்லை. பாராக்காரர் விசிலை ஊதியபடி கூட்டத்தை நோக்கி ஓடினார். விளையாட்டு பார்க்க இன்னும் சுவாரஸ்யமானது அம்மாக்கண்ணுவுக்கு! திடீரெனக் கூட்டத்திலிருந்த ஓர் ஆள் சிலையின் மேல் ஏறத்தொடங்கினார். அவர் ஏன் அப்பாவைப்போல இருக்கிறார்? ஐயோ அப்பாவேதான். 'ணங்' என்று சத்தம் கேட்க, கோஷமும் கைத்தட்டலும் காதைப் பிளந்தது. மண்வெட்டித் தலை சிலையின் கீழ்ப்பகுதியில் வெட்டிய சத்தம்தான் கேட்டதோ... அப்பா ஏன் சிலையை உடைக்கிறார்? இவர்கள் ஏன் கை தட்டுகிறார்கள்? அம்மாக்கண்ணுவுக்குப் புரியவில்லை. பயமாக இருந்தது.

இப்போது இன்னொரு பாராக்காரர் வந்துவிட்டார். 'அங்கச்சி அம்மாளைக் கைது செய்துவிட்டார்களே... ஐயோ', என்று அம்மா

பதறினாள். 'கைதுன்னா என்னம்மா?', இவள் கேட்க, அதற்கு அம்மாவிடம் பதில் இல்லை. அப்பாவைக் கீழே இறக்கி கையைப் பின்னால் முறுக்கிய பாராக்காரர்கள் இருவரும், 'ஏனடா இதைச் செய்தாய்?', என்று கேட்டார்கள். 'நாட்டு மக்களுக்கே அவமானம் இந்த நீலன் சிலை. எல்லோரும் பார்க்கும் பஜாரிலா வைப்பீர்கள்?', என்ற அப்பா, மீண்டும் 'நீலன் ஒழிக' என்றபடி பாராக்காரர்களுடன் போனார். அம்மா சேலைத் தலைப்பில் முகத்தைத் துடைத்துக் கொண்டாள். நாம் ஏன் ஒளிந்து நிற்கிறோம்? அம்மாக் கண்ணுவுக்குப் புரியவில்லை. பசித்தது.

யாரோ மாமா ஒருவர் வந்து அம்மாவையும், அம்மாக்கண்ணுவையும் அழைத்துக்கொண்டு போனார். விசாலமான வீதிகளைத் தாண்டி நெருக்கியடித்து ஓட்டு வீடுகள் இருந்த தெருவில் அந்த மாமாவின் வீடு இருந்தது. அங்கே பூனைக்குட்டி ஒன்று இருக்கவே, அம்மாக்கண்ணுவுக்கு நன்றாக நேரம் போனது. அம்மாவும், அந்த வீட்டுப் பெண்களும் கூடிக் கூடிப் பேசிக்கொண்டார்கள். அப்பா எப்போது வருவார், எங்கே போனார் என்று புரியவில்லை. பாராக்காரர்களுடன் போனதால் இருட்டு அறைக்குள் வைத்திருப்பார்கள் என்று நினைத்துக்கொண்டாள். பக்கத்து வீட்டுக் கமலம் சொன்னாளே... பாராக்காரர்கள் பொல்லாதவர்கள், யாரையாவது பிடித்துக்கொண்டு போனால் இருட்டு அறைக்குள் தள்ளிவிடுவார்களாமே... அப்பாவுக்கு இருட்டு என்றால் பயமில்லை தான். நமக்கு மட்டும் சிறிது பயம் இருக்கிறதே என்று நினைத்துக்கொண்டாள்.

அன்று மதியம் கஞ்சி குடித்து முடித்தபின் அம்மாவுடன் திண்ணையில் உட்கார்ந்திருந்தாள் அம்மாக்கண்ணு. 'ஏனம்மா... நீலன் யார்? அவருக்கு எதற்கு சிலை? அவர் சிலை அவமானம் என்று அப்பா சொன்னாரே ஏன்?' என்று கேள்விகளை அடுக்கினாள். 'அவன் ஒரு கொடுங்கோலன் கண்ணு...', அம்மா இவளது தலையைக் கோதினாள். 'வடநாட்டில் உன்னையும் என்னையும் மாதிரி பல பெண்களைக் கொன்று கிணற்றில் போட்டவன் அவன். கொடூரன்', என்றாள் அம்மா. 'ஓ. கொலைகாரனைப் பாராக்காரர்கள் பிடித்துக் கொண்டு போவார்களே அம்மா. அவனை யாரும் ஒன்றும் செய்ய வில்லையா? அவனுக்கு எதற்கம்மா சிலை?', அம்மாக்கண்ணுவுக்கு ஆச்சரியமாக இருந்தது.

'இந்த ஆங்கிலேயக் கொழுத்த கனவான்கள் செய்த வேலை அந்த சிலை. அதைப் பார்த்துப் பார்த்து நாம் அச்சம் கொள்ள வேண்டும் என்று உயரமாக நகரின் நடுப்புறம் வைத்திருக்கிறான்கள்', என்றாள்.

'அப்படி என்றால் அப்பாவை விடமாட்டார்களா அம்மா? அப்பா செய்தது தவறா?', 'இல்லை கண்ணு, அப்பா செய்தது சரி. ஏற்கெனவே கணபதி, தங்கராஜு, இன்று அங்கச்சி, லோகையா என்று பலரைப் பிடித்துக்கொண்டு போயிருக்கிறார்கள். நம் நாட்டுக்கு வந்து நம்மை அடக்கி ஆள்கிறான். அப்பாவைப் போல நாமும் அந்தச் சிலையை உடைத்துத் தள்ளி சிறைக்குப் போவோம்', என்று முழங்கினாள் அம்மா.

அம்மாக்கண்ணுவுக்குப் புரிந்தாற்போல இருந்தது. இந்த வெள்ளையர்களை விரட்டவேண்டும். ஆனால் அதைவிட, அப்பா சிறையில் இருக்கிறார். சிலையை உடைத்தால் அவருடன் போய் ஒன்றாக இருக்கலாமே என்று தோன்றியது. உப்புமூட்டை சுமக்க அப்பா இருந்தால் எவ்வளவு அழகாக இருக்கும்! 'அம்மா, நாமும் சிறைக்குப் போகலாம் அம்மா', என்ற மகளை, 'கண்ணே', என்று அணைத்துக்கொண்டாள் அம்மா.

அம்மாவும் அம்மாக்கண்ணுவும் நீலன் சிலைக்கு அடுத்து என்று செல்வோம் எனக் காத்திருக்கத் தொடங்கினார்கள். அடுத்த வாரமே வாலாஜாவைச் சேர்ந்த ஜமதாக்னி என்ற நபரை நீலன் சிலை அருகே பாராக்காரர்கள் பிடித்துக்கொண்டு போனார்கள் என்ற செய்தி இவர்களுக்கு வந்தது. 'பரவாயில்லையே, பெரும் துணிச்சல்காரன் போல', என்று அம்மா சொல்லிச்சொல்லி பெருமிதம் கொண்டாள். அப்பாவுக்கு மூன்று மாதம் கடுங்காவல் சிறையாம். மூன்று மாதம் அவரைப் பார்க்கமுடியாது என்று அம்மா சொல்ல, மனதுக்குள் அம்மாக்கண்ணு சிரித்துக்கொண்டாள். நாம்தான் அடுத்து சிறைக்குப் போகப்போகிறோமே, அப்பாவை அங்கே பார்க்கலாம்...

அந்த நாளும் வந்தது. அம்மாவும், அம்மாக்கண்ணுவும் மவுண்ட் சாலைக்குப் பொடிநடையாக வந்து சேர்ந்தார்கள். சீட்டிப் பாவாடைக்குள் வைத்திருந்த கல்லை அம்மாக்கண்ணு தொட்டுப் பார்த்துக்கொண்டாள். அன்று போல இல்லாமல் இன்று சிலையின் பக்கம் பாராக்காரர் தவிர யாருமே இல்லை. அம்மா கத்தத் தொடங்கினாள், 'நீலன் ஒழிக, ஒழிக', 'வெள்ளைக் கொக்குகளா பறந்து போங்க' 'வந்தே மாதரம்'... அம்மாக்கண்ணுவும் அம்மாவுடன் சேர்ந்து கோஷமிட்டாள். கையிலிருந்த கற்களை இருவரும் கொடுங்கோலன் சிலை மீது வீச, பாராக்காரர்கள் ஓடிவந்தார்கள். எதையோ சாதித்த பெருமிதம் அம்மாக்கண்ணுவுக்கு இருந்தது. அப்பாவிடம் போகப்போகிறோம் என்ற மகிழ்ச்சியும்.

தாணாவுக்கு இருவரையும் நடத்தியே கூட்டிவந்திருந்தார்கள். 'எத்தனை துணிச்சல் பார்', 'அடேங்கப்பா' என்ற பாராட்டுகள்

நீலன் சிலை

வழிநெடுகக் கிடைத்தன. தாணாவிலோ, 'கொழுப்பைப் பார்', 'இந்த வயதிலேயே கல்லை கையில் எடுத்திருக்கிறது' என்று கரித்துக் கொட்டினார்கள். இருட்டு அறை எங்கே இருக்கும்? அப்பா அங்கே இருப்பாரா...காத்திருக்கத் தொடங்கினாள் அம்மாக்கண்ணு. சிகப்பு வண்ணக் கட்டடம் ஒன்றுக்கு இருவரையும் அழைத்துச் சென்றார்கள். அப்பாவைத் தேடினாள் அம்மாக்கண்ணு. எங்கும் அவர் இல்லை. ஆனால் கறுப்பு அங்கி போட்ட வெள்ளைக்காரத் துரை ஒருவன் அம்மாவையும், அம்மாக்கண்ணுவையும் தனித்தனியே பிரித்து வைக்கச் சொன்னான். அம்மாக்கண்ணுவுக்கு இப்போது உண்மையில் அழுகை வரும்போல இருந்தது.

'பயப்படாதே கண்ணு...ஒரு வாரம்தான். அம்மா நீ எங்கே இருந்தாலும் ஓடிவருவேன். போய்ட்டு வா' என்று கையசைத்து அம்மா இவளைப் பாராக்காரர் ஒருவருடன் அனுப்பினாள். அவளுக்கு ஒரு வாரம் இருட்டு அறையாம். அவள் அப்பாவைப் பார்ப்பாளோ? அம்மாக்கண்ணுவுக்கும் சிறைக்குச் செல்லவேண்டும் போல இருந்தது. துரையோ அவளை மதராஸ் குழந்தைகள் இல்லத்துக்கு அனுப்பிவிட்டான். அப்பாவும் அம்மாவும் சிறையில் சேர்ந்து சிரித்து மகிழ்ச்சியாக இருப்பார்கள்... அம்மாக்கண்ணுவை அழைத்துக்கொண்டு போன பாராக்காரர் இல்லத்துக்குப் போகும்வரை அவளுக்கு என்ன வேண்டும் என்று கேட்டுக்கொண்டே வந்தார்.

டிராம் வண்டி டிங் டிங் என்று ஓசை எழுப்பி அவர்களைக் கடந்து சென்றது. மோட்டார் காரில் வெள்ளைக்காரர்கள் பவிசாக அவர்களைத் தாண்டிப் போனார்கள். கையில் சிறு கல்லையாவது எடுத்து அதன்மேல் எறிந்துவிட மாட்டோமா என்று அம்மாக் கண்ணுவுக்குத் தோன்றியது.

அம்மாக்கண்ணுவைப் பார்க்க அன்று யாரோ வந்திருந்ததாகச் சொன்னார்கள். இல்லமே பரபரப்பானது. பெரிய மனிதர்தான் என்று பேசிக்கொண்டார்கள். இன்று தன்னை அனுப்பிவிடுவார்கள் என்று மகிழ்வாக இருந்தாள் அம்மாக்கண்ணு. அவளை அழைத்துச் செல்ல வந்த விருந்தாளியைப் பார்த்துக் குழம்பினாள். 'என்னைத் தெரியுமா?', தெளிவில்லாத தமிழில் அவர் கேட்க, தெரியாது என்று தலையாட்டினாள். 'அவர் பாப்பு. உன்னை இனி லீலாவதி என்று சொல்லப்போகிறோம். அவருடன் நாம் வார்தா போகிறோம். வாம்மா லீலாவதி', என்றார் பக்கத்தில் இருந்தவர். பாப்பு என்றால் காந்தியா? அவரா நம்மைத் தேடி வந்திருக்கிறார்? அம்மா அடிக்கடி சொல்லும் பெயர் இல்லையா இது? அம்மாக்கண்ணு மகிழ்ச்சியுடன் தலையாட்டினாள்.

- கடலூர் அஞ்சலை அம்மாளும், மகள் அம்மாக்கண்ணுவும் செப்டெம்பர் 12, 1927 அன்று நீலன் சத்தியாகிரகத்தில் கைது செய்யப்பட்டார்கள்.

- காந்தியால் வார்தா அழைத்துச் செல்லப்பட்ட லீலாவதி அங்குச் செவிலியர் பயிற்சி பெற்றுத் திரும்பினார். அதே நீலன் சத்தியாகிரகத்தில் கைதாகி சிறை சென்ற விடுதலைப் போராட்ட வீரர் ஜமதக்னிக்கும் லீலாவதிக்கும் இடையே திருமணம் நடந்தது.

- 1931ம் ஆண்டு அக்டோபர் 31 அன்று, மதராஸ் சட்டமன்றத்தில் எம்.பி.ரங்கசாமி எழுப்பிய கேள்விக்குப் பதிலளிக்கும் விதமாக ஆங்கிலேய அரசு, அம்மாக்கண்ணுவை மதராஸ் சில்ட்ரன்ஸ் எய்ட் சொசைட்டி இல்லத்தில் வைத்திருந்ததாக ஒப்புக் கொண்டது. ஆனால் அவர்களை எப்போது விடுவித்தது என்பதைச் சொல்லவில்லை.

•

5

நீலன் சத்தியாகிரகமும், லீலாவதியின் வாழ்க்கைப் பயணமும்

சென்னை அரசு அருங்காட்சியகத்தின் மானுடவியல் காட்சிக் கூடத்தில் கம்பிகளுக்கு அப்பால் இருண்ட பகுதி ஒன்றில் இன்றும் நிற்கிறான் நீலன். இருளிலும் பிரம்மாண்ட உருவமாய் நம்மை மேலிருந்து உறுத்து விழித்துக்கொண்டிருப்பது போன்ற அவனது விழிகளும், அகன்ற தோளும், பத்தடி உயரச் சிலையின் கடுமை நம்மை சற்றே நா வறளச்செய்யும்.

இத்தனை ஆண்டுகளுக்குப் பின்னும் நீலனின் சிலையைக் கண்டு அச்சம் வருகிறது என்றால், ஒரு நூற்றாண்டுக்கு முன்பு சுமார் 20 அடி உயர மேடை மேல் சென்னையின் பிரதான சாலையான அன்றைய மவுண்ட் சாலையில் எவ்வாறு பொதுமக்களை உறுத்து விழித்தபடி நின்றிருக்கும் என்று நம்மால் உணரமுடிகிறது. ஆங்கிலேயரின் கோட்டையிலிருந்து 3 மைல் தொலைவில், ஒரு கையில் வாளேந்தியபடி, மற்ற கையில் ஆணை பிறப்பிப்பது போல வடிவமைக்கப்பட்ட சிலை அது. 'நாங்கள் ஆள்பவர்கள்; நீங்கள் அடிமைகள்', என்பதை ஒவ்வொரு இந்தியனின் தலையிலும் தட்டி, சொல்லாமல் சொன்ன நீலன் சிலையை ஆங்கிலேயர்கள் ஆதரித்ததற்கும், இந்தியர்கள் எதிர்த்ததற்கும் பின் உள்ள கதை மிகக்கொடியது.

சிலையின் கீழிருந்த கல்வெட்டு, ‘வங்கத்தில் எழுந்த முதல் போராட்டத்தைக் கிள்ளியெறிந்தவனாக உலகமே அறிந்தவன்’ என்று பொறிக்கப்பட்டிருந்தது. செப்டெம்பர் 25, 1857 அன்று தன் 47வது வயதில் லக்னோவை மீட்கப் போராடி உயிரிழந்தவன்’, என்று சொன்னதாகத் தகவல் உள்ளது. (The Handbook of the Madras Presidency, Pub. John Murray, 1892) இதே சொற்களை உள்ளடக்கிய நீலின் மற்றொரு பிரம்மாண்டச் சிலை அவன் பிறந்த அயர் நகரின் வெல்லிங்டன் சதுக்கத்தில் உள்ளது. 1859ம் ஆண்டு மாத்யூ நோபிள் என்ற ஆங்கிலேயச் சிற்பக்கலைஞரால் வடிவமைக்கப்பட்டது அந்த சிலை.

சென்னையின் நீலன் சிலையும், ஸ்காட்லாந்தின் சிலையும் ஒன்றை ஒன்று அச்சு அசலாக ஒத்திருப்பதைக் காணும்போது மதராஸின் நீலன் சிலையும் அவரால் இங்கிலாந்தில் வடிக்கப்பட்டு அங்கிருந்து இங்கு கொண்டு வந்திருக்கப்படவேண்டும் என்றே தோன்றுகிறது, சிலை இந்தியாவுக்கு எப்போது வந்தது என்பதற்குப் போதிய ஆதாரங்கள் இல்லை.

அவனை நீலன் என்பதை விட ‘அலகாபாத்தின் கசாப்புக்காரன்’ என்றே 1850களின் நாட்டுப்பற்று மிகுந்த இந்தியர்கள் அறிந்திருந்தார்கள். ஜேம்ஸ் ஜார்ஜ் ஸ்மித் நீல், ஸ்காட்லாந்தின் அயர் நகரைச் சேர்ந்தவன். மதராஸ் ஃபியூசிலியர்ஸ் (Madras Fusileers) படைப்பிரிவின் லெஃப்டினன்ட் கர்னல். கான்பூர் மற்றும் லக்னோ நகரங்களில் சிப்பாய்ப் புரட்சி, நானா சாகிப் தலைமையில் பரவியது. கான்பூரில் 1000 ஆங்கிலேயர்களை நானா சாகிப்பின் சிப்பாய்கள் சிறைவைத்தனர். தேவாலயம் ஒன்றில் பதுங்கியிருந்தவர்களைப் பாதுகாப்பாக வெளியேற்றி கங்கை வழியே அனுப்புவதாக நானா வாக்களித்திருந்தார். ஆங்கிலேயர் அங்கிருந்து கிளம்பும் தறுவாயில் பனாரஸ் நகரில் நீல் கண்மூடித்தனமாக இந்தியச் சிப்பாய்களைக் கொன்று குவித்தது தெரியவர, தப்பிக்கொண்டிருந்த ஆங்கிலேயர்களை - குழந்தைகள், பெண்கள் எனப் பாரபட்சமில்லாமல் நானாவின் படை வெட்டிச் சாய்த்தது. இந்த ‘சதிசவுரா காட்’ படுகொலைகள் பற்றிச் செய்தி பரவியது.

நானா அங்குச் சென்று மிச்சம் மீதி உயிருடன் இருந்தவர்களைக் காப்பாற்றி அவரது பீபிகர் அரண்மனையில் அடைக்கலம் கொடுத்தார். ஆங்கிலேயப் படைகளோ ஜெனரல் ஹாவிலாக் தலைமையில் கான்பூர் நகரம் பந்தாடப்பட்டது. தப்பிப் பிழைத்த இந்திய வீரர்கள் ‘பீபிகர்’ அரண்மனையில் தங்கியிருந்த ஆங்கிலேயப் பெண்களையும், குழந்தைகளையும் வெட்டி வீழ்த்தினார்கள்.

கான்பூரில் ரத்தவெள்ளம் ஓடியது. நானாவின் மகள் மைனாவதியை ஆங்கிலேயப் படை உயிருடன் கொளுத்தியது.

நீலன் கான்பூர் புரட்சியை ஒடுக்க வந்துசேர்ந்தான். பீபிகர் அரண்மனையில் ஆங்கிலேயப் பெண்கள், குழந்தைகளைக் கொன்றதாக அவன் கருதிய இந்தியர்களை பீபிகர் முன் கொணர்ந்து படுகொலை செய்தான். நூற்றுக்கணக்கான இந்திய சிப்பாய்களை அவன் வெட்டி வீழ்த்தியதாகச் செய்தி பரவியது. கான்பூரிலிருந்து லக்னோவுக்குப் படை நடத்திச்சென்றான். செப்டெம்பர் 25, 1857 அன்று ஆலம்பாக் அரண்மனையைக் கைப்பற்ற நடந்த சண்டையில் சுடப்பட்டு இறந்தான் நீல்.

பீபிகர் அரண்மனையில் இந்திய சிப்பாய்களை பன்றி இறைச்சியும், மாட்டு இறைச்சியும் அவரவர் மத நம்பிக்கைக்கு எதிராகக் கட்டாயப்படுத்தி உண்ண வைத்து, தூக்கிலிட்டுக் கொன்றதாக நீலன் பற்றிய வாய்வழிக் கதைகள் சொல்கின்றன. இப்படிப்பட்ட கொடூரனுக்கு மதராஸில் சிலை நிறுவியபோது, அதை சென்னை மக்கள் 'வரவேற்று' பரிசு வழங்கியதாகச் சட்டமன்றக் குறிப்பேட்டில் தகவல் உள்ளது. 21 அக்டோபர், 1927 அன்று மதராஸ் சட்டமன்றத்தில் நடந்த 'நீலன் சிலை அகற்றம்' தீர்மானத்தின் மேலான விவாதத்தில் பேசினார் காங்கிரஸ் தலைவர் சத்தியமூர்த்தி. ' ஆங்கிலேய அறிஞர் கேயின் கூற்றை இங்கே சொல்கிறேன். 'மண்ணின் மக்கள் மீது அதுவரை கேள்விப்பட்டிருந்த படுகொலைகள் எல்லாவற்றையும் விட மிக மோசமான படுகொலையை, அழித்தொழிப்பை நீல் நிகழ்த்தினான்'; போலவே ஆங்கில அறிஞர் சர் ஜார்ஜ் கேம்பெல் ஜேம்ஸ் நீல் குறித்துச் சொல்வதைக் கேளுங்கள். 'நமக்குப் பெருமளவு உதவிய ஃபெரோஸ்பூர் மற்றும் லூதியானா ரெஜிமென்டுகளை நமக்கு எதிராகத் திருப்பியவன். அவனது கட்டுப்பாடற்ற வன்முறை, போதிய சிந்தனையின்மையால் ஏற்படுத்திய இழப்புக்கு அவனை மன்னிக்கவே மாட்டேன்', என்று சொல்லியிருக்கிறார்', என்றார் சத்தியமூர்த்தி. (Proceedings of TN Legislative Assembly, 1927)

தன் விவாதத்தைத் தொடர்ந்த சத்தியமூர்த்தி, 'இப்படித்தான் கார்ன்வாலிஸ் துரையின் சிலையும் பொது இடத்தில், ஆட்சியர் அலுவலகத்துக்கு முன்பாக இருந்தது. அவரது காலடியில் திப்பு சுல்தான் தன் மகன்களுடன் சரணடைவதைப் போலச் சிற்பம் வடிக்கப்பட்டிருந்ததற்கு இஸ்லாமிய மக்கள் எதிர்ப்பு தெரிவிக்க, அதை அப்போதைய அரசு அங்கிருந்து அப்புறப்படுத்தி அருங்காட்சியகத்தில் வைத்தது. அப்போதைய முஸ்லிம் மக்களும் அப்படி இருந்தார்கள்; அரசும் அவர்கள் கோரிக்கைக்குச்

செவிசாய்த்தது. ஒருவேளை நீலன் சிலை முக்கியம் என்றால், அரசு அதை அகற்றி பழைமை பதுங்கியிருக்கும் அருங் காட்சியகத்திலாவது வைக்கட்டும்', என்று பேசினார்.

இதற்கு மறுமொழியாக, சி.ஈ. ஆன்ட்ரூஸ் என்ற ஆங்கிலேயர் பேசினார். '1857ம் ஆண்டு சிப்பாய்ப் புரட்சியை 'அடக்கிவிட்டு' சென்னை திரும்பிய நீலின் ரெஜிமென்ட் சிப்பாய்களுக்கு அதற்கு இரண்டு ஆண்டுகள் கழித்து இந்திய இந்துக்கள் (அப்போது இஸ்லாமியர் இங்கே இருந்தார்களா என்று தெரியவில்லை) சென்னையில் அளித்த வரவேற்புப் பத்திரத்தை வாசிக்கிறேன். 'வங்கத்திலும், வட மேற்கிலும் ஏற்பட்ட சிப்பாய்க்கலகத்தை எவ்வாறு காலத்தின் அவசியம் கருதி அடக்கினீர்கள் என்று அறிகிறோம், அதற்கு நன்றி சொல்கிறோம். அதை எல்லாம் விட அதிகமாக நீங்கள் அனைவரும் பெருமையுடன் விரும்பிய உங்க கமாண்டர் ஜெனரல் நீலின் மரணத்துக்கு வருந்துகிறோம்' என்று இந்த நகரின் மக்கள் வரவேற்றுள்ளார்கள். அன்றைய மதராஸின் 110 முக்கிய இந்துக்கள் இதில் கையெழுத்திட்டுள்ளார்கள். அவர்கள் எல்லோரும் என்ன முட்டாள்களா?', என்ற கேள்வியை முன்வைத்தார்.

சிப்பாய்ப் புரட்சி பற்றிய தகவல் கட்டாயம் தெற்கே பரவியிருக்கவேண்டும். இந்திய விடுதலைச் சமரின் முதல் வித்து வேலூரில் 1806ம் ஆண்டே விழுந்தது எனில், இந்த 110 பேர் யார் என்ற கேள்வி எழுகிறது. நீலனின் வெண்கலச் சிலை 12000 ரூபாய் செலவில் 1861ம் ஆண்டு நிறுவப்பட்டது (Records of Fort St George, select document series) என்றால், அதை நிறுவி 50 ஆண்டுகளுக்குப் பின் ஏன் அதை அகற்றச் சொல்லி மக்கள் போராடவேண்டும்?

இதன் பின்னணியைப் பார்ப்போம். அன்றைய காங்கிரஸ் கட்சி, ஆதிக்க சாதியினர் கோலோச்சிய கட்சியாக இருந்தது. பிராமணர் அல்லாதோர் தங்களுக்காகப் பிராமணரல்லாதோர் இயக்கத்தை முன்னெடுத்தார்கள். ஆனால் அவர்கள் முன்னிறுத்திய நீதிக்கட்சியோ ஒரு காலத்தில் இடைநிலை சாதியைச் சேர்ந்த பெரும் நிலச்சுவான்தார்கள், செல்வந்தர்களின் புகலிடமானது. சாமானிய மக்கள் தங்கள் சமரை தாங்களே கையில் எடுத்துக்கொள்ள வாய்ப்பாக அமைந்தது நீலன் சிலைக்கு எதிராக வெடித்துக் கிளம்பிய 'நீலன் சத்தியாகிரகப் போராட்டம்!'

1927ம் ஆண்டு மதுரையைச் சேர்ந்த சீனிவாச வரதன் என்பவர் சென்னையின் முக்கிய சாலையில் 'நான் இருக்கிறேன்' என்று மக்களுக்குக் கட்டியம் சொன்ன நீலன் சிலையைக் கண்டார்.

சிலையை இந்திய மக்களுக்கு எதிரான ஆங்கிலேயரின் மன ஒடுக்குமுறை ஆயுதம் என்று புரிந்துகொண்டார். அதன் விளைவாக, அவரது நண்பர்கள் தெய்வநாயகம், அண்ணாமலை, குழந்தை, குப்புசாமி எனப் பலருக்கும் செய்தி சென்றது. அதன் விளைவாக நீலன் சிலை சத்தியாகிரகப் போராட்டம் ஆகஸ்ட் 11, 1927 அன்று நெல்லை சோமயாசுலு தலைமையில் தொடங்குவதாக 'வாலன்டியர்ஸ் கார்ப்ஸ்' அமைப்பு முடிவெடுத்தது.

விழுப்புரத்தில் தெய்வநாயகம் தலைமையில் நீலன் சத்தியாகிரகக் கமிட்டி உருவானது. ஆகஸ்ட் 9, 1927 அன்று சோமயாசுலு மற்றும் முகமது சாலியா இருவரும் நீலன் சிலையை உடைக்க முயன்றதற்காகக் கைது செய்யப்பட்டார்கள் (Fortnightly Report for the first half of August 1927). இருவரும் சுத்தியல் கொண்டு சிலையின் கையிலுள்ள வாளின் முனையை உடைத்ததாக ஆங்கிலேய அரசு அறிக்கை சொல்கிறது. இதன் காரணமாக போராட்டம் வலுக்கும் என்றும் பல்வேறு பகுதிகளில் இருந்தும் இளைஞர்கள் போராடத் தொடங்குவார்கள் என்றும் அறிக்கை எச்சரிக்கை செய்தது. அதே போலப் போராட்டம் வலுத்தது. வட ஆர்க்காடு, தென்னார்க்காடு, கடலூர் எனப் பல பகுதிகளிலிருந்தும் சத்தியாகிரகப் போராட்டக் காரர்கள் நீலன் சிலை சத்தியாகிரகத்தில் இணைந்தனர். விருத்தாசலம் கணபதி, அவர் மனைவி அங்கச்சி அம்மாள், மதராஸின் லோகையா, தங்கராஜு ஆகியோர் சிலையை உடைக்க முயன்ற குற்றத்துக்காகக் கைதானார்கள்.

சிலை உடைப்பை அன்றைய சென்னை மக்கள் எப்படி அணுகினார்கள் என்று ஆங்கிலேய அரசின் அறிக்கை சுட்டுகிறது. 'இதுவரை 9 போராட்டக்காரர்கள் சிறைக்கு அனுப்பப்பட்டிருக் கிறார்கள். 3 மாதம் முதல் 2 ஆண்டு வரை கடுங்காவல் தண்டனை அளிக்கப்பட்டுள்ளது. சுயராஜியக் கட்சி உறுப்பினர்கள் இந்தப் போராட்டத்தை எதிர்க்கிறார்கள். காங்கிரஸ் கட்சியிலும் ஒருவரைத் தவிர மற்றவர்கள் இதற்குப் பெரிதாக ஆதரவு தரவில்லை. காந்தி வன்முறையை ஆதரிக்கவில்லை என்றாலும் சிலை அகற்றப்பட வேண்டும் என்று சொல்கிறார். மதராஸ்வாசிகளைப் பொறுத்தவரை சிலை இருக்கும், நாற்சந்தி அவர்களுக்குத் தினமும் மாலை வேடிக்கை பார்க்கும் இடமாகியுள்ளது. அவர்களில் ஓரிருவர் மற்ற இளைஞர்களையும் போராட வருமாறு மோசமான வகையில் பேசிவருகிறார்கள். ஆனால் இவர்களால் போராட்டத்தில் பலர் கலந்துகொள்வார்களா என்பது தெரியவில்லை', என்று சொல்கிறது அந்த அறிக்கை (Fortnightly Report for the second half of August, 1927).

நைனியப்பர், தெய்வநாயகம் உள்ளிட்ட விடுதலை வீரர்கள் இந்தப் போராட்டத்துக்கு ஆதரவாகவும், ஆள் திரட்டும் வகையிலும் தொடர்ந்து மயிலை கபாலீசுவரர் கோயிலிலும், புரசை கங்காதீசுவரர் கோயிலிலும், திருவல்லிக்கேணி பார்த்தசாரதி கோயிலிலும் மக்களைச் சந்தித்து உரையாற்றினார்கள் (Records of Fort St George; Select Document Series; Neil Statue Satyagraha, Madras; Tamil Nadu Archives and Historical Research Station, 1986). அன்றைய கோயில்கள் வெறும் வழிபாட்டு இடங்களாக மட்டுமல்லாமல், விடுதலை வேட்கையை மக்களிடம் கொண்டுசெல்ல வழிசெய்த கருவிகளாகச் செயல்பட்டன. ஆங்கிலேயர் காலத்தில் சீர்படுத்தப்பட்ட மயிலை கபாலீசுவரர் கோயில் மண்டபத்திலுள்ள பாரத மாதா சிற்பமும் இதை உறுதிப்படுத்துகிறது.

செப்டெம்பர் 1, 1927 அன்று கடலூரிலிருந்து சத்தியாகிரகப் போராட்டத்தில் கலந்துகொள்ள வந்திருந்தது ஒரு குடும்பம். குடும்பத்தின் தலைவர் முருகப்பன் அன்றே கைது செய்யப்பட்டு, சிறையில் அடைக்கப்பட்டார். செப்டெம்பர் 8, 1927 அன்று வாலாஜாவைச் சேர்ந்த விடுதலைப் போராட்ட வீரர் க.ரா. ஜமதக்னி சத்தியாகிரகப் போராட்டத்தில் ஈடுபட்டதற்காகக் கைது செய்யப் பட்டார். முருகப்பனின் மனைவி கடலூர் அஞ்சலை அம்மாளும், அவரது 11 வயது மகள் அம்மாக்கண்ணுவும் போராட்டத்தைத் தொடர்ந்தார்கள். செப்டெம்பர் 12 அன்று பெண்கள் இருவரும் கைது செய்யப்பட்டார்கள். அங்கச்சி அம்மாளுக்குப் பிறகு இந்தப் போராட்டத்தில் கைது செய்யப்பட்டவர்கள் இவர்கள் இருவரும்! சிறுமியாக இருந்ததால் அம்மாக்கண்ணு சென்னை எய்ட்ஸ் சொசைட்டி பள்ளிக்கு அனுப்பப்பட்டாள்.

இதில் கவனிக்கத்தக்க இன்னொரு விஷயம், போராட்டத்துக்குக் காந்தியடிகளின் கட்டுப்பாடுள்ள ஆதரவு. சிலையை உடைப்பது வன்முறை, அதை எப்படி அவர் ஆதரிக்கலாம் என்ற கேள்விக்கு அவரது 'யங் இந்தியா' இதழில் பதில் எழுதியிருக்கிறார் காந்தி. 30 வயது, 25 வயது இளைஞர்கள் கைதைப்பற்றி எழுதுகையில், 'நெல்லையைச் சேர்ந்த மதுரைவாசிக்கு, தான் என்ன செய்கிறோம் என்பது நன்றாகவே தெரிந்து இருந்தது. இந்தியர்களுக்கு எதிராகக் குற்றம் செய்த நீலன் சிலை இருக்கக்கூடாது என்பதில் தெளிவாகவே இருந்துள்ளார், இருவருமே தங்கள் செய்கையை ஒப்புக் கொண்டுள்ளனர், ஆனால் அதைக் குற்றமாகக் கருதவில்லை என்று சொல்லியிருக்கிறார்கள். அவர்களுக்காக வாதிடவும் யாரும் வரவில்லை. அவர்கள் மேல் பரிதாபம் கொள்ளாமல் இருக்க

நீலன் சிலை

முடியாது. நாட்டில் மக்களுக்கு விடுதலை பற்றிய விழிப்புணர்வு பெருகப்பெருக இது போன்ற சம்பவங்கள் கட்டாயம் நடக்கும்; அரசு இவ்வாறான ஏகாதிபத்தியத்தின் சின்னங்களை அகற்றவேண்டும்.

சிலையின் உரிமையாளரான சென்னை முனிசிபாலிட்டி அதை உடனடியாக அகற்றவேண்டும்', என்று கூறியுள்ளார்(25 Aug 1927, "Insolent reminders', Young India). ஆனால் இதில் நாம் கவனிக்கவேண்டிய மற்றொரு விஷயம், இந்தச் சம்பவங்கள் நடந்து கொண்டிருந்த ஆகஸ்ட் 1927ன் போது காந்தி சென்னையில்தான் தங்கியிருந்தார்; என்ன காரணத்தாலோ இவ்வளவு போராட்டங்கள் நடந்த நீலன் சிலை இருந்த பகுதிக்கு அவர் செல்லவும் இல்லை, அதுகுறித்து மக்களிடம் தொடர்ந்து பேசவும் இல்லை.

சட்டமன்றத்தில் நீலன் சிலை அகற்றும் தீர்மானம் முன்வைக்கப் பட்டபோது அதை எதிர்த்துப் பேசிய சேத்தூர் ஜமீன்தார், 'நீலன் மேல் வைக்கப்படும் குற்றச்சாட்டு 100 ஆண்டுகளுக்கு முன் நடந்த சம்பவங்களின் மேலானது. இப்போதைய வரலாற்றாளர்கள் தவிர வேறு எங்கும் அவரது கொடூரங்கள் பற்றிய தகவல்கள் இல்லை. நான் இந்த அரசிடமிருந்து எதுவும் எதிர்பார்க்கவில்லை. அப்போதைய இந்தியர்கள் இந்தச் சிலையை வடிக்கப் பணம் தர முன்வந்திருக்கிறார்கள்; அவர்கள் விவரமில்லாதவர்கள் அல்ல.

மேலும் என் மாவட்டத்தில் இதுபோன்ற எந்தப் போராட்டமும் நடக்கவில்லை. இந்தக் காலத்து இந்துக்கள் சுவாமி சிரத்தானந்தருக்கு சிலை எழுப்பினால், இஸ்லாமியச் சகோதரர்கள் அதற்கு மறுப்பு தெரிவித்தால் சிலை அகற்றப்படுமா என்ன?', என்று வினவியிருக்கிறார். 'இஸ்லாமியர்கள் அவ்வாறு கேட்க மாட்டார்கள்' என்று அப்போதே அதைக் கண்டித்தார் பஷீர் அகமது சையது. (Proceedings of TN Legislative Assembly, 1927)

அதே போல தீர்மானத்தை எதிர்த்துப் பேசிய ஏ.பி.ஷெட்டி அவர்கள், 'மதுரையிலிருந்து மதராஸை சுற்றிப்பார்க்க வந்த இளைஞர்கள் சிலர் அந்தச் சிலையைப் பார்த்து எதையோ தலைக்கு ஏற்றிக்கொண்டிருக் கிறார்கள். தேவையற்ற போராட்டம் செய்திருக்கிறார்கள். இந்தச் சபையின் காங்கிரஸ் உறுப்பினர்கள் காந்தியின் கவனத்துக்குக் கொண்டு சென்றபின்தான் காந்தியே இதற்குத் தன் ஆதரவைத் தந்திருக்கிறார். மரியாதைக்குரிய சபை உறுப்பினர்கள் இளைஞர்களின் இந்தப் போராட்டத்துக்கு ஆதரவு அளிக்கவேண்டியதில்லை. அதை விடுத்து இளைஞர்கள் வேறு உருப்படியான விஷயங்களில் தங்கள் கவனத்தைத் திருப்பினால் நல்லது. என்றோ செத்துப்போன நீல் மேல் இப்போது போர் தொடுத்து என்ன பயன்? இதனால் அந்த இளைஞர்களுக்கு எந்தப் பலனும் இல்லை. இதுபோன்ற இளைஞர்களின் 'நிறவெறியை' நாம் ஆதரிப்பதால் தேவையில்லாத சிக்கல்கள் நேரும். இப்படித்தான் தேவையின்றி கிருஷ்ணசாமியின் சிலைக்குப் போராட்டம் நடத்தி அதன் மூக்கை உடைத்தார்கள்', என்று பேசியிருக்கிறார்.

எதிர்க்கருத்துகளை உற்றுநோக்கினால், தெளிவில்லாத இளைஞர்கள் விளையாட்டு, இந்து - இஸ்லாமியப் பிரிவினை, சாதிப் பிரச்னை என பல விஷயங்களை ஆங்கிலேய அரசிடமிருந்து ஆதாயங்கள் பெற்ற உறுப்பினர்கள் பேசுவதைக் காணலாம். தீர்மானத்தை ஆதரித்து வாக்களித்தவர்கள் எண்ணிக்கை 29, எதிர்த்தவர்கள் எண்ணிக்கை 67. எதிர்த்தவர்களில் பெரும்பான்மையானோர் ஆங்கிலேய அரசின் ஆதரவு பெற்ற ஜமீன்தார்கள், ராவ் பகதூர்கள், கான் பகதூர்கள், திவான் பகதூர், ராவ் சாகிப் போன்றோர்! வெறும் சாதிய, மதப் பாகுபாடு மட்டுமின்றி, வர்க்க பேதமும் நீலன் சத்தியாகிரகப் போராட்டத்தில் விளையாடியிருக்கிறது. 1927ம் ஆண்டு தொடங்கிய போராட்டம், 1937ம் ஆண்டு ராஜாஜி, சிலையை ரிப்பன் கட்டடத்துக்கு நகர்த்துவது வரை அவ்வப்போது தொடர்ந் திருக்கிறது. ஒரு வழியாக 1952ம் ஆண்டு இன்று இருக்கும் சென்னை அரசு அருங்காட்சியகத்தை அடைந்திருக்கிறது நீலன் சிலை.

இந்தப் போராட்டத்தில் பங்கேற்றவர்களின் பின்புலம் வெகு சாதாரணமானது. இவர்களில் பலர் விவசாயிகள், ஒருவர் தையற்காரர். அவர்களது வாழ்க்கையை இந்தக் கைது, சிறைவாசம் எல்லாம் எப்படிப் புரட்டிப் போட்டிருக்கும் என்று நினைத்துப் பார்க்கவே முடியவில்லை. அஞ்சலை அம்மாள் ஐந்தாவது வரை படித்தவர், ஆனால் அந்தக் காலத்திலேயே வண்டிகட்டிக்கொண்டு ஊர் ஊராகச் சென்று விடுதலையின் தேவையைத் தொடர்ந்து பேசிவந்தவர். குடும்பத்தின் கணவர் திருச்சி சிறையில், தாய் சென்னை சிறையில் கடுங்காவல், குழந்தை அம்மாக்கண்ணுவோ சிறார் பள்ளியில்...

அம்மாக்கண்ணு நான்கு ஆண்டுகள் அந்தப் பள்ளியில் இருந்ததாகச் சொல்கிறார் அவரது சகோதரி கல்யாணியின் மகள் மங்கை அம்மாள். 'சென்னை பள்ளியில் இருந்தபோது அம்மாக்கண்ணுவைச் சந்திக்க காந்தி ஒருமுறை வந்துள்ளார். தேவையானால் அரசிடம் பேசி அவருக்கு எப்படியாவது விடுதலை வாங்கித்தருவதாக அவர் சொல்ல, அதை மறுத்திருக்கிறார் அம்மாக்கண்ணு. தன் முழு தண்டனைக் காலமும் முடிந்தபிறகே எங்கும் செல்வேன் என்றிருக்கிறார். 11 வயது சிறுமி, தனியே இருந்த தன் தண்டனைக் காலத்தில், மதராஸ் குழந்தைகள் எய்ட் சொசைட்டி பள்ளியிலேயே பெரியவளாகியிருக்கிறார். தண்டனைக் காலம் முடிந்தபிறகு ராஜாஜி அவரை காந்தியடிகளின் வார்தா ஆசிரமத்துக்குத் தன்னுடன் அம்மாக்கண்ணுவை அழைத்துச் சென்றிருக்கிறார். அங்கு அவருக்கு 'லீலாவதி' என்று காந்தி பெயரிட்டுள்ளார்', என்று தன் பெரியம்மா சாந்தியிடமிருந்து தகவல் பெற்றுத்தருகிறார் மங்கை.

'அஞ்சலை அம்மாளின் தாய் பெயரான அம்மாக்கண்ணுவையே தன் மகளுக்கு வைத்திருக்கிறார்', என்றும் அவர் சொல்கிறார். தாயைப் போல பிள்ளை நூலைப் போலச் சேலை என்பதற்கிணங்க தாயின் விடுதலை வேட்கை மகளிடமும் இருந்துள்ளது. 'காந்தியின் வார்தா ஆசிரமத்தின் சட்டதிட்டங்களுக்கு இணங்க லீலாவதி வாழ்ந்திருக் கிறார். பொதுவாகவே எங்கள் குடும்பத்துப் பெண்களுக்கு தலையில் கூந்தல் நீளமாக இருக்கும். லீலாவதிக்கும் அப்படித்தான் இருந்துள்ளது. ஆனால் அங்குத் தினமும் அதிகாலை 3 மணி, 4 மணிக்கு எழுந்து தலைமுழுக வேண்டும். அதனால் அடிக்கடி லீலாவதிக்கு உடல்நலக்குறைவு ஏற்பட்டது. கூந்தலை வெட்டிக் கொள்ளச் சொல்லி காந்தி அறிவுறுத்தியும் அவர் கேட்கவில்லை. ஒருநாள் காந்தியே அவர் அறியாமல் அவரது கூந்தலைப் பின்பக்கமாகச் சென்று வெட்டிவிட்டார்', என்று நினைவுகூர்கிறார் மங்கை.

1942ம் ஆண்டு லீலாவதியின் திருமணம் பிரபலப் பொதுவுடைமை கட்சித்தலைவர் க.ரா. ஜமதக்னியுடன் நடைபெற்றது. இதற்குப் பின்னாலுள்ள சுவாரசியமான கதையை உறவினர் சந்தனமுல்லை எழுதியிருக்கிறார். ஜமதக்னியும், முருகப்பனும் விடுதலைப் போராட்டத்தில் கைதாகி சிறையில் இருந்திருக்கிறார்கள். அப்போது பட்டதாரியான ஜமதக்னி 'ஏ' கிளாஸ் சிறையிலும், முருகப்பன் 'சி' கிளாஸ் சிறையிலும் இருந்திருக்கிறார்கள். உடல்நிலை சரியில்லாத முருகப்பனால் 'சி' கிளாஸ் கைதிகளுக்கு அளிக்கப்படும் சோளக்கஞ்சி/சோளக்களியை சாப்பிடமுடியவில்லை. தனக்குக் கிடைத்த அரிசிச் சோற்றை அவருக்கு மாற்றிக் கொடுத்துவிட்டு, களியைச் சாப்பிட்டு சிறையில் காலம் கழித்தார் ஜமதக்னி. 9 வயது முதலே விடுதலைப் போராட்டத்தில் கலந்துகொண்ட முருகப்பனின் மகள் லீலாவதியைப் பற்றித் தெரிந்ததும், அவரை தனக்கே மணமுடித்துத் தருமாறு முருகப்பனிடம் உறுதி வாங்கியிருக்கிறார் ஜமதக்னி. சிறையில் ஆண்கள் இருவரும் செய்துகொண்ட உறுதியின்படி லீலாவதியை 1942ம் ஆண்டு ஜமதக்னிக்கே மணமுடித்துக் கொடுத்தது முருகப்பன் - அஞ்சலை அம்மாள் குடும்பம்.

அதில் லீலாவதியின் சம்மதம் பெறப்பட்டிருக்குமா என்பதை அந்தக் காலத்துச் சூழலில் பொருத்திச் சிந்தித்துப் பார்க்கமுடியவில்லை. திருமணம் மிக எளிமையாகப் பதிவு செய்யப்பட்டது. பாரம்பரிய முறைப்படி தாலி அணிவிக்கப்படவில்லை என்று உறவினர்கள் சொல்கிறார்கள். அருவாள், சுத்தியல் சின்னம் பதித்த தாலி அணிவிக்கப்பட்டது என்றும் அது இன்று சாந்தியிடமே பாதுகாப்பாக இருக்கிறது என்றும் சொல்லப்படுகிறது. திருமணத்துக்குப் பின் கிருபா, சிவாஜி, சாந்தி என மூன்று குழந்தைகள் தம்பதிக்குப் பிறந்திருக்கிறார்கள். 'செவிலியர் படிப்பை முடித்திருந்த லீலாவதி, ஸ்டான்லி அரசு மருத்துவமனையில் ஓய்வு பெறும்வரை பணியாற்றினார். திருமணத்துக்குப் பிறகு போராட்டக்களத்தை மாற்றிக்கொண்டார். பெண்கள் மற்றும் சிறார் உரிமைகளை மீட்கப் போராடிய சரோஜினி வரதப்பனுடன் இணைந்து அவரது 'பெண்கள் இந்தியா கூட்டமைப்பில்' தொடர்ந்து பணியாற்றி வந்தார். பெண்களின் உரிமைகள் மறுக்கப்படும்போதெல்லாம் போராடினார். ஜமதக்னி அறியப்பட்ட அளவு கூட ஏனோ லீலாவதியின் மேல் வெளிச்சம் படவில்லை', என்று சொல்கிறார் மங்கை.

'1971ம் ஆண்டு வயிற்றில் புற்றுநோய் வந்து, தன் உயிர் பிரியும்வரை செவிலியர் பணியை அர்ப்பணிப்புடன் செய்துவந்தார்', என்று

சொல்லி முடிக்கிறார் மங்கை. அடிமை இந்தியாவில் நீலன் சத்தியாகிரகம் உள்ளிட்ட பல போராட்டங்களில் கைதாகி சிறை சென்ற லட்சக்கணக்கானவர்களின் நிலை செம்மையாக மாறியது என்று சொல்லமுடியாது. 1931ம் ஆண்டு அக்டோபர் 30 அன்று எம்.பி.ரங்கசாமி அவர்கள் கேள்வி பதில் நேரத்தில், 1927ம் ஆண்டு நீலன் சத்தியாகிரகத்தில் கைதான சிறுமி அம்மாக்கண்ணு மற்றும் நெல்லை காந்திமதிநாதன் ஆகியோரின் நிலை என்ன, இன்னும் சிறையில் இருக்கிறார்களா என்ற கேள்வியை எழுப்பியிருக்கிறார். அம்மாக்கண்ணு சென்னை சில்ட்ரன் எய்ட்ஸ் சொசைட்டியில் சிறை வைக்கப்பட்டதாகவும், காந்திமதிநாதனை செங்கல்பட்டு பள்ளியில் வைத்திருந்ததாகவும் பதிலளித்த அரசு, அவர்கள் எப்போது விடுதலை செய்யப்பட்டார்கள் என்பதைச் சொல்ல மறுத்து, தற்போது அவர்கள் சிறையில் இல்லை என்று மட்டும் ரத்தினச் சுருக்கமாகப் பதில் அளித்துள்ளது. இவர்களது விடுதலையை வேண்டி யாராவது மனுச் செய்திருந்தார்களா என்ற கேள்விக்கு அரசின் பதில் - 'இல்லை', என்பதே.

ஆக நீலன் சத்தியாகிரகப் போராட்டம் கிராமப்புற எளிய இளைஞர்கள், சிறாரின் போராட்டமாக வெடித்து, நகர்ப்புற 'பெரிய மனிதர்களின்' ஆதரவு இல்லாமலும், அரசியல் கட்சிகளின் உதவி இன்றியும் நீர்த்துப் போனது. போராட்டத்தின் வடிவைக் கூட இங்கு மதம், சாதி, பாலினம், அந்தஸ்து, வர்க்கமே தீர்மானிக்கின்றன. விடுதலைப் போராட்டத்தில் நாம் மறக்க முடியாத வீரர்கள் வரிசையில் கட்டாயம் அம்மாக்கண்ணு என்ற லீலாவதி அம்மையாரின் பெயரும் இடம்பிடிக்கவேண்டும்!

•

6

சாரதாவுக்கு முடிவுமில்லை, மரணமும் இல்லை!

‘**நா**ட்டின் முதல் பெண் மனநல மருத்துவர் சாரதா மேனன் மறைந்தார்’, என்ற செய்தியை ஒற்றை வரியில் கடந்து போய்விட முடியவில்லை. வாழ்க்கை விநோதமானது. நாம் சந்திக்கும் மனிதர்களும் அப்படியேதான். பல ஆண்டுகள் பழக்கத்தில் சிலர் கசந்துவிடுவதுண்டு; ஒரே சந்திப்பில் சிலர் மனதோடு ஒட்டிக் கொள்வதுண்டு. இந்த ஆண்டு ஜனவரி மாதம் என் ‘முதல் பெண்கள்’ தொடருக்காக சாரதா அம்மாவைப் பேட்டி எடுக்க விரும்பினேன். அலைபேசி எண்ணைத் தேடியெடுத்து அழைத்தால், அவரது உதவியாளர் பேசினார். ‘மேடம் ஈமெயில் ஐடிக்கு மெயில் அனுப்புங்க. அவுங்க பதில் போடுவாங்க’, என்று சொல்லி அவரது மின்னஞ்சல் முகவரி தந்தார்.

தொண்ணூற்று ஏழு வயதில் மின்னஞ்சல் பார்த்துப் பதிலிடும் மருத்துவரா? நம்பமுடியவில்லை. பேட்டி காணும் என் விருப்பத்தை மின்னஞ்சலில் அனுப்பினேன். அடுத்த நாளே, ‘தாராளமாக; பேட்டியை ஸ்கைப் வழியாக வைத்துக் கொள்ளலாம். என் தனிப்பட்ட மொபைல் எண்ணுக்கு காலை பத்து மணிக்கு அழைக்கவும்’, என்று தன் எண்ணும் அனுப்பியிருந்தார். முதலில் மின்னஞ்சல், அடுத்து ஸ்கைப் வழி பேட்டி! அவரது உதவியாளரிடம்

பேட்டிக்கான நாள், நேரம் குறித்துக் கொண்டேன். ஒரு வாரம் திடீரெனக் களப்பணிக்கு நெல்லை செல்ல நேர்ந்ததால், சொன்ன நாளில் பேட்டி எடுக்கமுடியவில்லை. அதற்குள்ளாக ஸ்கைப் எப்படித் தரவிறக்கம் செய்வது, அவரது பயன்பாட்டாளர் பெயர் என்ன, எப்படி அதன் மூலம் அவரை அழைப்பது என்ற நீண்ட மின்னஞ்சல் ஒன்றையும் அனுப்பிவிட்டார். அவரது உதவியாளரை அழைத்து, பேட்டியை அடுத்த வாரம் வைத்துக்கொள்ளலாமா என்று கேட்டு, அவர் அனுமதியுடன் தள்ளிவைத்துக் கொண்டேன்.

பேட்டியன்று மிகச் சரியாகப் பத்து மணிக்கு ஆன்லைன் வந்துவிட்டார். 'சின்னப் பெண்ணாக இருக்கிறாயே... நான் வயதான ஆளை அல்லவா எதிர்பார்த்தேன்?' என்றுவிட்டு, 'நெல்லைப் பயணம் நல்லபடியாக முடிந்ததா?', என்று கேட்டார். நெற்றியில் ஏற்றி வைத்த மூக்குக் கண்ணாடியை நாற்பது வயதிலேயே வீடு இரண்டுபடத் தேடும் என்னை நினைத்து வெட்கப்பட்டுக் கொண்டேன். 'எப்படி நினைவு வைத்திருக்கிறீர்கள்?', என்று கேட்டதற்குச் சிரிப்புதான் பதில். பேட்டியைத் தொடங்கினால், முதல் பத்து நிமிடங்கள் அவரே என்னைப் பேட்டி எடுத்துக் கொண்டிருந்தார்! எதிரே யார் இருந்தாலும் அவர்களைத் தெரிந்துகொள்ள வேண்டும் என்ற உண்மையான அக்கறை அவரது கேள்விகளில் இருந்தது. சரளமான ஆங்கில உரையாடல். எங்கும் பிசிறு தட்டாமல், சிந்தனை ஓட்டம் தடைப்படாமல், நிறுத்தி நிதானமாக ஆனால் தெளிந்த நீரோடைபோலப் பேசினார்.

மருத்துவப் படிப்பில் சேர விரும்பியவர் கல்லூரியில் அறிவியல் பிரிவு கிடைக்காமல், கிடைத்த வாய்ப்பான வரலாற்றுப் பிரிவில் படித்தார். 'அறிவியலும் சேர்த்துப் படிக்கிறேன்', என்று கல்லூரி முதல்வரிடம் அனுமதி கேட்டு வாங்கினார். 'வரலாறு அப்பாவுக்காக, அறிவியல் எனக்காக. அந்தக் காலத்தில் பெண்கள் படிக்க வேண்டும் என்று சமூகம் விரும்பியது. இரண்டு குரூப்பிலும் சேர்ந்து படித்துத் தேர்வானேன்', என்றார். சாரதா, நினைத்ததை நடத்தி முடிக்கும் திடமான மனம் கொண்டவர். புதியதைக் கற்கும் ஆர்வமும் உண்டு. ஆந்திராவின் பீத்தபுரம் பொது மருத்துவமனையில் பணியாற்றத் துணிந்து ரயிலேறியபோது சாரதாவுக்கு தெலுங்கில் ஒரு சொல்கூடத் தெரியாது. தொண்ணூற்று ஏழு வயதில் இன்டர்நெட்டும், ஸ்கைப்பும் புரிந்துகொண்டு அவர் லாகவமாகக் கையாண்டதில் ஆச்சரியமே இல்லை!

வாழ்க்கையின் மிக மோசமான அனுபவம் என்ன என்று கேட்டதற்கு, 'ஊழியர்கள் வேலைநிறுத்தம்' என்றார். 'கீழ்ப்பாக்கம் மனநல

மருத்துவர் சாரதா மேனன் (2021)

மருத்துவமனையின் சமையல் ஊழியர்கள் ஒருமுறை வேலை நிறுத்தம் செய்தார்கள். நானோ, நீங்களோ உணவின்றி ஒருவேளை தாக்குப்பிடிக்கலாம். மனநலம் பாதிப்புள்ளவர்களால் முடியுமா? ஏன் உணவு வரவில்லை என்று அவர்களுக்குப் புரியுமா சொல்லுங்கள்? நான் அடுத்த நொடியே சமையலறைக்குச் சென்று அன்றைய சமையலுக்குத் தேவையானதைச் செய்யத் தொடங்கிவிட்டேன். மற்றவர்களும் என்னுடன் சேர்ந்துகொண்டார்கள்', என்றார். சக மனிதர்கள் மேல், குறிப்பாக மனநலம் பாதிக்கப்பட்டவர்கள் மேலான சாரதாவின் இந்த உள்ளார்ந்த அக்கறையே கீழ்ப்பாக்கம் மனநல மருத்துவமனையை இந்நிலைக்கு உயர்த்தியது. கட்டுரைக்கு அவரது இளம் வயதுப் புகைப்படங்களை இணையத்தில் தேடினால், எதுவும் தென்படவில்லை. 'உங்களை வீட்டில் சந்தித்துப் புகைப் படங்கள் எடுக்கட்டுமா? உங்கள் சிறுவயதுப் படங்கள் கிடைத்தால் அவற்றையும் ஸ்கேன் செய்துகொள்கிறேன்', என்று மின்னஞ்சல் அனுப்பினேன். அரைமணி நேரத்தில் மின்னஞ்சலைப் பார்த்துவிட்டு அழைத்தார்.

'சிறு வயதுப் படங்கள் பெட்டிகளில் மேலே இருக்கின்றன. இரண்டு நாள்கள் கழித்து, காலை பத்து மணிக்கு வீட்டுக்கு வா. எடுத்து

வைக்கிறேன்', என்றார். அவரை நேரில் சந்திக்கச் சென்ற நாளை மறக்கவியலாது. கொரோனா பொதுமுடக்க காலம் என்பதால் வெகு முன்னெச்சரிக்கை உணர்வுடன் இருந்தார். வீட்டு வாயிலில் சானிடைசர் வைக்கப்பட்டிருந்தது. அவரது அறையில் கணிப்பொறியின் முன் அமர்ந்திருந்தார். எளிய கேரள பருத்தி சேலை, கண்கள் வரை எட்டிய புன்னகை. 'இங்கே பார்... சில படங்கள் டிரைவில் எடுத்து வைத்திருக்கிறேன். இவற்றை அனுப்பட்டுமா?', என்று கேட்டு, அனுப்பினார். அவர் தொடங்கி நடத்தி வரும் ஹோம்களின் படங்களைக் காட்டினார். அவருக்கு நிறையக் கனவுகள் இருந்தன. 'இந்தக் கட்டமைப்பு போதாது. இன்னும் நிறையச் செய்யவேண்டும்.', என்றார்.

புகைப்படங்கள் எடுக்க வேண்டும் என்றதும் வாக்கிங் ஸ்டிக் உதவியுடன் வரவேற்பறைக்கு வந்தார். 'நானே வயதானவள். என்னைப் போய் என்ன படமெடுக்கப் போகிறாய்?', என்று கேட்டுச் சிரித்தார். ஆனால் காமிராவைக் கையில் எடுத்ததும், குழந்தை போன்ற உற்சாகத்துடன், 'இங்கே நிற்கவா? உட்காரவா?' என்று கேட்டுப் படங்கள் எடுக்க உதவினார். அவரது இளம் வயதுப் படங்கள் மேசையில் விரித்துவைக்கப்பட்டிருந்தன. 'நீ கேட்ட படங்கள் இங்கே இருக்கின்றன. என்ன வேண்டுமோ, எடுத்துக் கொள்', என்றார். 'உடம்பைக் கவனித்துக் கொள். அடிக்கடி வெளியே சுற்றாதே. விரைவில் சந்திப்போம்', என்றுவிட்டு அறைக்குள் சென்றார். புறப்படும்போது பணிப் பெண்ணிடம் கேட்டேன், 'அம்மா கிட்ட சொல்லிட்டுக் கிளம்பவா?' 'அவுங்க ஸ்கைப்ல பேஷன்ட் பார்த்துட்டு இருக்காங்க', என்ற பதில் வந்தது. அறைக்குள் குதூகலமாகச் சிரித்தபடி யாருடனோ பேசிக்கொண்டிருந்தார். அந்தச் சிரிப்பை ரசித்துவிட்டுக் கிளம்பினேன்.

பேட்டி வெளியானதும் அதன் சுட்டியை மின்னஞ்சலில் அனுப்பினேன். 'என் குறைபாடுகளையும் தாண்டி நீ நன்றாகச் செய்திருக்கிறாய், மிக்க நன்றி', என்று பதில் அனுப்பினார். எவ்வளவு உயரம் போனாலும், தரையில் கால் பதித்திருக்கவேண்டும் என்று எனக்கு நினைவூட்டிய பதில் அது. சாரதாம்மாவை அந்தக் கடைசிச் சிரிப்புடனே நினைவுகளில் பொத்தி வைத்திருக்கிறேன். அவரைச் சந்தித்த ஆயிரக்கணக்கானவர்களில், எங்கோ யார் நினைவடுக்கிலோ அந்தச் சிரிப்புடன் சாரதா வாழ்ந்து கொண்டேதான் இருப்பார். அவருக்கு மரணமில்லை.

•

7

மறந்துபோன பக்கங்கள் – வாவிள்ள அச்சகம்

பழைய வண்ணாரப்பேட்டையின் ராமானுஜம் தெருவில் நெரிசலுக்குள் சிக்கிக்கொண்டிருக்கும் கட்டடம் அது. சட்டென எளிதில் பலர் கடந்துவிடக்கூடியது என்றாலும், பழக்கப்பட்ட வரலாற்று ஆர்வலரின் கண்ணுக்கு அந்த இந்தோ-சாரசனிக் பாணி சிவப்புக் கட்டடம் பெரும் பொக்கிஷம். 'வாவிள்ள பிரெஸ்-*1856*' என்ற வாயிற் கல்வெட்டு நம்மைக் கைப்பிடித்து உள்ளே அழைத்துச் செல்கிறது. வரிசையாகக் கண்ணாடி அலமாரிகள், அதில் அழகுற அடுக்கி வைக்கப்பட்டிருக்கும் நூல்கள். செய்தித்தாள் படித்துக் கொண்டிருக்கும் பெரியவர் நம்மை அமரச் சொல்லிப் பணிக்கிறார். அல்லாடி ஸ்ரீனிவாசமூர்த்தி என்று தன்னை அறிமுகம் செய்கிறார்.

அல்லாடி நமக்குப் பரிச்சயமான பெயர் தான். முன்னாள் அட்வகேட் ஜெனரலும், விடுதலைப் போராட்ட வீரருமான அல்லாடி கிருஷ்ணசுவாமி ஐயரின் தூரத்து உறவினர் இவர். அல்லாடி மற்றும் வாவிள்ள என்ற இரு ஊர்களில் இருந்து சென்னையில் குடியேறிய இந்தக் குடும்பத்தினர் தமிழுக்குச் செய்த அளப்பரிய பணியை அவர் விவரிக்க, விழிகள் விரியக் கேட்கலானோம். பண்டைய மதராஸ் மாகாணத்தின் நெல்லூர் பகுதியில் உள்ள சிறு கிராமம் வாவிள்ள. இங்கிருந்து தண்டையார்பேட்டை பகுதியில் குடியேறிய

குடும்பத்தைச் சேர்ந்தவர் வாவில்ள ராமசுவாமி சாஸ்த்ருலு. 1854ஆம் ஆண்டு முதலே அச்சுப்பணியில் ஈடுபட்டு வந்த ராமசுவாமி, 1856ஆம் ஆண்டு தண்டையார்பேட்டையில் 'வாவில்ள ராமசுவாமி சாஸ்த்ருலு' என்ற பெயரில் அச்சகம் ஒன்றை நிறுவினார். இரண்டரை கிரவுண்டுகள் நிலப்பரப்பில் இந்தோ சாரசனிக் பாணியில் கட்டப் பட்ட பிரம்மாண்ட அச்சகத்தில் ஆங்கிலம், தமிழ், சமஸ்கிருதம், தெலுங்கு என்று நான்கு மொழிகளில் நூல்கள் அச்சிடப்பட்டன.

மூன்று அச்சு இயந்திரங்கள், 2 டைப் காஸ்டிங் இயந்திரங்கள், 10 கையால் அச்சு கோக்கும் (ஹாண்ட் கம்போசிங்) இயந்திரங்கள், பேப்பர் கட்டிங் மற்றும் போர்டு கட்டிங் இயந்திரங்கள், ஹாண்டு பிரஸ் என வரிசையாக இயந்திரங்களைக் கொணர்ந்து அச்சகத்தை வளர்த்தெடுத்தவர் ராமசுவாமியின் மகன் வாவில்ள வெங்கடேசுவர சாஸ்த்ருலு. ஏழு வயதில் தந்தையை இழந்த வா.வெ.சாஸ்த்ருலு, கல்லூரிப் படிப்பை முடித்ததும் நேரடியாக அச்சு வேலையில் இறங்கினார். வாவில்ளயின் முக்கிய குறி - செம்மை இலக்கிய இலக்கண நூல்கள் மற்றும் காப்பியங்களைத் தேடிப் படித்த அன்றைய பள்ளி, கல்லூரி மாணவ மாணவியர் மற்றும் புதிதாகக் கல்வியறிவு பெற்ற தமிழ் சமூகம்.

மகாபாரதம், ராமாயணம், பகவத் கீதை போன்ற காப்பியங்கள் தொகுப்பு, அவற்றின் மீதான வினா விடை நூல்கள், ஸ்ரீ சங்கராச்சாரியார் இயற்றிய சௌந்தரிய லஹரியின் தமிழாக்கம் போன்றவற்றைப் பதிப்பித்தார். இளம்பூரணர் உரையுடன் தொல்காப்பிய நூல் தொகுப்பு, ஐயனாரிதனாரின் புறப்பொருள் வெண்பாமாலை மூலம், அதிவீரராமபாண்டியர் இயற்றிய வெற்றிவேற்கை பாட்டும் உரையும், திருமுறைத் திரட்டு, திருத்தொண்டர் வெண்பா பாட்டும் குறிப்பும், பெருவாயின் முள்ளியார் இயற்றிய ஆசாரக்கோவை, அபிராமி பட்டரின் அபிராமி அந்தாதி பாட்டும் குறிப்பும், சண்முகக் கவிராயர் இயற்றிய பாரத வசனம், திவாகரனாரது சேந்தன் திவாகரம், தாயுமான சுவாமிகளின் திருப்பாடற்றிரட்டு, படிக்காசுப் புலவரின் தண்டலையார் சதகம் என்று கொஞ்சு தமிழ் நூல்களைத் தேடித் தேடிப் பதிப்பித்தார் வா.வெ.சாஸ்த்ருலு. 1920களில் பச்சையப்பன் கல்லூரியின் தமிழ்ப் பேராசிரியராகப் பணிபுரிந்த மணி திருநாவுக்கரசு முதலியார் இவற்றில் பல தொகுப்புகளைப் பண்படுத்தித் தொகுத்து அச்சுக்குத் தந்திருக்கிறார்.

நல்ல நூல் என்று எவரேனும் அடையாளம் காட்டிவிட்டால் போதும், அதை அச்சிலேற்ற வா.வெ.சா. கடும் முயற்சியெடுப்பார். இராமலிங்க சுவாமிகளின் மனுமுறைகண்ட வாசகம், நாராயண பாரதியார் இயற்றிய கோவிந்த சதகம் மற்றும் திருவேங்கட சதகம்,

குருபாததாசர் இயற்றிய குமரேச சதகம் என்று பக்தி நூல்களையும் விட்டுவைக்கவில்லை. சைவ சமய, வைணவ சமய பக்தி இலக்கியங்களைப் பதிப்பித்ததோடு நில்லாமல், ஆத்திகத்துக்கும் நாத்திகத்துக்கும் இடையேயான விவாதத்தை முன்னெடுத்த வினோத ரசமஞ்சரி என்ற நூலையும் பதிப்பித்தார்! பாலகங்காதர திலகர், லாலா லஜபதிராய், சி.ஆர்.தாஸ், சத்தியமூர்த்தி, டி.பிரகாசம், ராஜாஜி என அன்றைய பல விடுதலைப் போராட்ட வீரர்களுடன் நெருங்கிய நட்பு பாராட்டியவர் வா.வெ.சா.

1930களில் திராவிட இயக்கம் மற்றும் ஜஸ்டிஸ் கட்சி கொடிகட்டிப் பறந்த காலத்தில் அச்சகத்தின் நூல்களை ஆராய்ந்து பதிப்பிக்க உயர்மட்டக் குழு ஒன்றை அமைத்தார். அதில் ராவ் சாகிபு கிருஷ்ணசுவாமி ஐயங்கார், சி.எஸ். ஸ்ரீனிவாசாச்சாரி, வ.உ.சி., டி.பி. மீனாட்சிசுந்தரம், மணி திருநாவுக்கரசு முதலியார், பி.டி. சங்கரநாராயணப் பிள்ளை போன்றோர் இடம்பெற்றிருந்தனர். ‘செம்மை நூல்களைத் தேடிக்கண்டெடுத்து, தவறுகளின்றிப் பதிப்பிக்க தமிழகத்தின் சிறந்த அறிவுசார் குழு முயற்சி எடுக்கும். இந்த நூல்களைத் தமிழர் மட்டுமல்லாமல் திராவிடர் அனைவரும் படித்துப் பயன்பெற வேண்டும். ஆங்கிலம் அறிந்த தமிழர்கள் உலகின் மிகச்சிறந்த புனைவு, அறிவியல், அரசியல், பொருளாதாரம், வரலாறு மற்றும் தத்துவவியல் என்று அனைத்தையும் கற்றுத்தேற வேண்டும்’, என்றும் அப்போது வெளிவந்த வாவிள்ள நூல்களின் பதிப்பாளர் உரையில் குறிப்பிடப்பட்டுள்ளது.

1920களில் 292, எஸ்பிளனேடு என்ற முகவரியில் வாவிள்ள அச்சகத்தின் நேரடி விற்பனைக்கூடம் ஒன்றும் தொடங்கப்பட்டது. வா.வெ.சா. 1942ஆம் ஆண்டு ஆந்திர சேம்பர் ஆஃப் காமர்ஸை தோற்றுவித்து வழிநடத்தியவர்; பச்சையப்பன் அறக்கட்டளை, சுகுண விலாச சபா, ரானடே நூலகம், சென்னை போர்ட் டிரஸ்ட், மதராஸ் மகாஜன சபா, திரைப்படத் தணிக்கைக் குழு, மேசனிக் லாட்ஜ், மதராஸ் மற்றும் அண்ணாமலைப் பல்கலைக்கழகங்கள் போன்ற பல அமைப்புகளின் நிர்வாகத்தில் பணியாற்றியவர். ஃபெடரேட்டட் இந்தியா என்ற ஆங்கில மாத இதழ், திரிலிங்கா என்ற தெலுங்கு மாத இதழ் மற்றும் பாலவினோதினி என்ற சிறாருக்கான தமிழ் மாத இதழ் என மூன்று இதழ்களை வா.வெ.சா. நடத்திவந்தார். இவற்றில் பாலவினோதியின் ஆசிரியராகப் பணியாற்றியவர் பாரதியாரின் நெருங்கிய நண்பரும், சுதேசமித்திரனில் பணியாற்றியவரும், அவரது சமகாலப் படைப்பாளருமான வரகவி அ. சுப்ரமணிய பாரதி. அவரது பெரும் முயற்சியால் யயாதி என்ற சரித்திர நூலும், விசாகப் பெருமாள் ஐயர் இயற்றிய

வாவில்ள பிரெஸ் – அல்லாடி ஸ்ரீனிவாசமூர்த்தி

பாலபோதவிலக்கணம் என்ற நூலும் வாவில்ளையில் அச்சேறின. 1928ஆம் ஆண்டு வெளிவந்த பாலபோதவிலக்கணம் சிறாருக்கென எழுதப்பட்ட இலக்கண நூல்!

வ.உ.சிதம்பரனாருடன் நெருங்கிய நட்பு பாராட்டிய புரவலர் வா.வெ.சாஸ்த்ருலு. 1901ஆம் ஆண்டு வெளிவந்த ஜேம்ஸ் ஆலன் என்ற ஆங்கில எழுத்தாளர் எழுதிய 'ஃப்ரம் பாவர்ட்டி டு பவர்' என்ற நூலை வாவில்ள அச்சகத்திற்கு வ.உ.சி. தமிழாக்கம் செய்து தந்தார். 'வலிமைக்கு மார்க்கம்' என்று பெயரிடப்பட்ட இந்த மொழி பெயர்ப்பின் முன்னுரையில் வ.உ.சி., 'நான் இதுவரையில் பார்த்துள்ள இலக்கியங்களில் காணப்படாத 'எஃது' என்பது போன்ற ஒன்றிரண்டு சொற்களைப் புதியன புகுதலாக இதில் உபயோகித் துள்ளேன்... வாவிள்ளா ராமசுவாமி சாஸ்திரிகளின் மகனான வெங்கடேச சாஸ்திரியவர்கள் என் குருவாகிய பாலகங்காதர திலகரின் நெருங்கிய நண்பர்; எனக்குப் பலகாலம் பணம் உதவிய சீமான்', என்று குறிப்பிட்டு 1930ஆம் ஆண்டு நன்றி பாராட்டி எழுதியிருக்கிறார்.

இவை தவிரத் தேசியப் பண் இயற்றிய பங்கிம் சந்திர சாட்டர்ஜியின் லீலாவதி என்ற புனைவு நூலின் மொழியாக்கம், கிரிசெல்டா என்ற ஆங்கில புதினத்தின் மொழியாக்கம் போன்றவையும் வாவிள்ள அச்சகத்திலிருந்து வெளிவந்தன. 1942ஆம் ஆண்டு பக்கவாத நோயால் பாதிக்கப்பட்டு படுத்த படுக்கையானார் வா.வெ.சா. ஆனாலும்

இறக்கும் வரை தன்னால் இயன்றதை நிர்வகித்தார். 9.2.1956 அன்று அவர் மறைந்த பிறகு அச்சகம் அவரது தங்கை அல்லாடி சாரதாம்பாவின் மகன்களால் நிர்வகிக்கப்பட்டது.

தொழில் போட்டி காரணமாக 1960களில் வாவிள்ளயிலிருந்து தமிழ் நூல்கள் வெளிவருவது குறையத் தொடங்கியது. அச்சகத்தின் எஸ்பிளனேடு அலுவலகம் மூடப்பட்டது. தெலுங்கு நூல்கள் மட்டுமே அதன் பின் பதிப்பிக்கப்பட்டன; 1990ஆம் ஆண்டு ஹைதராபாத்தில் புது அலுவலகம் திறக்கப்பட்டது. 1994ஆம் ஆண்டு அச்சகப் பொருள்கள் விற்கப்பட்டன; அங்குப் பணியாற்றிய முதியவர்கள் வேலை இழந்தனர். 14 வயதில் வாவிள்ளயில் பைண்டராகப் பணிக்குச் சேர்ந்த மாதவரம் சுப்பராயலு மட்டுமே அவர்களில் இன்றும் இருப்பவர்; அவருக்கு இப்போது 90 வயது. அவருக்கு மாதம் 1000 ரூபாய் பென்ஷன் வழங்கிவருவதாக வா.வெ.சாவின் தங்கை பேரன் அல்லாடி ஸ்ரீனிவாசமூர்த்தி சொல்கிறார். இப்போது நிர்வாகத்தை அவரும் அவரது மூத்த சகோதரரும் கவனித்து வருகிறார்கள்.

இருக்கும் 2000 நூல்களை மட்டும் பெயரளவில் விற்பனைக்கு வைத்துக் கொண்டு காலப் பெண்டுலத்தின் ஆட்டத்தை அமைதியாகக் கடந்து கொண்டிருக்கிறது அச்சகம். மீதமிருக்கும் தெலுங்கு நூல்களை ஹைதராபாத்துக்கு அனுப்பிவிட்டு, இந்தக் கட்டடத்தை வணிக நிறுவனமாக மாற்றலாமா என்று சிந்தித்துக் கொண்டிருக்கிறார்கள் வாவிள்ள சகோதரர்கள். ‘ஐயையோ... உங்களிடம் உள்ள அரிய பழைய நூல்கள் என்னாவது?’, என்ற பதட்டமான கேள்விக்கு, ‘இந்த இடத்திலேயே சிறு அறை ஒன்றை அமைத்து வா.வெ.சா. அல்லது அவர் தந்தை பெயரில் ஒரு நூலகம் நடத்தலாம் என்று இருக்கிறோம். எங்களிடம் உள்ள அபூர்வமான ஆங்கிலப் புத்தகங்களை நூலகத்தில் வைக்கவிருக்கிறோம்; தன்னார் வலர்கள் உதவி எங்களுக்குக் கட்டாயம் தேவைப்படும். இன்னும் சில மாதங்களில் இந்த அச்சுக்கூடத்தை மாற்றிவிடலாம் என்று இருக்கிறோம்’, என்று சொல்கிறார் சென்னை உயர்நீதிமன்றத்தில் வழக்கறிஞராகப் பனியாற்றி பணி ஓய்வு பெற்ற ஸ்ரீனிவாசமூர்த்தி.

வ.உ.சி.யை ஆதரித்துக் கைகொடுத்த அச்சகம் நூலகமாக உருமாற்றம் அடையக் காத்திருக்கிறது. கையசைத்து வெளியேறி திரும்பிப் பார்க்கிறோம்; சிவப்புக் கட்டடத்தின் வாயிலில் நின்று நம்பிக்கையுடன் கையசைக்கிறார் ஸ்ரீனிவாசமூர்த்தி. கூடவே ஈராயிரம் நூல்களும் தங்களின் பக்கங்களைப் புரட்ட சில கைகள் வராதா என்று எதிர்பார்த்திருக்கின்றன.

•

8

தனகோடி ராஜு – ப்ளாரன்ஸ் நைட்டிங்கேல் பாராட்டிய தமிழர்

வில்லியம் எட்வர்டு தனகோடி ராஜு. இந்தப் பெயரை ஈராண்டுக்கு முன் சாந்தோம் மரபு நடைக்கான தயாரிப்புகள் செய்கையில் முதன்முதலில் கண்டேன்.

சாந்தோமில் பீடு பள்ளிக்கு எதிரே முக்கிய சாலையில் பார்ப்பதற்கு பங்களா போல இருக்கிறது அந்தப் பழைய மாளிகை. முன்னொரு காலத்தில் காதுகேளாதோர் வாய்பேச இயலாதோர் பள்ளி சிறப்பாக இயங்கி வந்த கட்டடம்தான் இது என்பதை அதைக் கடந்து செல்லும் ஒவ்வொருவரும் அறிந்திருக்கக்கூடும். இந்த மாட மாளிகையைக் கட்டி அதில் வாழ்ந்த பெரும் செல்வந்தரான டாக்டர் தனகோடி ராஜு குறித்து நமக்கு என்ன தெரியும்?

மரபு நடைக்குப் பின், ஈராண்டு கழித்து ஆய்வுக்காக ஃப்ளாரன்ஸ் நைட்டிங்கேல் எழுதிய சில கடிதங்களை வாசிக்க நேர்ந்தது. அதில் தலைகாட்டினார் தனகோடி ராஜு! அவர் எழுதிய 'Essentials of Hygiene' என்ற நூலைப் பற்றிக் கடிதம் ஒன்றில் குறிப்பிட்டுப் பாராட்டுகிறார் ப்ளாரன்ஸ் நைட்டிங்கேல். ஆம்! 'கைவிளக்கேந்திய காரிகை' என்று செவிலியர் சங்கமும் செஞ்சிலுவைச் சங்கமும் மருத்துவ உலகும் கொண்டாடும் அதே ப்ளாரன்ஸ் நைட்டிங்கேல் தான்!

தமிழ், தெலுங்கு, ஆங்கிலம் என்று மூன்று மொழிகளில் இந்த நூலை எழுதியிருக்கும் மதராஸைச் சேர்ந்த மருத்துவர் தனகோடி, பெண்களுக்கான எளிய மருத்துவ தற்சுகாதாரக் கையேட்டை எழுதச் சரியான நபர் என்று சிபாரிசு செய்கிறார் நைட்டிங்கேல். உலகின் தலைசிறந்த செவிலியர் என்று அறியப்பட்ட புளாரன்ஸ் நைட்டிங்கேல் சிபாரிசு செய்த மருத்துவர், அவர் எழுதிய நூல் என்றால், தனகோடி ராஜு மிகப்பெரிய ஆளுமையாக இருந்திருக்கிறார் என்பது அவரைப் பற்றி அறிந்துகொள்ளும் என் ஆர்வத்தை மேலும் தூண்டியது.

அங்கொன்றும் இங்கொன்றுமாக அவரைப் பற்றிய தகவல்கள் கிடைத்தன. கிறிஸ்துவ இசை மும்மூர்த்திகளில் ஒருவரும் கிறிஸ்துவக் கம்பர் என்று பெயர் பெற்றவருமான ஹென்றி ஆல்பிரடு கிருஷ்ணப் பிள்ளை, தீவிரச் சைவராக இருந்து கிறிஸ்துவராக மதம் மாறியவர். கிருஷ்ணப்பிள்ளை மதம் மாற மிக முக்கியக் காரணி அவருடன் தனகோடி ராஜு கொண்டிருந்த நட்பு! 1852ஆம் ஆண்டு ராபர்ட் கால்டுவெல்லால் ஹக்ஸ்டேபிள் என்ற ஆங்கிலேயருக்குத் தமிழ் பயிற்றுவிக்க ஆசிரியராக நியமிக்கப்பட்டார் கிருஷ்ணப்பிள்ளை. ஹக்ஸ்டேபிளால் கிறிஸ்துவம் குறித்த அறிமுகம் கிருஷ்ணப் பிள்ளைக்குக் கிடைத்தது. சென்னை சாந்தோமுக்கு வேலை நிமித்தம் பணிமாற்றி வந்த கிருஷ்ணப்பிள்ளைக்கு அப்போது சாந்தோமிலிருந்த தனகோடி ராஜுவின் நட்பு கிடைத்தது.

'இளமை பக்தி', 'ஆத்தும விசாரம் தீர்த்தல்', 'இருதயக் காவல்', 'மோட்சப்பிரயாணம்' போன்ற நூல்களைக் கிருஷ்ணப்பிள்ளைக்கு வாசிக்கத் தந்தார் தனகோடி. இதில் மோட்சப் பிரயாணம் என்ற நூல் ஜான் பன்யனின் 'Pilgrim's Progress' நூலைத் தழுவி எழுதப்பட்டது. இந்த நூலே கிருஷ்ணப்பிள்ளையின் மனதை மாற்றி அவரை திருமுழுக்கு பெறவைத்தது என்று தமிழ் அறிஞரான பி.எஸ். ஏசுதாசன் எழுதுகிறார். இதன் விளைவாக சாந்தோம் தூய தோமா தமிழ் ஆலயத்தில் ஏப்ரல் 1, 1858 அன்று திருமுழுக்குப் பெற்று கிறிஸ்துவராக மாறினார் ஹென்றி ஆல்பிரடு கிருஷ்ணப்பிள்ளை. 'மோட்சப் பிரயாணம்' என்ற தனகோடி ராஜு கொடுத்த நூல்தான் பின்னாளில் 'இரட்சணிய யாத்திரிகம்' என்ற பெரும் காப்பியத்தைக் கிருஷ்ணப்பிள்ளை எழுதத் தூண்டுகோலாக அமைந்தது.

சென்னை நகரம் அன்றைய மாகாணத்தின் கிறிஸ்துவர்களுக்குப் பெரும் புகலிடமாக இருந்தது. கிருஷ்ணப்பிள்ளை, தனகோடி நட்பு சட்டென ஏற்பட அவர்கள் இருவருமே நெல்லை மாவட்டத்தைச் சேர்ந்தவர்கள் என்பதும் ஒரு காரணம். நெல்லை மாவட்டம் கரையிருப்பில் பிறந்து, பாளையங்கோட்டை, சாயர்புரம் என்று

அம்மாவட்டத்தில் பணியாற்றி சென்னை வந்த கிருஷ்ணப் பிள்ளைக்கும், பாளையங்கோட்டையில் பிறந்து வளர்ந்த தனகோடிக்கும் நட்பு ஏற்பட 'ஊர்ப்பாசம்' மட்டும் காரணமாக இருந்திருக்கவில்லை.

கிருஷ்ணப்பிள்ளையின் சுயசரிதை எழுதிய கடம்பவன சுந்தரனார், 'நெல்லை மாவட்டத்தில் மிஷனரிகளின் தாக்கத்தால் பெரிய குடும்பங்களைச் சேர்ந்த, தமிழ் நன்கு கற்றுணர்ந்த இளைஞர்கள், தங்கள் சொந்த மதத்தில் ஆன்மீகத் தேடலை முன்னெடுத்தார்கள். அங்குள்ள சடங்குகளும், விரதங்களும் அவர்களது மனம் தேடிய நிம்மதியைத் தரவில்லை, அவர்கள் இயல்பாகவே கிறிஸ்துவத்தைத் தேடிப் போனார்கள்', என்கிறார். அப்படி கிறிஸ்துவத்தைத் தேடி கிருஷ்ணப்பிள்ளைக்கும் முன்பாக வந்தவர் தனகோடி ராஜு. இந்தப் பயணம் அவர்களுக்கு எவ்வளவு சிக்கலாக இருந்தது என்று விவரிக்கிறார் திவான் பகதூர் ஏ.எஸ்.அப்பாசாமி பிள்ளை.

அவர் எழுதிய 'Fifty Years Pilgrimage of a Convert' என்ற நூலின் முன்னுரையில், 'இந்தச் சிறிய நூல் மதம் மாறிய ஒரு மனிதன் வாழ்க்கையில் சந்திக்கக் கூடிய சிக்கல்கள், சூழல், இவற்றைத் தாண்டி ஆன்மிகப் பாதையில் அவன் பயணம் எப்படி இருந்தது என்பதைச் சொல்கிறது... மிஷனரிகள் மத்தியில் ஒரு மனிதனின் பிரச்னைகள் பெரும்பாலும் அவன் மதம் மாறி திருமுழுக்குப் பெற்றதும் நீங்கி விடுகின்றன என்றுதான் சொல்லப் படுகிறது.'

தனகோடி ராஜு

'ஆனால் அதன் பின்புதான் சிக்கல்கள் தொடங்குகின்றன. ஒரு கிறிஸ்துவனாக வாழ்க்கையைக் கொண்டு செல்ல அவன் எவ்வளவு சிரமப்பட வேண்டியுள்ளது என்பதையும், அவன் அதை எப்படி எதிர்கொள்வது என்பதையும் பேசுகிறேன். 50 - 75 ஆண்டுகளுக்கு முன்பே கிறிஸ்துவத்தைத் தழுவிய சிறு குழுவில் நானும் ஒருவன்; அவர்களில் பலர் இறந்துவிட்டார்கள், சிலர் மிகவும் உடல்நலம் குன்றியிருக்கிறார்கள். ஆகவே நான் என் சொந்த அனுபவங்களின் ஊடே அவர்களின் வாழ்க்கையையும் விவரிக்கிறேன்', என்று எழுதுகிறார்.

அப்படி 1924ஆம் ஆண்டு அப்பாசாமி குறிப்பிடும் அவரது சில

நண்பர்கள்- ஹென்றி ஆல்பிரடு கிருஷ்ணப்பிள்ளை (தன் குரு இவர் என்றும் சொல்கிறார்), தனகோடி ராஜு, இ. முத்தையா பிள்ளை, டி.ஏ.ஜோதிநாயகம் பிள்ளை, டபிள்யூ.டி.சத்தியநாதன், டபிள்யூ.ஈ. கணபதி பிள்ளை, ஜேசுதாசக் கவிராயர் போன்றவர்கள் பற்றி ஜஸ்டிஸ் எம்.டி.தேவதாஸ் பிள்ளை நூல் ஒன்றை எழுதியிருப்பதையும் தெரிவிக்கிறார். அந்த நூலில் நெல்லை மாவட்டத்தைச் சேர்ந்த பிராமணர், வெள்ளாளர், மறவர், ரெட்டி, நாயக்கர், நாடார் எனப் பல சாதியினரும் புராடஸ்டண்ட் கிறிஸ்துவர்களாக மாறினார்கள் என்று தேவதாஸ் எழுதியிருக்கிறார். பாளையங்கோட்டையில் குருயிக்ஷாங்க் என்ற பார்வையற்ற மிஷனரி நடத்திய பள்ளியில் பயின்ற ஏழு இளைஞர்களின் கதையை ரத்தினச் சுருக்கமாகச் சொல்கிறார் தேவதாஸ்.

இதில் பாளையங்கோட்டை பப்ளிக் பிராசிக்யூட்டரின் மருமகனான தனகோடி ராஜுவின் கதையும் உண்டு. 1839ஆம் ஆண்டு நெல்லை மாவட்டத்தில் தனகோடி ராஜு பிறந்தார். இந்த 7 இளைஞர்களில் மூத்தவர், 17 வயதில் முன்ஷி பட்டம் பெற்றவரான இ. முத்தையா பிள்ளை. முத்தையா பிள்ளை, எட்வர்டுப் பிள்ளை மற்றும் தனகோடி ஆகிய மூவரும் நெருங்கிய நண்பர்கள் என்று குறிப்பிடுகிறார் தேவதாஸ். ராஜு பெரும் புத்திசாலியாகவும், தெளிவாகவும் இருப்பார் என்றும் சொல்கிறார்.

'மூன்று நண்பர்களும் சேர்ந்து கேள்விகள் எழுப்பி, தத்துவவியலாளர் வில்லியம் பாலி எழுதிய 'A View of Evidences of Christianity' என்ற நூல் குறித்து விவாதித்தார்கள். இந்து மதம், கிறிஸ்துவ மதத்துக்கு இடையேயான வேறுபாடுகளை ஆராய்ந்து இறுதியில் குடும்பத்தின் விருப்பத்துக்கு எதிராக, மதம் மாறத் துணிந்தார்கள். மதமாற்றம் காரணமாகத் தாங்கள் இழக்கப்போகும் பொருளாதார ஸ்திரத்தன்மை, சமூக அந்தஸ்து என்று எல்லாமும் விவாதித்திருந் தார்கள். மதம் மாறிய கிறிஸ்துவர்கள் எப்படி உடுத்த வேண்டும், என்ன சாப்பிட வேண்டும், குடிக்க வேண்டும் என்று மிஷனரிகள் வகுத்திருந்த சட்டதிட்டத்தை ஏற்றுக்கொள்ள மாட்டோம் என்று அறிவித்தார்கள். இவர்களின் நிபந்தனையை ஏற்றுக்கொண்ட மிஷனரிகள் திருமுழுக்கு தர முன்வந்தார்கள். மதமாற்றத்தால் இவர்கள் வாழ்க்கையில் அனுபவித்த துன்பங்களைப் பற்றி நான் பேசப் போவதில்லை. வாழ்க்கையின் இறுதிவரை இணைபிரியாமல் நட்பாக வாழ்ந்த இவர்கள் சகோதரர்கள் போலவே வாழ்ந்து மடிந்தார்கள்', என்று எழுதுகிறார் தேவதாஸ்.

மதம் மாறியபின் மதராஸுக்கு 1861ஆம் ஆண்டு தனகோடி ராஜு மருத்துவம் படிக்க வந்தார் என்று தன் நூலில் தேவதாஸ் எழுதுகிறார்.

‘மருத்துவம் கற்க தன் மனைவியுடன் மதராஸ் வந்த தனகோடி, இங்கே கையில் பணமின்றித் தவித்தார். மதம் மாறிய காரணத்தால் குடும்பம் அவரைத் தலைமுழுகிவிட்டது. மனைவியின் நகைகளை விற்று வாழ்க்கையை ஓட்டினார். அப்போது ‘ஜன விநோதினி’ என்ற அரசின் கல்வித் துறை இதழ் ஒன்று வெளிவந்துகொண்டிருந்தது. அதன் ஆசிரியராக முத்தையா பிள்ளை பணியாற்றிக் கொண்டிருந்தார். மாதம் நூறு ரூபாய் அவருக்கு ஊதியம் வழங்கப்பட்டது.’

‘தனகோடியின் நிலையை அறிந்திருந்த முத்தையா, அவருக்கு உதவ நினைத்தார். தன் ஊதியத்தில் பாதியை தனகோடிக்கு அளித்த முத்தையா, ஜன விநோதினி இதழில் மருத்துவம், சுகாதாரம் குறித்த கட்டுரைகள் எழுதுமாறு தனகோடியைப் பணித்தார். துறை மேலிருந்த பெரும் ஆர்வம், இயல்பாகவே இருந்த புத்திசாலித்தனம் என இரண்டும் சேர, தனகோடி ராஜுவால் அருமையான கட்டுரைகளை இதழுக்கு எழுத முடிந்தது. மக்களும் அவரது கட்டுரைகளை வெகுவாகப் பாராட்டினார்கள். நண்பர்கள் இருவரும் இணைந்து அந்த இதழைப் பொது மக்களிடம் வெற்றிகரமாகக் கொண்டு சேர்த்தார்கள்.’

கணவர் படும் இன்னல்களைக் கண்ட தனகோடியின் மனைவியும் கிறிஸ்துவத்தைத் தழுவி தன் பெயரை அன்னா என்று மாற்றிக்கொண்டார். தன் நிலை உணர்ந்திருந்த தனகோடி, முழு கவனத்தைப் படிப்பின் மேல் திருப்பினார். 1867ஆம் ஆண்டு வெளிவந்த ‘Quarterly Journal of Medical Science’ நூலில், மதராஸ் மருத்துவக் கல்லூரியின் விரிவுரையாளரான சிப்பர்ஃபீல்டு, ‘லேன் ஸ்காலரான தனகோடி ராஜு, தன் நடத்தை, ஆர்வம், கவனம், திறமை போன்றவற்றின் மூலம் ஆசிரியர்களின் நன்மதிப்பைப் பெற்றுள்ளார். இன்னும் சில நாள்களில் எம்.பி. - சி.எம். (அன்றைய எம்.பி.பி.எஸ்.) படிப்புக்கான ‘ஃபர்ஸ்ட் எக்சாமினேஷனை’ எழுதவுள்ளார்’, என்று எழுதியிருக்கிறார்.

அதே 1866-1867ஆம் ஆண்டு மதராஸ் மருத்துவக் கல்லூரி ஆண்டு அறிக்கையில், நான்காவது செஷனின் ‘பிரிலிமினரி தேர்வுகளில்’ தனகோடி ராஜு வெற்றிகரமாகத் தேர்வாகியிருக்கிறார் என்ற தகவலிருக்கிறது. டிஸ்டிங்க்ஷன் வழங்கவும் தனகோடி ராஜுவின் பெயர் பரிந்துரை செய்யப்பட்டிருக்கிறது. 1860களின் இறுதியில் தனகோடி ராஜு தன் மருத்துவப் படிப்பை முடித்திருக்க வேண்டும். தனியார் மருத்துவராகத் தன் பணியைத் தனகோடி தொடங்கினார். தொழில் நேர்மை, கடும் உழைப்பு காரணமாக விரைவில் நகரின்

முக்கிய மருத்துவர்களில் ஒருவரானார். தனகோடி - அன்னா தம்பதிக்கு, சாமுவேல், டேவிட், பிரபுவா என்ற மூன்று மகன்களும், மூன்று மகள்களும் பிறந்தார்கள். 'எவ்வளவு பணம் பின்னால் வந்த போதும், தனகோடி தன் குழந்தைகளை மிக எளிமையாகவே வளர்த்தார். அவர்கள் வீட்டு உணவு எளிமையாகவே இருக்கும். ஆனால் கலைகளும், கைவினைக் கலைகளும் கற்றுத்தந்து அவர்களை நல்ல மக்களாக வளர்த்தார். நகரின் தலைசிறந்த மருத்துவரான போதும், கட்டாந்தரையில் பாய் விரித்தே படுத்தார்', என்று அவரது நண்பரான அப்பாசாமி பிள்ளை எழுதியிருக்கிறார்.

1875ஆம் ஆண்டு தனகோடி 'Elements of Hygiene' நூலை எழுதினார். பாமரரும் புரிந்து கொள்ளும் வகையில் வெகு எளிய மொழி நடையில் எழுதப்பட்ட இந்த கையேடு, மக்கள் மேற்கொள்ள வேண்டிய சுகாதார வழிமுறைகள் குறித்த விழிப்புணர்வை ஏற்படுத்தியது. நூலின் முக்கியத்துவம் உணர்ந்த இந்திய மருத்துவத் துறையின் பொதுக் கண்காணிப்பாளர், மதராஸ் மாகாணத்தின் தலைமைச் செயலருக்கு 15 ஜனவரி, 1868 அன்று சிபாரிசுக் கடிதம் ஒன்றை அனுப்பினார். அதில் இந்த நூல் 3000 பிரதிகள் அச்சிடப்பட்டு, 2000 பிரதிகள் விற்கப்பட்டுவிட்டது என்றும், நூலின் அவசியம் கருதி, அரசு இந்த நூலை வாங்கி மக்களுக்கு ஆட்சியர்கள் மூலம் வழங்க வேண்டும் என்றும் கோரிக்கை வைத்தார்.

அரசும் இதை ஒப்புக்கொண்டு மாகாணத்தின் தென் மாவட்டங்களுக்கு வழங்க 1000 பிரதிகளை வாங்கியதுடன், அடுத்த பதிப்பிலும் அதே அளவு பிரதிகளை வாங்குவதாக வாக்களித்தது. மாகாணத்தின் பிற மொழிகளில் மொழியாக்கம் செய்யவும் அறிவுறுத்தியது. இந்த நூலுக்கு முன்னுரை எழுதியவர்களில் தனகோடியின் குருவான கிருயிக்ஷாங்கின் நெருங்கிய நண்பரான ராபர்ட் கால்டுவெல்லும் ஒருவர். அதில், 'ஐரோப்பாவில் பயன்பாட்டிலுள்ள மருத்துவ முறைகளை இந்தியச் சூழலுக்கு ஏற்றவாறு புரிந்து இந்த நூல் எழுதப்பட்டுள்ளது. எளிய மக்களுக்குப் புரியும் வகையில் மிகத் தெளிவாக எழுதப்பட்டிருக்கும் இந்த நூல், அவர்களுக்குப் பயனுள்ளது', என்று குறிப்பிட்டிருக்கிறார்.

ஐடா ஸ்கட்டரின் தந்தை எஸ்.டி.ஸ்கட்டரும் இந்த நூலுக்கு முன்னுரை எழுதியுள்ளார். மதராஸ், காஞ்சி, சிதம்பரத்திலுள்ள பச்சையப்பன் பள்ளிகளிலும், திருச்சி எஸ்.பி.ஜி. பள்ளியிலும், மதராஸ் விஜயநகரம் பெண்கள் பள்ளியிலும் தனகோடி எழுதிய இந்த நூல் பாடநூலாகப் பயன்படுத்தப்பட்டிருக்கிறது!

ஆசிரியர் உரையில் இந்த நூலில் ஆங்காங்கே பெரிய அளவிலான எழுத்துகள் தேவை கருதி பயன்படுத்தப்பட்டுள்ளன என்று தனகோடி எழுதியிருக்கிறார். இளம் சிறாருக்கு எளிதாகப் புரியக்கூடிய வகையிலும், அவர்கள் மனதில் பதியும் வகையிலும் முக்கியக் கருத்துகள் அவ்வாறு அச்சிடப்பட்டுள்ளன என்று விளக்கி இருக்கிறார். தொழில் நுட்பம் எவ்வளவோ வளர்ந்துவிட்ட இந்தக் காலத்தில் கூட பதிப்பாளர்களுக்கு இவ்வாறு இரு வேறு அளவு எழுத்துகள் அச்சிடுவது கூடுதல் வேலைதான். ஆனால் சிறுவயதினருக்கும் புரியவேண்டும் என்பதற்காக, இத்தனை மெனக்கிட்டு இந்த நூலை டைப்-செட் காலத்தில் இரு வேறு அளவுள்ள எழுத்துகள் கொண்டு அச்சிட்டிருப்பது உண்மையில் இளம் சமுதாயத்தின்பால் தனகோடி கொண்டிருந்த அக்கறையைக் காட்டுகிறது!

டி. மகாதேவ ராவ், ராமையங்கார், டி. முத்துசாமி ஐயர், ராமச்சந்திர ஐயர், ரங்கநாத முதலியார் என்று அன்றைய மதராஸின் பெரும் செல்வாக்கு மிகுந்த மனிதர்களின் நட்பு தனகோடிக்குக் கிடைத்தது. திருவிதாங்கூர் அரசரும் தனகோடியின் நண்பரானார். தனகோடியின் சாந்தோம் வீட்டில் திருவிதாங்கூர் அரசர் தங்கிச் செல்வது வாடிக்கையானது! மனைவியின் நகையை விற்று வாழ்க்கை நடத்திய நிலையிலிருந்த தனகோடி, வணிகத்தின் பக்கம் தன் பார்வையைத் திருப்பினார்.

திருவனந்தபுரத்தில் தீப்பெட்டித் தொழிற்சாலை ஒன்றை நண்பரான திருவிதாங்கூர் மன்னரின் தொடர்பு காரணமாகத் தனகோடியால் எளிதில் தொடங்க முடிந்தது. உப்பின் விலையை ஆங்கிலேய அரசு வரி விதித்து ஏற்றியபடி இருக்க, தனகோடி குலசேகரன்பட்டினம் மற்றும் காயல்பட்டினத்தில் உப்புத் தொழிற்சாலைகளைத் தொடங்கி உப்பு வணிகத்தை மேற்கொண்டார். இதன் காரணமாகக் குறைந்த விலையில் அவரால் மக்களுக்கு உப்பு விற்க முடிந்தது. தன் நண்பர்களிடம் நிதி பெற்றே இந்த வணிகங்களில் தனகோடி முதலீடு செய்தார்.

அவரது பெரும் புரவலராக இருந்தவர் மிட்டாதாரரான அப்பாசாமி பிள்ளை. மதராஸில் பெரும் இரும்புத் தொழிற்சாலை ஒன்றையும் தனகோடி நிறுவினார். அவரது மகனான டேவிட் தனகோடி ராஜு அதன் பணிகளைக் கவனித்து வந்தார். 'ஹைடிரோபதி' என்ற நீர் மூலம் நோய்களைக் குணப்படுத்தும் மருத்துவ முறை மேல் தனகோடிக்கு பெரும் ஆர்வமிருந்தது. தன் வாழ்வின் இறுதிவரை

பாளையங்கோட்டையில் ஹைடிரோபதி மருத்துவமனை ஒன்றையும் நடத்திவந்தார்.

சென்னை மாகாணத்தின் முதல் பேசும், கேட்கும் திறன் குறைந்தோருக்கான பள்ளியை பாளையங்கோட்டையில் 1895ஆம் ஆண்டு புளாரன்ஸ் ஸ்வெயின்சன் என்ற மிஷனரி தொடங்கினார். இந்தப் பள்ளியை விரிவாக்கும் பொருட்டு, இங்கிலாந்திலிருந்து தன் ஃபர்லோ எனப்படும் ஓய்வு காலத்தில் நிதி திரட்டிக்கொண்டு வந்தார். அவரிடமிருந்த 4500 ரூபாய் பணத்துக்கு பாளையங்கோட்டை மத்தியச் சிறைக்கு எதிர்ப்புறமுள்ள மருத்துவர் தனகோடி ராஜு கிளினிக் நடத்தி வந்த 14 ஏக்கர் நிலத்தை, அவரிடமிருந்து 1897ஆம் ஆண்டு வாங்கியதாகப் பதிவு செய்திருக்கிறார் ஃப்ளாரன்ஸ்.

அதே போல 1913ஆம் ஆண்டு சாந்தோம் லேலண்ட் கார்டன் பகுதியில் செயின்ட் பீட்ஸ் பள்ளி இயங்கி வந்த டாக்டர் தனகோடி ராஜுவின் மாளிகையை வாங்கி மதராஸின் முதல் பேசும், கேட்கும் திறன் குறைந்தோருக்கான பள்ளியைத் தொடங்கியவர் இவரே.

இவை எல்லாவற்றையும் விட முத்தாய்ப்பாக, வெறும் கையோடு மதராஸ் வந்து வாழ்க்கையைத் தேடிக்கொண்ட தனகோடி ராஜு செய்த மற்றொரு சாதனை- ஸ்டீமர் கப்பல் நிறுவனம் ஒன்றை முதன்முதலில் மதராஸ் மாகாணத்தில் தொடங்கியதுதான். ‘இரண்டு கப்பல்களை வாங்கி, அவற்றை தூத்துக்குடி- கொழும்பு தடத்தில் தனகோடி இயக்கினார். இதனால் வேறு வழியின்றி ஆங்கிலேயரின் பிரிட்டிஷ் இந்தியா ஸ்டீம் நேவிகேஷன் கம்பெனி வாரம் ஒருமுறை இயக்கிய தன் கப்பலை, போட்டி காரணமாகத் தினமும் இயக்கத் தொடங்கியது’, என்று தன் நூலில் தனகோடியின் கப்பல் நிறுவனம் பற்றி எழுதியிருக்கிறார் அப்பாசாமி பிள்ளை.

அவரது கூற்றைச் சரியே என்று ஊர்ஜிதம் செய்கிறார் வ.உ.சி.யின் வாழ்க்கை வரலாறு எழுதிய ஆர்.ஏ.பத்மநாபன். தென்னிந்தியாவில் ஆங்கிலேயரின் கப்பல் துறை ஆதிக்கத்தை எதிர்த்து சிதம்பரம் பிள்ளைக்கு முன்பே சிலர் கப்பல்கள் ஓட்டியதாகச் சொல்கிறார். ‘1890களில் பொதுமக்களின் ஆர்வத்துக்கிணங்க தூத்துக்குடியைச் சேர்ந்த இந்திய கிறிஸ்துவப் பெருமகனான டாக்டர் தனகோடி ராஜு சுதேசிக் கப்பல்கள் இயக்கினார்’, என்று அவர் எழுதியிருக்கிறார்.

தனகோடிக்கு முன்பே ஆத்தங்குடியைப் பூர்வீகமாகக் கொண்ட பர்மா மௌல்மெய்ன் நகரைச் சேர்ந்த ந.மு. கம்பெனி கப்பல் இயக்கியிருக்கிறது. நாகப்பட்டினம் முதல் காக்கிநாடா வரை 810 டன் பருத்தியைக் கப்பல் மூலம் இந்நிறுவனம் அனுப்பியது என்றும்

பத்மநாபன் எழுதியிருக்கிறார். இதன் மூலம் தென்னிந்தியாவின் முதல் பயணிகள் கப்பலை இயக்கிய நிறுவனம் தனகோடி ராஜுவின் நிறுவனம்தான் என்று தெரியவருகிறது.

வ.உ.சி.யின் சுதேசிக் கப்பல் கம்பெனி 1906ஆம் ஆண்டு நிறுவப்பட்டது எனப் பத்மநாபன் எழுதியிருக்கிறார். வ.உ.சி மற்றும் பாரதியின் சமகாலத்தவரும், அவர்களது நெருங்கிய நண்பருமான விடுதலைப் போராட்ட வீரர் சுரேந்திரநாத் ஆரியா, தனகோடி ராஜுவின் மகனான எத்திராஜ் என்றும் சொல்லப்படுகிறது. (இதற்கு ஆதாரங்கள் தெளிவாக இல்லை)

1875ஆம் ஆண்டு மதராஸ் பல்கலைக்கழகத்தின் 'ஃபெல்லோ' பதவிக்கு தனகோடி ராஜு நியமிக்கப்பட்டார். 1887-1888 ஆண்டுகள் ஐரோப்பாவில் நெடும் பயணம் மேற்கொண்டார் தனகோடி. 1889ஆம் ஆண்டு ராவ் பகதூர் பட்டத்தை தனகோடிக்கு அளித்தது ஆங்கிலேய அரசு. 1893ஆம் ஆண்டு விக்டோரியா ராணியின் இள வயது வாழ்க்கைச் சரிதத்தை 'The Early Years Of Queen Empress Victoria and Prince Albert' என்ற நூலையும் தனகோடி ராஜு எழுதினார். மிகச் செறிவான ஆங்கில நூல் இது என்று அறிஞர்கள் பாராட்டி இருக்கிறார்கள். தற்போது இங்கிலாந்து 'Royal Collection Trust' மூலம் இந்நூல் விற்பனை செய்யப்படுகிறது.

தனகோடி ராஜு எப்போது, எப்படி மறைந்தார் என்பதற்கான தெளிவான ஆதாரங்கள் நம்மிடம் இல்லை. 1897ஆம் ஆண்டு தனகோடி ராஜுவிடமிருந்து ஹைடிரோபதி கிளினிக்கை ஸ்வெயின்சன் வாங்கியதைக் கணக்கில் கொண்டும், அதன்பின் 1913ஆம் ஆண்டு அவரது சாந்தோம் மாளிகையைக் குடும்பத்தாரிடமிருந்து ஸ்வெயின்சன் வாங்கியதைக் கொண்டும் 1897-1913க்கு இடைப்பட்ட காலத்தில் அவர் மறைந்திருக்கக் கூடும் என்று கணிக்கலாம்.

அவருடைய மறைவுக்குப் பிறகு அவரது குடும்பம், அதன் வாரிசுகள் என்ன ஆனார்கள் என்ற தகவலை சில மாதங்களாக நானும் தேடிவருகிறேன். அவரைப் பற்றிய மேலதிகத் தகவல்களைப் பெற்றால் மட்டுமே அவரது முழு ஆளுமையை நாம் தெரிந்து கொள்ள இயலும். தென்னிந்தியாவின் முதல் பயணிகள் கப்பல் சேவையை முன்னெடுத்த தனகோடி ராஜு, எங்கோ யார் நினைவுகளிலோ புதைந்து கிடக்கிறார். அவர் வசித்த சாந்தோம் மாளிகை, அவருடைய புகழை மட்டுமல்லாமல், சென்னை நகரின் மாற்றுத் திறனாளிகளுக்கான முதல் பள்ளி என்ற பெருமையையும்

உடையது. 2010ஆம் ஆண்டு பத்மநாபா கமிட்டி அறிவித்த பாதுகாக்க வேண்டிய சென்னை நகரின் மரபுச் சின்னங்கள் பட்டியலில் இடம்பெற்றிருக்கிறது. இத்தனைப் பெருமை வாய்ந்த இந்த மாளிகை தன் இறுதி மூச்சை ஆழமாக இழுத்து விட்டபடி சாந்தோமில் இருட்டுக்குள் புதைந்து கிடக்கிறது. நகரின் அழிந்துகொண்டிருக்கும் முக்கிய மரபுச் சின்னங்களில் ஒன்றான இதைப் புனரமைப்பதன் மூலம், சென்னையின் வரலாற்றையும், மரபையும், மாண்பையும் மீட்டெடுக்கமுடியும்.

•

9

அமைதியை விரும்பும் யூதர்

இரண்டாம் உலகப்போரில் நாஜிக்களால் பெருமளவு இன அழிப்புக்கு உள்ளானவர்களில் யூதர்களும் உண்டு. இவ்வினத்தைச் சேர்ந்த பலர் புகழ்பெற்ற விஞ்ஞானிகளாகவும், செல்வந்தர்களாகவும், கலைஞர்களாகவும், அரசியல் அதிகாரம் மிக்கவர்களாகவும் உலகெங்கும் வியாபித்து இருக்கிறார்கள். சென்னையிலும் ஒரு காலத்தில் குடியேறி புகழ்பெற்ற வணிகர்களாக இருந்திருக்கிறார்கள்; அவர்களது சந்ததிகள் இன்றும் சென்னையில் வாழ்ந்து கொண்டிருக்கிறார்கள். இக்கட்டுரை சென்னையின் யூதர்களைப் பேசுகிறது.

1688ஆம் ஆண்டு ஸ்பெயின் நாட்டைச் சேர்ந்த 'செஃபர்தி யூதக்' (Sephardic Jew) கவிஞரான தானியல் லெவி தி பரியோ (Daniel Levi De Barrios) எழுதிய கவிதை ஒன்றில், 'ஸெக்ஸ்டா என் மெட்ராஸ் படன்' (Sexta En Madras Patan) என்று சென்னைப் பட்டணம் பற்றிய குறிப்பு உள்ளது. 'ஆங்கிலேயர் ஆட்சியின் கீழுள்ள ஆறு நகரங்களில், ஆறு புனிதமான யூதக் குடிகள் உள்ளன. நீவ், லண்டன், ஜமைக்காவிலும், பார்படாஸில் இரண்டு குடிகள் என ஐந்தும், ஆறாவது குடி மதராஸ பட்டணத்திலும் அமைந்துள்ளன', என்பது அந்தப் பாடலின் பொருளாகும். சென்னை நகரில் யூதர்கள் இருந்ததை இவ்வாறு 17ஆம் நூற்றாண்டுப் பாடல் பதிவு செய்கிறது. யாரிந்த செஃபர்தி யூதர்கள், அவர்கள் சென்னை வந்தது எப்படி?

யூதர் என்ற தனி இன மற்றும் மதக்குழு, பழைய விவிலியத்தின் ஆபிரகாமிடமிருந்தே தோன்றியதாக ஹீப்ரூ மொழி விவிலியம் சொல்கிறது. மேலும் ஆபிரகாமின் மகனான ஈசாக்கு, அவரது மகன் யாக்கோபு, மற்றும் கானான் தேசத்தில் வாழ்ந்த சாரா, ரெபெக்கா, லியா, ரக்கேல் போன்றவர்களது வழித்தோன்றல்களே யூதர்கள் என்கிறது. யூதர்களின் 12 குலங்கள், யாக்கோபின் 12 பிள்ளைகளின் வழிவந்தவர்கள் என்றும் சொல்லப்படுகிறது. அசிரியப் போர்களில் அழிக்கப்பட்ட 9 குலங்கள் போக, இப்போது எஞ்சியிருப்பது, யூதா, பெஞ்சமின் குலத்தவர் மற்றும் லேவியின் குலம் வழிவந்த சொற்ப நபர்களே. இன்றைய நவீன யூதர்கள் அனைவரும் இந்த மூன்று மரபின் வழித்தோன்றல்களாவர்.

அக்காலத்தில் சொந்த தேசமின்றி உலகின் பல்வேறு பகுதிகளில் பரவி வசித்துவந்த யூதர்களை மூன்று வகையினராகப் பிரிக்கிறார்கள். அவர்கள் அஷ்கெனசி (Ashkenazi) - ஜெர்மனியில் வாழ்ந்தவர்கள், செஃபர்தி (Sephardi) - ஸ்பெயின், போர்ச்சுகல், வட அமெரிக்காவில் வசித்தவர்கள், மற்றும் மிஸ்ரஹிம் (Mizrahim) - கிழக்குப் பகுதிகளில் வசித்த ஐரோப்பியரல்லாதோர் ஆவார்கள். 'ஸ்பெயின்' என்பதன் ஹீப்ரூ மொழிச் சொல் செஃபரத். அந்நாட்டில் தஞ்சம் புகுந்து 15ஆம் நூற்றாண்டுவாக்கில் வாழ்ந்து கொண்டிருந்த யூதர்கள் செஃபர்தி யூதர்கள். அங்கு வசித்த பெரும்பான்மை கத்தோலிக்கரல்லாத வேற்று மதத்தினரை, யூதர்கள் தங்கள் யூத மதத்திற்கு மாற்றிவருவதாக ஸ்பெயின் முடியாட்சி நினைத்தது.

அதற்கு முற்றுப்புள்ளி வைக்க, 31 மார்ச், 1492 அன்று 'அல்ஆம்பராக் கட்டளை' (Alhambra Decree) என்ற ஆணை பிறப்பித்தது. இதன் மூலம் ஐபீரிய தீபகற்பத்தில் வசித்து வந்த யூதர்களை ஸ்பெயின் நாட்டிலிருந்து வெளியேறுமாறு அந்நாட்டின் மன்னரான ஃபெர்தினாந்து மற்றும் அரசி இசபெல்லா ஆணையிட்டார்கள். இதனால் அம்மக்கள் சந்தித்த பிரச்னைகள் கணக்கிலடங்காதவை. மத மாற்றங்கள், உள்நாடு மற்றும் வெளிநாடுகளுக்குப் புலம்பெயர்தல், அரசுக் கொலைகள், தலைமறைவு என்று சிதறுண்டு போனார்கள் இந்த செஃபர்தி யூதர்கள். அப்படித் தப்பிவந்தவர்களில் சிலர் போர்த்துக்கீசிய மற்றும் ஸ்பானிஷ் நாட்டுக் கப்பல்கள் மூலம் இந்தியாவின் கிழக்குக் கடற்கரையையும், மதராசப் பட்டணத்தையும் வந்தடைந்தவர்கள்.

மலபார் கடற்கரைப் பகுதிகளில் கிபி 1ஆம் நூற்றாண்டு முதலே யூதர்கள் வணிகம் செய்து வந்ததாகச் சொல்லப்பட்டாலும், அதற்கான ஆதாரங்கள் தற்போது நம்மிடம் இல்லை. 11ஆம்

நூற்றாண்டுவாக்கில் கொடுங்கல்லூர் யூத மக்களின் தலைவனும், அஞ்சுவண்ண வணிகர் குழுவின் உறுப்பினருமான யோசேப்பு ரப்பனுடன் மன்னன் சேரமான் பெருமான் செய்துகொண்ட உடன்படிக்கையை ஆதாரமாகக் கொண்டால், மேற்குக் கடற்கரைப் பகுதிகளில் இந்த மக்கள் குறைந்த பட்சம் 11ஆம் நூற்றாண்டு முதல் வாழ்ந்திருக்கிறார்கள் என்று தெரிகிறது. தென்னிந்தியர்களைப் போன்ற சரும வண்ணம் கொண்ட இந்தக் கொச்சின் யூதர்கள், புதிதாக 16ஆம் நூற்றாண்டில் ஹாலந்து, ஸ்பெயின், போர்ச்சுக்கல்லிலிருந்து வந்திறங்கிய யூதர்களை, 'பரதேசி யூதர்கள்' (Paradesi Jews) என்று அழைத்தார்கள். இந்தப் புதிய யூதர்கள் ஐரோப்பிய வண்ணம் கொண்டவர்கள் என்பதால் அவர்களை வெள்ளை யூதர்கள் என்றும் சொல்வதுண்டு.

அப்படி மதராஸில் வந்திறங்கிய இந்த வெள்ளை யூதர்கள் ஒரு காலத்தில் பெரும் செல்வாக்குடன் இங்கு இருந்திருக்கிறார்கள். 1681ஆம் ஆண்டு சால்வடார் ரோட்ரிக்ஸ் என்ற யூதர் அனுமதியின்றி மதராசுக்குள் நுழைந்திருக்கிறார் என்று தேடுதல் அறிவிப்பொன்றைக் கிழக்கிந்தியக் கம்பெனி வெளியிட்டது. 1686ஆம் ஆண்டு இதே ரோட்ரிக்ஸ், கோல்கொண்டா அரசவையில் நடப்பவற்றை ஆங்கிலேயருக்குத் தகவல் தரும் ஒற்றராக நியமிக்கப்பட்டார்.

'யூதர்களின் வணிகத் தொடர்புகள் உலகளாவ இருந்தன. வைரம், பவளம், தங்கம் என்று விலையுயர்ந்த பொருள்களை ஆய்வு செய்து, திறம்படத் தரம் பிரிக்க அறிந்திருந்தார்கள். இந்தத் திறமை மற்றும் உலகம் முழுக்க வியாபித்திருந்த அவர்கள் இனக்குழுக்களுடன் இருந்த நெருக்கமானத் தொடர்புகள், அவர்களை ஆங்கிலேயருக்குத் தொழில்முறை நண்பர்களாக மாற்றியது. போர்ச்சுக்கீசியர் ஆங்கிலேயருடன் கொண்டிருந்த தொழில்சார் 'தனி உரிமையை' உடைத்தவர்கள் யூதர்கள்', என்று சொல்கிறார் சென்னையில் வசிக்கும் இறுதி யூதர்களில் ஒருவரான தாவீது லேவி.

'கோல்கொண்டா சுரங்கங்களில் கிடைக்கும் வைரங்கள் இங்கிருந்து கப்பல்கள் மூலம் ஆம்ஸ்டர்டாம் நகருக்குக் கொண்டு செல்லப்பட்டு, அங்குள்ள யூதர்களால் வெட்டி, பட்டை தீட்டப்பட்டன. அவை அதே கப்பல்களில் இங்கிலாந்து கொண்டுசெல்லப்பட்டு அங்குள்ள யூதர்கள் மூலம் விற்கப்பட்டு, பெரும் பொருளீட்டப்பட்டது. அந்தப் பணத்தைக் கொண்டு, இத்தாலியின் லெகார்ன் பகுதியிலிருந்து பவளப்பாறைகள் வெட்டி எடுக்கப்பட்டு, அதே கப்பல்களில் மதராஸுக்கு அனுப்பப்பட்டன. லெகார்னிலிருந்து இங்கு பவளம் கொண்டு வரும் கப்பல்கள், கோல்கொண்டா சரக்கை

ஏற்றிக்கொண்டு 12 மாதங்களுக்குள் மீண்டும் மதராஸுக்குத் திரும்ப வேண்டும் என்பது யூதரிடையே எழுதப்படாத விதியாக இருந்தது.'

'கப்பல்களில் யூதர்கள் அனுப்பும் சரக்குப் பெட்டிகளின் மேல் 'மாகன் டேவிட்' (Magen David - Star of David) என்ற தாவீதின் அறுமுனை நட்சத்திர அடையாளம் வரையப்பட்டிருக்கும். மேற்குறிப்பிட்ட நகரங்கள் அனைத்திலும் யூதர்களின் நெருங்கிய குடும்பத்தினரும், உறவினரும் வசித்துவந்தது, வணிகத்துக்குப் பெரிதும் உதவியாக இருந்தது', என்றும் தாவீது சொல்கிறார். இந்த யூதர்களில் சிலர் ஜார்ஜ் கோட்டைக்குள் வசிக்க அனுமதிக்கப்பட்டிருந்தாலும், பலர் கறுப்பர் நகரத்தின் பவளக்காரத் தெருவில் வாழ்ந்தார்கள். பவள வணிகத்தில் ஈடுபட்ட யூத மக்கள் வாழ்ந்த பகுதி என்பதாலேயே அந்தத் தெருவுக்கு பவளக்காரத் தெரு என்ற பெயர் அமைந்தது.

13 பிப்ரவரி, 1685 அன்று ஜேம்ஸ் டி பைவா (ஜாக்யூஸ் டி பைவா என்றும் அழைக்கப்படுபவர்) என்ற யூதர் ஜார்ஜ் கோட்டையைப் பாதுகாக்கத் தன்னார்வலர் படை ஒன்றைக் கிழக்கிந்தியக் கம்பெனி அமைக்க வேண்டும் என்றும், அப்படி அமைத்தால் தன் வீரர்கள் சிலரை அதற்கென ஒதுக்கி உதவுவதாகவும் கடிதம் எழுதி இருக்கிறார். பெரும் வணிகரான பைவா, கோல்கொண்டாவிலிருந்து வைரங்கள் மற்றும் தங்கம் வாங்கி, அவற்றைக் கப்பல்கள் மூலம் ஐரோப்பாவுக்கு அனுப்பி வணிகம் செய்துவந்தார். ஆம்ஸ்டர்டாம் நகரிலிருந்து வந்த பைவா, சென்னையின் இரண்டாவது 'சினகாக்' (Synagogue) என்ற யூதக் கோயிலைக் கட்டியவர் என்று சொல்கிறார் தாவீது லேவி.

ஜேம்ஸ் பைவா மதராஸின் ஆளுனர் எலிஹு யேலுடன் நல்ல நட்பு கொண்டிருந்தார். 1683ஆம் ஆண்டு கோவளம் கடற்கரைப் பகுதியில் யூத முகவர்கள் (Interloper) மூவர் மதராஸுக்குள் நுழைய அனுமதி கேட்க, கிழக்கிந்தியக் கம்பெனி அனுமதி மறுத்தது. அப்போது பைவா தலையிட்டு யேலின் அனுமதியை அவர்களுக்குப் பெற்றுத்தந்தார். அவர் உதவியால் நகருக்குள் நுழைந்த பார்தலம்யூ ரோட்ரிக்ஸ் (Bartholomew Rodrigues), டொமிங்கோ டி போர்ட்டோ (Domingo D Porto), அல்வரெஸ் ட ஃபொன்சேகா (Alvarez Da Fonseca) ஆகிய மூவரும், 1688ஆம் ஆண்டு மதராஸ் மாநகராட்சி உருவான போது அதன் முதல் 'ஆல்டர்மென்' (Aldermen) பதவியில் அமர்ந்தார்கள். பார்தலம்யூ இரண்டு நிறுவனங்களும், ரோட்ரிக்ஸ் ஒரு நிறுவனமும் நடத்திவந்தார்கள்.

ஆளுனர் யேலுடன் இவர்களுக்கும் நல்ல நட்பு இருந்தது. துத்தநாகம், சந்தனம், செம்பு, வைரங்கள், நகைகள் என்று இவர்கள்

செய்யாத ஏற்றுமதியே இல்லை எனலாம். 1692ஆம் ஆண்டு பார்தலம்யூ இறந்தபிறகு, அவரது உடலை முத்தியால்பேட்டை பகுதியிலுள்ள அவரது தோட்டத்தில் அடக்கம் செய்தார்கள். இது 'பார்தலம்யூ கார்டன்' எனவும், இதை ஒட்டிய பகுதி 'ஃபோர் பிரதர்ஸ் கார்டன்' என்றும் 1710ஆம் ஆண்டு வரையப்பட்ட பிட்ஸ் வரைபடம் (Pitts Map) காட்டுகிறது. இந்தப் பகுதி பார்தலம்யூ, பைவா, டி போர்ட்டோ, ஃபொன்சேகா என்ற நான்கு யூதர்களுக்கு உரிமையாக இருந்துள்ளது.

யேலுக்குப் பிறகு தாமஸ் பிட் மதராஸின் ஆளுனரானார். பிட்டின் செல்லப்பெயர் 'டயமன்ட் பிட்'. அந்தளவுக்கு வைரங்கள் மேல் பித்துப் பிடித்த பிட், ஒரு கட்டத்தில் 'தி ரெஜன்ட்' (The Regent) என்ற வைரத்தைக் கோல்கொண்டாவிலிருந்து கைப்பற்றினான். இந்த வைரத்தை ஆய்வு செய்து மதிப்பீடு செய்யத் தக்க ஆளைண் சிபாரிசு செய்யுமாறு தாமஸ் பிட், அல்வாரஸ் ட ஃபொன்சேகாவுக்குக் கடிதம் எழுதினார். தன் முழு நம்பிக்கைக்குரிய ஆள் என்று ஃபொன்சேகா, ஐசக் அபெதனோ சார்தோ (Isaac Abedano Sardo) என்ற யூத வைர வணிகரைப் பிட்டுக்கு அறிமுகப்படுத்தினார்.

பிட்டின் ரெஜென்ட் வைரத்தை வெட்டுவதற்கும், அதை மெருகேற்றுவதற்கும் சார்தோ ஆலோசனை தந்தார். பின்னாளில் மாவீரன் நெப்போலியனின் வாளில் ஜொலித்த அந்த வைரத்தின் இன்றைய சந்தை விலை பல கோடி டாலர்கள்! செஃபர்தி யூதர்களுக்குப் பின், ஆங்கிலேய யூதர்கள் ஓர் அலையாக மதராஸ் வந்து சேர்ந்தார்கள். ஆபிரகாம் சாலமன்ஸ், ஹென்றி சாலமன்ஸ், லேவி மோசஸ், எஃப்ரஹிம் ஐசக், சாமுவேல் மோசஸ், சாமுவேல் டி காஸ்ட்ரோ, சாலமன் ஃபிரான்கோ என்று பல யூதர்கள், 18ஆம் நூற்றாண்டில் இங்கு வந்து குடியேறினார்கள்.

இவர்களில் ஐசக் சார்தோ மற்றும் சாலமன் ஃபிரான்கோ போன்றவர்களின் கல்லறைக் கல்வெட்டுகள் இன்றும் பத்திரமாக உள்ளன. 'சென்னையின் முதல் யூதக்கோயில் மற்றும் அதை ஒட்டிய கல்லறை, ஆம்ஸ்டர்டாம் நகரின் செஃபர்தி யூதர்களால் 16ஆம் நூற்றாண்டின் முற்பகுதியில் பவளக்காரத் தெருவில் கட்டப்பட்டது. பின்னர் பெத்தநாயக்கன்பேட்டை பகுதிக்கு இரண்டும் இடம் பெயர்ந்தன. அந்தப் பகுதிதான் பின்னர் மின்ட் தெருவின் தெற்குப் பகுதியாக மாறியது', என்று சொல்கிறார் தாவீது. '1644ஆம் ஆண்டு பைவாவால் கட்டப்பட்ட இந்த இரண்டாவது கோயிலின் ஒரு பகுதி, 1934ஆம் ஆண்டு அகற்றப்பட்டது. கல்லறையோ, அரசால்

‘சென்ட்ரல் பூங்கா’ பகுதிக்கு, ‘உயிரின் வீடு’ (Beit Ha Haim) என்ற எழுத்துகள் பொறிக்கப்பட்ட அதன் வாயிலுடன் மாற்றப்பட்டது. எஞ்சியிருந்த கோயிலின் பகுதி 1967ஆம் ஆண்டு முழுவதுமாக இடிக்கப்பட்டது.’

‘சென்ட்ரல் பூங்காவிலிருந்த கல்லறை, அரசுப்பள்ளி அமைப்பதற்காக ஜூன் 5, 1968 அன்று அரசால் தகர்க்கப்பட்டது. கல்லறைக்கற்கள் காசிமேடு பகுதியின் கிறிஸ்துவக் கல்லறைக்கு எதிரே மாற்றப்பட்டன. இந்தச் சம்பவங்களால் உடல்நலம் குன்றியிருந்த யூதக் கோயிலின் இறுதி ராபி சாலமன் ஹலேவி, மாரடைப்பால் காலமானார். அதன் பின் எண் 15, பவளக்காரத் தெருவிலிருந்த எங்கள் வீட்டில்தான் மத சம்பந்தப்பட்ட வழிபாடுகள், கூட்டங்கள் நடந்தன. காசிமேட்டில் இருந்த கல்லறை 1983ஆம் ஆண்டு இன்று இருக்கும் லாயிட்ஸ் சாலைப் பகுதிக்கு மாற்றப்பட்டது. அப்போது ஜாக்யூஸ் பைவா உள்பட 17 பேரின் கல்லறைக் கல்வெட்டுகள் காணாமல் போயின’, என்று தாவீது விளக்குகிறார்.

‘எங்கள் குடும்ப அமைப்பு பெண்களுக்கு பெரும் மதிப்பைத் தந்திருந்தது. ரெபெக்கா கோஹன் 1940களிலேயே ஓட்டுநர் உரிமம் பெற்று மதராஸின் தெருக்களில் கார் ஓட்டியவர். எங்கள் குடும்பங்களில் வணிகத்தை ஆண்கள் கவனித்துக் கொண்டாலும், அவர்களது துணையின்றி, பெண்களும் அவர்களுக்குச் சமமாக நிர்வாகத்தைக் கவனித்துக் கொண்டதுண்டு.’

‘இங்கிருந்த யூதக் குடும்பங்களில் மிக முக்கியமானது என் கொள்ளுத் தாத்தாவான ஐசக் ஹென்ரிக்யூஸ் டி காஸ்ட்ரோவின் குடும்பம். ஆம்ஸ்டர்டாமிலிருந்து வந்தவரான ஐசக், ஆபிரகாம் மற்றும் ஃப்ளோராவின் மகளான ரோசாவைத் திருமணம் செய்துகொண்டார். ஹெச்.டிசி. டிரான்ஸ்போர்ட்ஸ் என்ற நிறுவனத்தை இந்தக் குடும்பம் நிர்வகித்து வந்தது. இது தவிரவும் பல வணிகங்களில் இந்தக் குடும்பம் ஈடுபட்டிருந்தது. ஜெர்மனியின் யூதப் படுகொலையில் சிக்கி ஐசக் மற்றும் ரோசா இறந்து போனாலும், அப்போது 23 வயதான என் தாத்தா லேவி ஹென்ரிக்யூஸ் அங்கிருந்து தப்பி மதராஸ் வந்துசேர்ந்தார். இங்கு வணிகம் செய்து பொருளீட்டியவர், இஸ்ரேல் திரும்பினார். ஆனால் அங்கு வாழப் பிடிக்காதவர், மீண்டும் இந்தியாவுக்கே வந்துவிட்டார். மதராஸில் இருந்த அவரது ஒரே உறவினரான யூதக் கோயிலின் இறுதி ராபி சாலமன் ஹலேவி, ரெபெக்கா கோஹனின் மகளான ரக்கேலை அவர் மணந்து கொண்டார்.’

‘இஸ்ரேலின் போருக்குத் தன் சொத்து முழுக்க விற்றுப் பணம் தந்து செல்வத்தை இழந்த என் தாத்தா லேவி, 1978ஆம் ஆண்டு இறந்து போனார். கேரளா பல்கலைக்கழகத்தில் பணியாற்றிக் கொண்டிருந்த அவர் மனைவி ரக்கேல், 1982ஆம் ஆண்டு இறந்துபோனார். அவர்கள் மகளான சாராதான் என் அம்மா. நஷ்டத்தில் இயங்கிக்கொண்டிருந்த தாத்தாவின் நிறுவனங்களை லாபகரமாக மாற்றியது என் அம்மாவின் சாதனை. சிறு வயதில் எங்களை வளர்த்தெடுக்க, காய்கறி கூட அம்மா விற்றதுண்டு’, என்று சொல்கிறார் தாவீது. சாராவுக்கும், ஏமன் நாட்டு யூதரான சன்னன் லேவிக்கும் பிறந்த மகன் நான். ஏமனிலிருந்து இங்கு வந்த யூதர்கள் பெரும்பாலும் நஜ்ரன் பகுதியைச் சேர்ந்தவர்கள்’, என்று சொல்கிறார் தாவீது. இன்று சென்னையில் வாழும் ஒரே யூதரான இவர், சரக்குக் கப்பல் நிறுவனம் ஒன்றில் காப்டனாகப் பணியாற்றுகிறார்.

‘மயிலாப்பூர் காட்டுக்கோயில் எங்கள் குடும்பத்துக்கு உகந்த ஆலயமாக இன்றும் உள்ளது. வண்ணாரப்பேட்டை பகுதியில் உள்ள கென்னடி மெட்ரிகுலேஷன் பள்ளியில்தான் பயின்றேன், உங்களில் ஒருவராகத்தான் வாழ்கிறேன். ‘பெசாக்’ (PassOver) திருவிழாவை எப்படியும் கொண்டாடிவிடுவோம். எங்கள் வீட்டிலேயே மதச் சடங்கை நடத்துவோம். சில சமயம் இஸ்ரேல் அல்லது பிற நாடுகளிலிருந்து யூதர்கள் எங்கள் வீட்டுக்கு பெசாக் கொண்டாட வருவதுண்டு. மட்சா என்ற யூதர்களின் சிறப்பு ரொட்டியை நாங்கள் ஒன்றாகச் சுவைப்பதுண்டு’, என்று சொல்கிறார்.

வழிபாட்டுக்கென கோயில் இல்லாத காரணத்தால், வீட்டுக்குள்ளேயே வழிபடுவதாகச் சொல்பவர், கோயிலில் சென்று வழிபடவேண்டும் என்றால் கொச்சிக்குத்தான் செல்லவேண்டும்; ஆனால் அங்குள்ள யூதர்கள் தன்னை பெரிதாக மதிப்பதில்லை என்று சொல்கிறார். லாயிட்ஸ் சாலையிலுள்ள யூதக் கல்லறையை இன்றும் தாவீது லேவியின் ஹென்ரிக்யூஸ் குடும்பத்துக்குச் சொந்தமான ‘ஐசக்-ரோசா சாரிடபிள் டிரஸ்ட்’ பாதுகாத்து வருகிறது.

2012ஆம் ஆண்டு தமிழகத்தைத் தாக்கிய நீலம் புயலால், கல்லறைச் சுற்றுச்சுவர் உடைந்து போக, அதை தாவீதின் குடும்பத்தினர் 2016ஆம் ஆண்டு சீர் செய்திருக்கிறார்கள். இந்தக் கல்லறையிலுள்ள கல்வெட்டு ஒன்று நம் கவனத்தை ஈர்க்கக்கூடியது. தாவீதின் கொள்ளுத் தாத்தா ஐசக் மற்றும் ரோசா இருவரும் ஜெர்மனியின் யூதப்படுகொலையில் கொல்லப்பட்டபோது அறிஞர் அண்ணா அனுப்பிய இரங்கல் செய்தி இங்குள்ள சுற்றுச்சுவரில், கல்வெட்டாக வைக்கப்பட்டுள்ளது.

‘ஐசக் அண்ணா, எப்போதுமே எங்களுக்கு உதவி நல்கிட ஆயத்தம் கொண்டவராயும், எங்களுள் ஒருவராய் மதிக்கப்படுபவராயும் இருந்தவர். ரோசா அண்ணி தமிழ் மக்களின்பால் அவரது பெற்றோர் கொண்டிருந்த அன்பைப் பறைசாற்றும் விதமாய், தமிழ்ப் பெயர் சூட்டப்பெற்றவர். இவர்கள் ஒருபோதும் மறக்கப்பட மாட்டார்கள்- *கா.ந.அண்ணாதுரை*’.

நம்பர் 15, பவளக்காரத் தெருவில் ஐசக் குடும்பம் வெகுகாலம் குடியிருந்தது. அதே பவளக்காரத் தெருவிலுள்ள 7ஆம் எண் வீட்டில் தான், 19 செப்டெம்பர், 1949 அன்று காலை அண்ணா உள்ளிட்ட தலைவர்கள் பெரியாருக்கு எதிராக நம்பிக்கையில்லாத் தீர்மானம் இயற்றினர். அதன் விளைவாக திராவிடர் கழகம் உடைந்து, திராவிட முன்னேற்றக் கழகம் தோன்றியது. திருவொற்றியூர் முனிசிபாலிட்டியின் தலைவராக இருந்த சண்முகம் பிள்ளையின் வீடு அது.

தாவீது லேவி

‘நாங்கள் அமைதியை அதிகம் விரும்பு பவர்கள். இஸ்ரேலுக்கு அவ்வப்போது சென்று வந்தாலும், அங்குள்ள வன்முறையும் வாழ்க்கை முறையும் எனக்குப் பிடிப்ப தில்லை. என் தாய் வீடு தமிழகம் தான். தமிழனாகவே நான் உணர்கிறேன். நாங்கள் தமிழ் மக்களுடன் நல்ல உறவு பாராட்டி வாழ ஆசைப்படுபவர்கள். ஆனால் யூதர் என்ற ஒரே காரணத்துக்காக, எங்கோ நடக்கும் தேவையற்ற சர்ச்சைகளின் போதெல்லாம் இஸ்லாமியர் எங்களைத் தாக்குவதுண்டு. இதனால் நாசரேத்திலிருந்து வந்தவர்களின் வம்சாவழியினரான என் மனைவி, இந்துப் பெயருடன் வலம் வருகிறாள். என் மகள்களுக்கும் எங்கள் மத, இன அடையாள மற்றப் பெயரையே வைத்திருக்கிறேன். எங்களுக்கு அமைதி மட்டும் போதும்’, என்று சொல்லி முடிக்கிறார் தாவீது லேவி.

யூதர்களின் நினைவைச் சுமந்தபடி இந்த நகரின் புளியந்தோப்பு பகுதியிலுள்ள டி- காஸ்டர் தெருவும் (டி காஸ்ட்ரோ தாவீதின் குடும்பப் பெயர்), பீட்ரோ பெரெய்ரா என்ற யூதரின் பெயரில் பார்க் டவுன் பகுதியில் பெரெய்ரா தெருவும் இருக்கின்றன. ஒரு கல்லறையும், அதிலுள்ள சில கல்வெட்டுகளும், இரண்டு தெருப் பெயர்களும் தவிர இன்று யூதர்கள் வாழ்ந்த தடயங்கள் எதுவும் நகரில் இல்லை.

தமிழகம் தன்னை நம்பி வந்தாரை வாழ வைக்கும் என்பதில் நமக்கு எள்ளளவும் ஐயமில்லை. நூற்றாண்டுகளாக சொந்த நிலமற்று, மாறி மாறிப் புலம் பெயர்ந்து வந்த யூதர்களின் நிலை இப்போது பெரிதும் மாறியுள்ளது. தன் மூதாதையர் போல, தாவீது தான் விரும்பும் அமைதியைப் பெற்று தமிழகத்தில் வாழட்டும்.

●

10

பொன்மகளும் சில திரைப் பெண்களும்

கொரோனா காலத்திலும், மக்களிடம் ஓ.டி.டி. பிளாட்ஃபார்ம் மூலம் முதலில் வந்து சேர்ந்திருக்கிறாள் 'பொன்மகள் வந்தாள்'. பெண் மனதை, அவள் போராட்டங்களை வெளிச்சம் போட்டுக் காட்டிய படங்கள் மிகக் குறைவே. பெண் மனது எப்படி இயங்குகிறது என்பதையும் ஆண்களே இங்கே எழுதி இயக்கியிருக்கிறார்கள். 'பொன்மகள் வந்தாள்' அப்படியான ஒரு படம் என்றே பரவலாகப் பேசிக்கொள்ளப்படுகிறது.

'பொன்மகள் வந்தாள்' படத்தில் சக்தி ஜோதியின் 'தாய்' ஒருகட்டத்தில் நமக்கு அறிமுகம் செய்யப்படுகிறார். மகள் காதல் திருமணம் செய்துகொண்டு போனபின் அவளைப் பற்றிய எல்லா ஆவணங்களையும் ஆத்திரத்தில் 'எரித்து' விட்டதாகக் கூறி, தன் மகள் வயிற்றுப் பேத்தி உயிருடன் இருப்பது கூட அறியாத அப்பாவியாக அழுது அரற்றுகிறார். இதுபோன்ற 'தாய்மையைத்'தான் நம் சமூகம் கொண்டாடித் தீர்க்கிறது. ஆண் கிழித்த கோட்டின் வரையறைக்குள் வாழ்வதுதான் பெருமை என்று கற்பிக்கப்பட்ட பெண்கள் இவர்கள். 'ஐடியல்' அம்மாக்கள்! ஆனால் இந்த அம்மா பாத்திரத்துக்குச் சவால் விடும் பெண்ணிய அம்மா கதாபாத்திரம் ஒன்றை நாற்பது ஆண்டுகளுக்கு முன் தமிழ் சினிமா பார்த்திருக்கிறது. 'சில நேரங்களில் சில மனிதர்கள்' படத்தில்!

கங்கா என்ற கல்லூரி மாணவி மழை நாள் ஒன்றில் முகமறியாத ஆண் ஒருவனால் 'கெடுக்கப்பட்டு' வீட்டுக்கு வர, அவரது தாய் நிஜத்தில் குழம்பி, புலம்பி, ஊரைக் கூட்டி, மகள் மேல்தான் தவறு இருப்பது போல நடந்துகொள்கிறாள். இதனால் அப்பாவியான கங்கா வீட்டை விட்டு அவளது அண்ணன் குடும்பத்தால் விரட்டப்பட்டு, 'மாமா' ஒருவரிடம் அம்மாவின் அறிவுரைப்படி தஞ்சமடைகிறாள். படிப்பை எந்தச் சூழலிலும் கைவிடாத கங்காவைப் படிப்பு காப்பாற்றுகிறது. படித்த உடன் அலுவலகம் ஒன்றில் நல்ல வேலையும் கிடைக்க, தாயைத் தன்னுடன் அழைத்துக் கொள்கிறாள். அலுவலகத்திலிருந்து டாக்சியில் ஒரு நாள் மாலை வீடு திரும்பும் வழியில் பத்திரிகை ஒன்றில் 'அக்கினிப் பிரவேசம்' என்ற கதையைப் படிக்கிறாள். அப்படியே அவள் வாழ்க்கையில் நடந்த கதைதான் அது.

ஆனால் ஒரு சின்ன திருப்பம். அதில் தாயாய் வரும் பெண் பாத்திரம், தனக்கு நேர்ந்ததை மகள் தனிமையில் சொன்னதும், கதவைச் சாத்திவிட்டு, அவளை நெஞ்சோடு அணைத்துத் தேற்றுகிறது. மகளை அமரவைத்து தலைக்கு நீரூற்றி, தலை துவட்டி, 'நீ சுத்தமாய்ட்டடி குழந்தை, தலைல நான் கொட்டினேனே, அது ஜலமில்லடி குழந்தை, நெருப்புன்னு நினைச்சிக்கோ. வாழையாடினாலும் வாழைக்குத்தான் சேதம், முள் ஆடினாலும் வாழைக்குத்தான் சேதம். நான் சொல்றத நம்பு குழந்தே...உனக்கு ஒண்ணும் நடக்கல, இது சத்தியம். தெருவுல நடந்து போறோம். கால்ல அசிங்கம் பட்டுடறது, காலையா வெட்டிப் போட்டுடறோம்? அதே காலைக் கழுவிண்டு பூஜையறைக்கும் போறோமே? சாமி வேண்டாம்னா விரட்டறார்? எல்லாம் மனசு தாண்டியம்மா காரணம்', என்று தேற்றி, அவளது நெற்றியில் விபூதியிட்டு துணிவு சொல்கிறாள் அந்தத் தாய். முத்தாய்ப்பாக, 'இந்த விஷயத்தை யார்கிட்டயும் சொல்லமாட்டேன்னு எனக்கு சத்தியம் பண்ணிக் குடுடி', என்று மகளிடம் சத்தியமும் கேட்டுப் பெறுகிறாள் அந்தத் தாய்.

இன்று எத்தனை தாய்மார்களால் இப்படி ஒரு சூழலை இத்தனை இலகுவாகக் கையாள முடியும்? நாற்பது வருடங்களுக்கு முன் இப்படி ஒரு கதாபாத்திரத்தைப் படைத்ததாக ஜெயகாந்தன் தன் கதையில் அறிமுகம் செய்யும் லைப்ரரியனாக வருகிறார் நடிகர் நாகேஷ். கங்காவுக்கு நேர்வதை நேரில் கண்டும் காப்பாற்ற வழியற்றுப் போகும் அவரது கல்லூரி லைப்ரரியன் மற்றும் எழுத்தாளரான ஆர்.கே. விஸ்வனாத சர்மா (நாகேஷ்), அவரை அதன் பின் காணாமல் தேடியலைகிறார். வீட்டை விட்டு விரட்டப்பட்ட கங்காவை நினைத்து மனம் வருந்தும் ஆர்.கே.வி, அவரைப் பற்றி

‘அக்கினிப் பிரவேசம்’ கதையை எழுதிப் பதிப்பிக்கிறார். மிக எளிய வாழ்க்கை வாழும் ஆர்.கே. விஸ்வனாதன், தன் மனைவியை எழுதத்தூண்டும் முற்போக்குவாதி. உரத்த சிந்தனையாளர். கங்காவுக்கு நேர்ந்ததை வெளிக்கொணர்கிறார். கங்காவின் வயதொத்த பெண் குழந்தைகளுக்கு நம்பிக்கை விதைக்கிறார்.

மகளிர் கல்லூரி ஒன்றில் மாணவிகள் மத்தியில் ஆர்.கே.வி. முன்வைக்கும் கருத்துகளை இன்றையப் பெண்ணியவாதிகள் கூடச் சொல்லச் சற்றே தயங்குவார்கள். ‘தவறு செய்த பெண்களை தாய்மார்கள் மறைத்துப் பாதுகாப்பது என்பது ஒழுக்கக்கேட்டைப் பிரச்சாரம் செய்வதல்லவா?’, என்று கூட்டத்தில் ஒரு கல்லூரி மாணவி கேள்வியெழுப்ப, அதற்கு ஆர்.கே.வியிடமிருந்து சுருக்கெனப் பதில் வருகிறது. ‘ஒரு வேசியை ஊர் மக்கள் கல்லால் அடித்தார்கள். உங்களில் யார் பாவம் செய்யாதவரோ, அவர் இவள் மீது முதல் கல்லை எறியட்டும் என்று சொன்ன தேவதூதன், ஒழுக்கக்கேட்டையா பிரச்சாரம் செய்தான்? வகுப்புக் கலவரங்களின் போது கற்பழிக்கப்பட்ட பெண்களை மணந்து கொள்ளுங்கள் என்று இளைஞர்களுக்குக் கட்டளையிட்டார் ஒரு தேசத்தின் பிதா. அதுவும் அப்படிப்பட்ட பிரச்சாரம் தானோ?’

‘அகலிகை எங்கே, இந்த அசடு எங்கே என்று கேட்கிறீர்களா? அகலிகை ஒரு ரிஷிபத்தினி. வேதகாலத்து ரிஷிபத்தினியே ஓர் இந்திரனின் மாயத்துக்கு மயங்கிவிட முடியுமென்றால், எனது ‘அவள்’ இந்தக் கலிகாலத்தில் சோரமே ஒரு தொழிலாகிப் போன சூழ்நிலையில், கலை, இலக்கியம், சினிமா, நாடகம், சங்கீதம், பத்திரிகை என்ற பெயரால் சகல அழுக்குகளும் விலை போகுமளவுக்கு நமது இனமே வீழ்ந்து கிடக்கும் இந்த இருபதாம் நூற்றாண்டில், எனது ‘அவள்’ மயங்கிவிட்டது மன்னிக்க முடியாத குற்றமோ? அந்த அகலிகைக்கே சாப விமோசனம் உண்டென்றால், எனது ‘அவளுக்குக் கிடையாதோ?... வாழ்க்கை இலக்கியம் போலவே நமது வசதிக்காக, நமக்குப் பிடித்தது போலவே நின்றுவிடுவதில்லை’, என்று தாயுமானவனாகி விசுவரூபம் எடுக்கிறார்.

உண்மையில் கங்காவின் தாய் அவள் தாயல்ல. ஆர்.கே.வி.தான் அவளது தாயாய் நம் முன் நியாயம் கேட்கிறார். இந்த இடத்தில்தான் தவறிப் போகிறார் ‘பொன்மகள் வந்தாள்’ ஜோதியின் தாய். மகளைக் காத்து அரவணைக்க வேண்டிய தாய், ஆணவக்கொலையில் ஈடுபடும் குடும்பத்தின் சொல்லுக்கேற்ப மகளின் கடைசிச் சுவட்டைக் கூட அழித்தொழிப்பது என்ன வகைப் பாசம்? பத்து மாதம் சுமந்து ஈன்றெடுத்த மகளைத் தாயே உடைமையாகவும்,

அவளது பெண்மையைச் சாதியின் சின்னமாகவும் பார்ப்பது எவ்வளவு பெரிய அவலம்?

'பொன்மகள் வந்தாள்' படத்தில் 'சில நேரங்களில் சில மனிதர்கள்' ஆர்.கே.வி. போலக் கணவனை இழந்த ஜோதிக்கு ஆதரவாக வந்து நிற்கிறார் 'பெட்டிஷன்' பெத்துராஜ் (இயக்குனரும் நடிகருமான கே. பாக்யராஜ்). பாக்யராஜ் இதுபோன்ற பெண்ணியச் சிந்தனை கொண்ட கதாபாத்திரத்தை ஏற்கெனவே 'விதி' படத்தில் அருமையாகச் செய்திருப்பார். 1980களில் 'விதி' திரைப்படம் ஒரு பெரிய 'கல்ட் கிளாசிக்'. சிற்றூர்களின் தேநீர்க்கடைகளில் அப்போது பாடல்களை விட, விதி படத்தின் கோர்ட் சீன்கள்தான் மீண்டும் மீண்டும் 'ஒன்ஸ் மோர்' கேட்டு ஒலிபரப்பப்படும். அந்தப் படத்தின் முக்கிய கதாபாத்திரமான வக்கீல் 'சகுந்தலாதேவி' (சுஜாதாவின் அட்டகாச பெர்ஃபார்மன்ஸ் இந்தப் படத்திலுண்டு) ஒரு தலைமுறைப் பெண்களுக்கு வழக்கறிஞர் படிப்பைத் தேர்ந்தெடுக்க பெரும் இன்ஸ்பிரேஷன்!

சிறு கதாபாத்திரம் என்றாலும், ஒரு ஷூட்டிங் ஸ்பாட்டில் போஸ்ட்மேனாக நடித்து, இயக்கிக் கொண்டே, 'விதி' நாயகி ராதா (பூர்ணிமா) பற்றி பெண் நிருபர் ஒருவருக்குப் பேட்டி தருவார் டைரக்டர் பாக்யராஜாக நடிக்கும் பாக்யராஜ். இதுவரை தமிழ் சினிமாவில் யாரும் கேட்காத கேள்வியாக ஆலமரத்தடிப் பஞ்சாயத்து ஒன்றில் 'யாராவது ஒரு பத்தினி பெயர் சொல்லுங்க, நம்ம நாட்டுல நிறைய பத்தினி இருக்காங்கல்ல? அவங்க பேரைச் சொல்லுங்க?', என்று அவர் கேட்க, 'கண்ணகி, சீதை, நளாயினி, சாவித்திரி, சதி அனுசுயா, மீராபாய்', என்று அத்தனை கற்பனைக் கதா பாத்திரங்களின் பெயர்களையும் 'ஊர்ப் பெருசுகள்' சொல்வார்கள். 'பத்தினின்னு சொன்னதும் இத்தன பேத்து பேர் சொன்னீங்கல்ல? யாராவது ஒருத்தராவது உங்கம்மா பேரு, இல்ல உங்க சம்சாரத்துப் பேர சொன்னீங்களா?', என்று நச்சென்று கேட்பார். 'உங்கம்மா பத்தினி இல்லையா, இல்ல உங்க சம்சாரம் பத்தினி இல்லையா? உங்கம்மா மேல, உங்க சம்சாரத்து மேலயே உங்களுக்கு நம்பிக்கை இல்ல, தான் எந்த தப்பும் செய்யலன்னு இந்தப் பொண்ணு சொல்றத எப்படி நம்பப் போறீங்க?', என்று விளாசுவார்.

இதுதான் உண்மை, எங்கோ புராணங்களில் கேட்ட பெண்களைக் கற்புக்கரசியாக, தெய்வமாகப் பார்க்கும் ஆண், தன்னை ஈன்றெடுத்து, ரத்தத்தைப் பாலாக்கி ஊட்டி வளர்த்த அன்னையையோ, தன் உயிர், உடல் மூச்சு என்று அனைத்திலும் பாதியாகிய மனைவியையோ, தான் தோளிலும் மார்பிலும் போட்டு வளர்த்தெடுத்த மகளையோ ஒரு நொடி கூட நம்புவதில்லை,

அவளது 'கற்பை' கேள்விக்கு உட்படுத்தும் முதல் ஆண் - வீட்டிலுள்ள ஆண்தான்! மகனோ, கணவனோ, தந்தையோ, ஆண் யாராக இருப்பினும், கற்பு என்று வந்துவிட்டால் சொந்த ரத்தத்தையும் சந்தேகிக்கிறான். ஆனால் இந்த 'கற்பு' என்ற வரையறைக்குள் ஆண் வருவதேயில்லை!

இப்படி ஒரு காட்சியில் நடிகராகவும் இயக்குனராகவும் கலக்கும் பாக்யராஜ், அடுத்த காட்சியிலேயே, வேஷம் கலைத்த பாக்யராஜாக பேட்டி எடுக்கும் பெண்ணிடம், 'ராதாவுக்கு வெற்றிங்கறது இந்த கேசோட தீர்ப்பை மட்டும் வெச்சு கிடச்சுறப் போறதில்ல, என்னைக்காவது ஒரு நாள் அந்த ராஜா திருந்தி, இவகிட்ட மன்னிப்பு கேட்டு மனைவியா ஏத்துக்கணும். அன்னைக்குத்தான் உண்மையிலேயே அவ ஜெயிச்ச மாதிரி. பூட்டும், சாவியும் தனித்தனியா இருந்தா யாருக்கு என்ன புண்ணியம்? அது ரெண்டும் ஒண்ணா சேந்தாத்தானே வீட்டுக்குப் பாதுகாப்பு? ராதாவுக்காக இல்லைன்னாலும் அவ வயித்துல ஒரு குழந்தை இருக்கு, நாளைக்கு ஒரு அப்பா பேரு அதுக்கு அவசியமா தேவைப்படுது. அதுக்காகத்தான் அவங்க ரெண்டு பேரும் ஒண்ணா சேரணும்னு ஆசைப்படுறேன்', என்று ஆலமரத்தடி பஞ்சாயத்தில் வாங்கிய நல்ல பெயரை எல்லாம் நம்மிடம் கோட்டை விடுகிறார். இந்த 'கெடுத்தவன்தான் கெட்டவளைக் கட்டிக்கணும்' என்பதைத் தமிழ் சினிமா ஆதிகாலம் முதலாய் வலியுறுத்தி வந்திருக்கிறது.

பாக்யராஜும் அதற்கு விதிவிலக்கல்ல. சம்பந்தப்பட்ட பெண் இந்தத் தாக்குதலால் என்னவிதமான உளவியல் மற்றும் உடல்சார்ந்த சிக்கல்களை அனுபவித்துக் கொண்டிருப்பாள் என்பதை ஆணாதிக்க மனங்கள் ஒரு நொடி கூடச் சிந்திப்பதில்லை. தேவையற்ற கர்ப்பம் தொடங்கி, மனச்சிதைவு வரை வாழ்க்கை முழுக்க பெண்களுக்கு இந்த பாலியல் துன்புறுத்தல்கள் பெரும் ரணம். அதைக் கொஞ்சமும் உணராதது தமிழ்ச் சமூகச் சூழல். இந்த ஒரே 'கெட்டவளைக் கெடுத்தவன் கட்டிக்கும்' சென்டிமென்ட் கொண்டு தமிழ் சினிமாவின் மிகப்பெரிய ஹிட் படமான 'புதிய பாதையை' கொடுத்த இயக்குனர் ஆர். பார்த்திபனும் 'முற்போக்கு' சிந்தனையாளர் என்று அறியப்படுவதுதான் வேடிக்கை. இவரும் பாக்யராஜின் சீடர் என்பது கூடுதல் தகவல். ஆச்சர்யம் என்னவென்றால், விதி படத்தின் டைகர் தயாநிதி (ஜெய்சங்கரின் மெமரபிள் ரோல் இது!) வழக்கறிஞர் பாத்திரத்தை ஒத்த பாத்திரம் பொன்மகள் வந்தாள் படத்தில் பார்த்திபனுக்கு உண்டு! அவர் கதையை அடுத்துப் பார்க்கலாம்!

'கட்டிப் பிடிக்கும் போது ஆம்பளையும் பொம்பளையும் ஒண்ணா சேந்துதான் கட்டிப்பிடிக்கிறோம், ஆனா கற்புன்னு வரும்போது

ஆம்பளை மட்டும் காணாமப் போய்டுறான். என்னைக்கு அந்தக் கட்டுப்பாட்டுக்குள்ள அவனும் வர்றானோ அன்னைக்குத்தான் இந்த (பாலியல் வன்முறை) பிரச்னை தீரும்', என்று விதி படத்தில் பிரச்சாரம் செய்கிறார் பாக்யராஜ். அதே எதிர்பார்ப்புடன் 40 ஆண்டுகளுக்குப் பிந்தைய பாக்யராஜ் கேரக்டர், துணிவுடன் ஜோதியையும், அவள் மகள் வெண்பாவையும் தூக்கி நிறுத்தும் என்று எதிர்பார்த்தால்...பெரும் ஏமாற்றம்தான் மிஞ்சுகிறது.

டீக்குள் விழுந்த ஈக்காக டீக்கடைக்காரனுக்குச் சட்டப்படி தண்டனை வாங்கித்தரும் 'போராளி' பெத்துராஜ் (பாக்யராஜ்) தன் கண்முன் அழிந்து போன ஜோதி குடும்பத்துக்கு உடனடியாக நியாயம் வாங்கித் தராமல், 15 ஆண்டுகள் ஹாயாக வெண்பா படித்து முடித்து வக்கீல் கோட் மாட்டும் வரை சும்மா இருக்கிறார். கோர்ட்டில் நீதிபதியை 'மாமி' என்று அழைப்பதிலும், பொய் சாட்சி சொல்ல வருபவனுக்கு ரூபாய் நோட்டைத் தூக்கிக்காண்பிக்கும் அறமற்ற செயலிலும் நம்மை நொந்து போக வைக்கிறார். 'விதி' பாக்யராஜை விட நூறு ஆண்டுகள் பின் தங்கிவிட்டிருக்கிறார். ஸோ சேட்!

படத்தில் பிராசிக்யூஷன் தரப்பு வக்கீலாகப் பணமும், செல்வாக்கும் படைத்த தியாகராஜனால் 'கொண்டுவரப்படுகிறார்' பார்த்திபன். என்னவோ செய்யப்போகிறார் போல என்று பார்த்தால், கொஞ்சம் கூட மூச்சிரைக்காமல் ஷட்டில் ஆடுகிறார். கோர்ட்டில் வாதிடுவதிலாவது ஆர்வத்தைத் தக்கவைப்பார் என்று பார்த்தால் ம்ம்ஹூம்ம்ம்...ஒன்றுமில்லை. படத்தின் இறுதிக் காட்சியில் வெள்ளைப் பேப்பரில் 'ரெக்கை' வரைந்து ஏஞ்சலை அடையாளம் கண்டுகொள்கிறார். பெண்ணுக்கு இப்படி பறக்கச் சுதந்திரம் தருவதாகச் சொல்லிக்கொள்ளும் பலர் வெற்றுப்பேப்பரில் பெண்ணைப் பறக்கவிடுபவர்கள்தான் போல! படத்தில் 80களின் ஃபீலுக்காக பிரதாப் போத்தன், பாண்டியராஜன், தியாகராஜன் என்று ஓய்வு பெற்ற நடிகர், இயக்குனர் கூட்டமே உண்டு. பாண்டியராஜன் பாவம். பிரதாப்புக்கு எடுபிடியாகவே படத்தில் ஒட்டிக்கொண்டு வருகிறார். படத்தின் மிகப்பெரிய அபத்தம் கோர்ட் காட்சிகள். நீதிபதி முன்பே நின்றுகொண்டு உள்ளாடைகளைப் பற்றி நையாண்டி செய்யும் வழக்கறிஞர் தோன்றும் காட்சி எல்லாம் சொதப்பல்.

படத்தின் பெரும் பலமும், பலவீனமும்- ஜோ! பலம்- அவரது நடிப்பு. பலவீனம்- அவரை 'தமிழ்'ப்படுத்த வேண்டிய கட்டாயம்+ அவரது துன்பத்தில் உழலும் கதாபாத்திரம். இரண்டாவது இன்னிங்சில் ஜோ நடிக்கும் படங்கள் எல்லாமே அவரை ஒரு 'சூப்பர் ஹீரோ' பெட்டிக்குள் அடைக்கப்பார்க்கும் இயந்திரங்கள்தான். 36 வயதினிலே தொடங்கி ராட்சசி வரை இந்த டிரெண்ட் தொடர்கிறது.

9 கோடி செலவு செய்து ஜோ (சக்திஜோதி) மதுரைப்பெண் என்று 'ரிஜிஸ்டர்' செய்யும் அரசியல் நமக்குப் புரியாமல் இல்லை. அரசியல் காய்களை அழகாக நகர்த்திக்கொண்டிருக்கிறார் சூர்யா! ஆனால் ரசிகன்தான் பாவம். வட இந்தியப் பெண் ஜோதி என்று கதையில் மீண்டும் மீண்டும் சொல்லப்படுகிறது. பெத்துராஜின் வீட்டருகில் வசிக்கும் ஜோதி அழகாகத் தமிழ் பேசுகிறார், கடைக்குச் செல்கையில், அக்கம்பக்கத்தினருடன் என்று யாரிடமும் அவர் பேசாமல் இருந்திருக்கப்போவதில்லை என்பதால், அவர் சிறுமிகளைக் கொலை செய்த வட இந்தியப் பெண் என்று அக்கம்பக்கத்தினர் அனைவரும் ஒன்று போலச் சொல்வது எப்படிச் சாத்தியம்?

ஜோதியின் டைரி ஒன்றை மட்டுமே கையில் வைத்துக் கொண்டு ஆதாரம் என்று பாதிப்படம் வரை நகர்த்துகிறார் வெண்பா (ஜோ). அதை வாசிக்கிறார், அதில் என்ன இருக்கிறது, என்ன உள்வாங்கிக் கொள்கிறார் என்பது உண்மையில் நமக்குப் புரியவில்லை. 'பதினைந்து ஆண்டுகளாக இதற்குத்தான் காத்திருந்தேன்', என்று சொல்லி, தன் தாயைக் குற்றமற்றவர் என்று நிரூபிக்க வருகிறார் வெண்பா. ஆனால் அதற்கான ஆயத்தப் பணிகள் எதையுமே செய்யாமல் நேரடியாக பெத்துராஜுடன் ஆட்டோவில் வந்து முதல் கேசை எடுத்து 'படுவிபரமாக' வாதாடுவது நம்பும்படி இல்லை. தாய்க்காக இவ்வளவு சீறும் வெண்பா கதாபாத்திரம், இது போன்று அன்றாடம் நடக்கும் பாலியல் அத்துமீறல்களை எப்படி எளிதாகக் கடந்து வந்தார்?

பணபலமும், அரசியல் பலமும், செல்வாக்கும் கொண்ட பிரம்மாண்ட வில்லன்கள்தான் பெரும்பாலும் தமிழ் சினிமாவில் இது போன்ற கதைகளில் சித்தரிக்கப்படுகிறார்கள். பாலியல் குற்றமிழைப்பது இதுபோன்ற பின்புலம் கொண்ட 'பெரிய' ஆள்கள், அவர்களது மகன்கள் என்று காலம் காலமாக இங்கு கற்பிக்கப் படுகிறது. அது எந்த அளவுக்கு உண்மை? கதையில் சொல்லப் படுவது போல சின்னஞ்சிறு பிஞ்சுகளை இப்படிக் கையாள்வது உண்மையில் யாரென்றே தெரியாத அயல் மனிதர்களா? அவர்களது சதவிகிதம் அதிகமா அல்லது வீடுகளுக்குள் பசுத்தோல் போர்த்திய புலிகள்போல வலம் வரும் மாமன், சிற்றப்பன், பெரியப்பன், தாத்தன், நண்பன், ஆசிரியர் என்று சிறுமிகள் அன்றாடம் அறிந்து, தெரிந்து பழகிக்கொண்டிருக்கும் முகங்களா?

உங்கள் வீட்டுப் பெண்களிடம் பொறுமையாக அணுகிக்கேட்டுப் பாருங்கள் - இதுபோன்ற பாலியல் சீண்டல்களை எந்த வயதில் முதல்முறையாக எதிர்கொண்டார்கள், எப்படி எதிர்கொண்டார்கள், அவர்கள் குற்றவாளிகளை வீடுகளில் அம்பலப்படுத்தினார்களா, ஆம்

என்றால் வீடும் குடும்பமும் அதை எவ்வாறு எதிர்கொண்டது என்று கேளுங்கள். பெண்கள் இக்கட்டுரையை வாசித்துக் கொண்டிருந்தால், உங்களை நீங்களே சுயபரிசோதனை செய்துகொள்ளுங்கள். பாலியல் சீண்டலை உறவுக்கார, அல்லது அறிந்த ஆணிடம் சந்திக்கவில்லை என்று சொன்னால், நீங்கள் உண்மையைச் சொல்லவில்லை, அல்லது சொல்லவிரும்பவில்லை, அந்தக் கொடூரப் பிற்காலத்தை திரும்பிக்கூடப் பார்க்க விரும்பவில்லை என்றே பொருள்!

இப்படியான காமக் கிறுக்குகளை எப்படிக் கையாள்கிறார்கள் பெண்கள்? மீண்டும் 'சில நேரங்களில் சில மனிதர்கள்' படத்துக்கே போவோம். 'கெட்டுப் போன' கங்காவைப் படிக்க வைக்கும் உறவுக்கார மாமா - பல்போன கிழவன் (ஒய்.ஜி. பார்த்தசாரதி), கிடைக்கும் சந்தர்ப்பத்திலெல்லாம் அவளிடம் தன் வேலையைக் காட்டுகிறான். வீட்டில் மனைவி இருக்கும்போதே, மகள் வயதையொத்த கங்காவை, அவள் பார்வை படும்போதே சீண்டிக் கொண்டிருக்கிறான். 'நீ கெட்டுப்போனவள். யூ கேன் ஒன்லி பி அ கான்குபைன். நீ ஏன் என்னுடைய வைப்பாட்டியாக வாழக்கூடாது?', என்று நிர்பந்திக்கிறான். ஆட்டுக்குட்டியை ஆசையாய் வளர்த்து அதன் கழுத்தில் மாலையிட்டுக் கழுத்தில் கத்தி வைப்பவனுக்கும், இந்த மாமாவுக்கும் எந்த வேறுபாடும் இல்லை. கூடவே 'முடிந்தால் அவளைக் கெடுத்தவனைக் கொண்டுவந்து நம் கண்முன் நிறுத்தி வாழட்டும், பார்ப்போம்', என்று அவன் சவால் விட, கங்காவின் வாழ்க்கை தடம் மாறிப்போகிறது. ஆனால் மீண்டும் மீண்டும் சீண்டும் மாமாவை, கையில் பெல்ட்டை எடுத்து ஒரு நாள் கங்கா விளாச, பம்மிக்கொண்டுவிடுகிறான்.

இப்படி பெல்ட்டையும், கத்தியையும், செருப்பையும் கையில் சிறுவயதில் எடுத்த சிறுமிகளை உலகம் அறியவில்லை என்பதே நிஜம். குடும்பம் இந்தச் சீண்டல்களை, 'மாமா பத்தி அப்படிலாம் பேசாத, சே சே, பெரியப்பா அப்படி எல்லாம் இல்லை... நீ பெரியவங்க கிட்ட மரியாதையா நடந்துக்க', என்று சொல்லி குழந்தைகளின் வாயை எத்தனை முறை அடைக்கிறது? 'வேன் டிரைவர் அங்கிள் கிட்ட ஜாக்கிரதையா இரு, வாட்ச் மேன் பக்கம் போகாதே', என்று தெளிவாகச் சொல்லித்தரும் எத்தனை அம்மாக்கள், 'மாமாவோ, சித்தப்பாவோ, பெரியப்பாவோ, அண்ணனோ, யாரோ... யாராக இருந்தாலும் உன்னைத் தேவையில்லாத இடத்தில் தொடவிடாதே', என்று சொல்கிறோமா? இதிலும் வர்க்க பேதம் எப்படிச் சாமர்த்தியமாக நுழைந்து கொள்கிறது?

இப்படிச் சிறுவயதில் பாதிப்புக்கு உள்ளாகும் குழந்தை வளர்ந்து எப்படியான வாழ்க்கையை வாழ்கிறது என்பதற்கு மோசமான உதாரணம், 80களின் இன்னொரு ஹிட் படமான 'அவள் அப்படித்தான்' கதாநாயகி மஞ்சு (ஸ்ரீப்ரியா) சிறு வயதில் தாய் தகாத உறவு கொள்வதைப் பார்ப்பது, மாமாவால் பாலியல் துன்புறுத்தலுக்கு உள்ளாவது என்று சிதைக்கப்பட்ட பால்யம் ஒரு பெண்ணை 'உணர்வு ஊனமாக்கி' விடுகிறது. அவளால் பிறிதொரு காதல் வயப்பட முடிவதேயில்லை. அவளால் யாரையும் எளிதில் நம்ப முடிவதில்லை. ரத்தமும், சதையுமாய் துள்ளத் துடிக்கக் கொல்வது மட்டும் கொலையல்ல. சக மனிதன் மேலான நம்பிக்கை என்ற பெரும் உணர்வைக் கொல்வதும் கொலைதான். பெண்ணுக்கு அந்த நம்பிக்கை சிதையும்போது அவள் தனிமரமாக நிற்கிறாள், அல்லது உள்ளுக்குள் ஊனமாகிப் போகிறாள்.

'அவள் அப்படித்தான்' படத்தில் மஞ்சுவின் மேல் தீராக்காதல் கொண்டு அவளைத் தாங்கிப்பிடிக்கும் அருண் (கமலஹாசன்) கதாபாத்திரம் அருமையான படைப்பு. படத்தில் பெண்களைக் கருணையுடன், உள்ளார்ந்த அன்புடன் அணுகும் குறும்பட இயக்குனர் கதாபாத்திரம் அருண். உண்மையில் புரட்சிகரமானவன் அருண். 'வாட் டு யூ திங்க் அபவுட் பிரீமரைட்டல் செக்ஸ் அண்ட் லீகலைஸ்ட் அபார்ஷன்?', என்ற கேள்வியை கையில் காமிரா, மைக் சகிதமாக இளம்பெண்கள் சிலரிடம் கேட்கிறான் அருண். (இது உண்மையில் இயக்குனர் சி. ருத்ரையாவால், பொது மக்களிடம் கேட்டு பதில் பெறும் டாகுமென்டரி போல இயல்பாக எடுக்கப்பட்டிருக்க வேண்டும்!) 1978ஆம் ஆண்டு வெளிவந்த படம் இது என்பது நமக்குக் கொஞ்சம் திக் தான்! அந்தக் கூட்டத்தில் ஒரு பெண் துணிச்சலாக காமிராவில் முகம் காட்டி, 'ஐ அக்ரீ வித் லீகலைஸ்ட் அபார்ஷன்', என்று சொல்கிறாள். இன்னொரு பெண், 'ப்ரீ மரைட்டல் செக்ஸ் டிப்பெண்ட்ஸ் வேர் யு ஆர், இன் இண்டியா இட் இஸ் நாட் அக்செப்டட்', என்று பட்டென உடைத்துப் பேசுகிறார்.

அங்கு யாராவது அரசியல் கட்சியைச் சேர்ந்த பெண்கள் இருக்கிறார்களா என்று கேட்கிறான் அருண். ஒருமித்த குரலில் நோ என்று பதில் வருகிறது. அரசியலில் யாருக்கும் நம்பிக்கை இல்லையா, அல்லது அதில் ஈடுபாடு இல்லையா என்று கேட்கிறான். 'அதைப்பத்தி இந்த வயசுல நமக்கு எதுவும் தெரியாதே, இந்த வயசில வீ ஆர் நாட் பாதர்ட் அபவுட் தட்', என்று ஒரு பெண் பதில் சொல்கிறார். இந்தப் பெண்கள் அரசியல் பற்றித் தெரியாதே என்று சொல்லிக்கொண்டிருந்த வேளையில், இந்தியாவையே

எமர்ஜென்சியில் ஆட்டிப் படைத்துவிட்டு, பிரதமர் பதவிக்கு வியூகம் வகுத்துக் கொண்டிருந்தார் இந்திரா காந்தி!

அடுத்த காட்சியில் மிகச் சாதாரணத் தோற்றமளிக்கும் நடுத்தர வயதுப் பெண்களுடன் அருணின் காமிரா உரையாடல் தொடர்கிறது. 'உங்க கொள்ளுப் பாட்டி, பாட்டி காலத்திலதான் அவங்களுக்கு ஓட்டுப் போட உரிமை வந்திருக்கு, இப்பதான் பொம்பளைங்களுக்கு சுதந்திரம் கொஞ்சம் கொஞ்சமா கிடைச்சிருக்கு. வேலைக்குப் போறாங்க. அதைப் பத்தி நீங்க என்ன நினைக்கிறீங்க, நல்லதா கெட்டதா?', என்ற அருணின் கேள்விக்கு, 'நல்லது தான்', என்று பதில் வருகிறது. 'நீங்கலாம் அடிமைகளாகவே இருந்திருக்கீங்க.. உங்க தொழிலையும் எதையும் சொல்லல, ஆம்பளைங்கதான் பெருசா இருந்திருக்காங்க. நீங்க அவங்களுக்குக் குழந்தைங்க பெத்துக்குடுக்குற மிஷினாத்தான் இருந்திருக்கீங்க. அதைப்பத்தி உங்களுக்கு என்ன தோணுது?', வெகு அழகாக இந்தக் கேள்வியை முன்வைக்கிறது அருண் கதாபாத்திரம்.

'பொம்பளைங்க கார் ஓட்றாங்க, ப்ளேன் ஓட்றாங்க. ஆபீஸ் போறாங்க. கைநிறையச் சம்பாதிக்கிறாங்க..' என்று ஒரு பெண் சொல்லிக்கொண்டிருக்கும்போதே இன்னொரு பெண் இடை வெட்டுகிறார். 'பேன்ட் போடுறாங்க, சர்ட்டு போடுறாங்க, ரோட்ல சுதந்திரமா போறாங்க', என்று விமர்சிக்கிறார். அது நல்லதா கெட்டதா என்ற அருணின் கேள்விக்கு அங்கு சண்டை மூள்கிறது. 'பொம்பளைன்னா புடவை கட்டிக்கணும்', என்று ஒருவர் சொல்ல, அடுத்தவர், 'அப்ப பொம்பளைன்னா வேலைக்குப் போவாத, சம்பாதிக்காத அடுப்பூதிட்டே இருக்கணுமா? ஒண்ணுமே தெரியாத இருப்பியா? உத்யோகத்துக்கு போனா நல்ல பழக்கவழக்கங்களைக் கத்துக்கலாம்', என்று சீறுகிறார்.

ஆண்கள் மது அருந்துவதையும், பலதார மணம் புரிவதையும் பற்றிய கருத்தை அருண் கேட்கிறார். இதையெல்லாம் ஆண்கள் செய்யும் போது, இதை பெண்களாகிய தாங்கள் ஏன் செய்யக் கூடாது என்று அவர்களுக்குத் தோன்றியதுண்டா என்று கேட்கிறார். இதற்கு ஒருமித்த குரலில், 'ஆமாம் தோணும், கண்டிப்பா தோணும், அப்பலாம் தலையெழுத்தேன்னு அடக்கிட்டு இருப்போம்', என்று சொல்கிறார்கள். குடும்பக்கட்டுப்பாடு பற்றிய கேள்விக்கு, நிறையக் குழந்தைகளைப் பெற்றுக்கொண்டால், அவர்களை வளர்த்தெடுப்பது சிரமம் என்பதால், அது தேவை என்று சொல்கிறார்கள். 'பர்தா பற்றி என்ன நினைக்கிறீர்கள்? செல்லஃபேன் போட்டு பெண்ணை மூடிவைப்பது போல இல்லையா?', என்ற

கேள்விக்கு, 'நோ, இட் இஸ் நாட் கன்டின்யூயிங் ஐ சப்போஸ்', என்று ஒரு சேலை கட்டிய, பொட்டிட்ட பெண் பதில் சொல்கிறார். காமிரா நகர்ந்து இஸ்லாமிய ஆண் ஒருவரது முதுகுக்குப் பின் ஒளிந்து கொள்ளும் பர்தா அணிந்த பெண்ணை எட்டிப் பார்க்க முயன்று தோற்கிறது. அந்தப் பெண்ணிடமிருந்து வெறும் மௌனம் மட்டுமே பதிலாகக் கிடைக்கிறது.

'பன்னீர்ப் புஷ்பங்களே...' பாட்டில் 'பாஞ்சாலி வாழ்ந்த பரிதாப வாழ்வைப் பாராட்ட யாருமில்லை நிஜ வாழ்க்கையிலே' என்று பாடும் முற்போக்குவாதி அருண், அப்பாவிடமிருந்து வரும் ஒரே கடிதத்துக்குக் கட்டுப்பட்டு, மஞ்சு தனக்கு இல்லை என்று தனக்குத் தானே முடிவு கட்டிக்கொள்கிறான்.

அப்பா பார்த்து வைத்த கட்டுப்பெட்டிப் பெண்ணைக் கல்யாணம் செய்துகொள்கிறான். படத்தின் இறுதிக் காட்சியில், அருணின் மனைவியான சரிதாவிடம் மஞ்சு (ஸ்ரீப்ரியா), 'வாட் டு யூ திங்க் அபவுட் விமென்ஸ் லிபரேஷன்?' என்று கேட்கிறார். கேள்வி புரியாத சரிதாவுக்கு அதைத் தமிழில் மொழிபெயர்த்துச் சொல்கிறான் அருண். 'அதப் பத்தி எனக்கு ஒண்ணும் தெரியாது', என்று அவர் பதில் சொல்கிறார். 'அதான் நீங்க சந்தோஷமா இருக்கீங்க', என்று பதில் சொல்லிவிட்டுச் செல்கிறார் மஞ்சு. 'எரிந்து போன வீடு, முறிந்து போன உறவுகள், கலைந்து போனக் கனவுகள், சுமக்க முடியாத சோகங்கள், மீண்டும் ஒருமுறை மஞ்சு இறந்துபோனாள். இந்தச் சாவை சகித்துக்கொள்ள மஞ்சுவால்தான் முடியும். அவள் பிறப்பாள், இறப்பாள்; இறப்பாள், பிறப்பாள்; அவள் அப்படித்தான்', என்ற விவரணையுடன் படம் முடியும்!

இப்படியான காதல் எதுவுமே இல்லாத 'புனித' பிம்பம்தான் பொன்மகள் வந்தாள் வெண்பாவுடையதும். தனக்கு எதிரான பாலியல் வன்முறையை 15 ஆண்டுகளாக இன்னும் நினைவில் வைத்திருந்து துன்பத்தில் உழன்று கொண்டிருப்பவளாக வெண்பாவைப் படம் சித்தரிக்கிறது. இது இளம் பெண் ஒருவருக்கு நடக்கும் அநியாயம்! வாழ்வின் மிகச் சிறந்த இளம் பருவத்தில் சிறுவயதின் வடுவைச் சீழ்ப்பிடிக்க வைத்துக்கொண்டு சுற்றித்திரிவது பெரும் கொடுமை. இறந்து போன தாய்க்கு நீதி கேட்டுப் போராடும் வெண்பா, தனக்கான நீதியை யாரிடமிருந்து பெறப்போகிறார்?

வெண்பாவின் வலது புருவத்தில் பாலியல் துன்புறுத்தலின்போது ஏற்பட்ட தழும்பையும், சிறுவயதில் எப்போதோ அவளது அனுமதியின்றி நடந்த, அவளது கட்டுப்பாட்டிற்கு மீறிய பாலியல் வன்கொடுமையையும் ஆண்டுக்கணக்காகச் சுமந்து திரிவது,

வருந்திக் கொண்டிருப்பது ஓர் ஆளுமையாகக் காட்டப்படும் வெண்பா கதாபாத்திரத்துக்கு அழகா என்ன? 'அவள் அப்படித்தான்' மஞ்சுவாகவா வாழ்க்கை முழுக்க தனியே நின்றுகொண்டிருக்கப் போகிறாள்? அல்லது 'சில நேரங்களில் சில மனிதர்கள்' கங்காவாக அத்துமீறியவனையே நினைத்துக்கொண்டு வாழ்க்கையை வீணாக்கிக் கொள்ளப் போகிறாளா? 40 ஆண்டுகளாகத் தமிழ் சினிமா தன் 'புரட்சிகர' பெண் கதாபாத்திரத்தை இப்படியேதான் ஆராதித்துக் கொண்டிருக்கப் போகிறதா? பெண்களின் இயற்கை உணர்வுகளான காதல், காமம் இவைகள் மரத்துப்போன, உணர்வு ஊனமுற்றவர் களாகவேதான் இந்த மூன்று கதாநாயகிகளையும் தமிழ் சினிமா சித்தரிக்கிறது.

சிறுவயதில் நேரும் பாலியல் வன்கொடுமையை வாழ்க்கை முழுக்க மூட்டை கட்டி, முள்ளாக மனதில் சுமந்துகொண்டிருப்பதா பெண்மையின் அடையாளம்? பெண்மை என்றாலே மீண்டெழுதல் இல்லையா? சிறுவயதில் விபத்தொன்று நிகழ்ந்தால், நினைவடுக்குகளில் அது பற்றிய சிந்தனை எங்கோ மறைந்துதானே போயிருக்கும்? ஏதோ ஒரு விபத்தில் சிக்கிக்கொண்டால், நம்மைச் சுற்றியுள்ள குடும்பம் அதை எப்படிக் கையாள்கிறது? அதற்கான சிகிச்சை எடுக்கும்போது முழுக்குடும்பமும் நம்மை அருகிருந்து தாங்கிப் பிடித்துக்கொள்வதில்லையா? இந்தத் தெளிவு, பாலியல் வன்கொடுமைக்கு ஆளாகும் பெண் எனில் குடும்பங்களுக்கு இருக்கிறதா? விபத்து நடந்தால்கூட அதற்கான நீதியைத் தேடி குடும்பம் நீதிமன்ற வாசல் நாடுகிறது. ஆனால் குடும்பத்துக்குள்ளோ, வெளியிலோ சிறார் மேல் நிகழ்த்தப்படும் பாலியல் வன்கொடுமைகளுக்கு நீதி கிடைக்கப் போக்சோ சட்டம் இருந்தாலும், எத்தனை குடும்பங்கள் சட்டத்தின் உதவியை நாடுகின்றன?

'பொன்மகள் வந்தாள்' படத்தின் கதை சொல்லப்பட்ட விதத்திலும், படமாக்கப்பட்ட விதத்திலும் பல குறைகள் இருக்கின்றன. ஆனால் சிறார் மற்றும் பெண்களுக்கு எதிரான பாலியல் வன்கொடுமை, ஆணவக்கொலை போன்ற பிறர் தொடத் தயங்கும் களங்களைப் படம் சொல்வதற்காகப் படக்குழுவினரைப் பாராட்டியே ஆகவேண்டும்!

●

11

மதராஸில் பெண் கல்விக்கு உதவிய சிறு அணில் – இசபெல் பிராண்டர்

பெண் கல்வி என்பது கடந்த நூற்றாண்டு நமக்குத் தந்த பெரும் பரிசு. பெண்கள் படிக்கத் தொடங்கிவிட்டால் வீடுகளை 'கவனிக்க' யாரும் இருக்கப்போவதில்லை என்ற ஆணாதிக்க மனநிலை இந்தியாவில் பல நூற்றாண்டுகளாக விஷம் போலப் பரவியிருந்தது. இந்தச் சூழலில்தான் மிஷனரிகள் இந்தியாவுக்கு வரத்தொடங்கினார்கள். திண்ணைப் பள்ளிகளில் ஆண் குழந்தைகளும், வீடுகளிலேயே பெண் குழந்தைகளும் தொடக்கக் கல்வி என்ற இந்திய வழிக் கல்வி கற்ற காலம் அது. 1711ஆம் ஆண்டு தமிழகத்தில் கால் பதித்த சீகன்பால்கு இங்கு நிலவிய பெண்ணடிமையைக் கண்டு மனம் வெதும்பி, பெண்களுக்கான முதல் பள்ளியைத் தரங்கம்பாடியில் நிறுவினார். அதையடுத்தே ஆங்கிலேயர் அனாதைகளாக விடப்பட்ட தங்கள் பெண் குழந்தைகள் கல்விக்கெனவும், போர் வீரர்களின் மகன்களுக்கெனவும் 1715ஆம் ஆண்டு ஜார்ஜ் கோட்டைக்குள் முதல் பள்ளியைத் தொடங்கினார்கள்.

ஆண்களுக்கு ஆங்கிலம் பேச, எழுதவும், கணக்கும், பெண்களுக்கு வாசிப்பும், வீட்டு நிர்வாகமும் இந்தப் பள்ளியில் சொல்லித் தரப்பட்டன. 1813ஆம் ஆண்டு மிஷனரிகள் குடும்பம் குடும்பமாகத் தமிழகத் துறைமுகங்களில் வந்திறங்கினர். விளைவு: மிஷனரி

மனைவிகள் நடத்திய எக்கச்சக்கமான பள்ளிகள். இந்தப் பள்ளிகளில் வேதாகமம் படிப்பது கட்டாயமாக்கப்பட்டிருந்தது. தலைமுறை தலைமுறையாகச் சைவமும் வைணவமும் கடைப்பிடித்த மக்கள் குழப்பத்துக்குள்ளானார்கள்.

உதாரணத்துக்கு நாகர்கோவில் பகுதியில் முதல் பெண்களுக்கான பள்ளியைத் தொடங்கி நடத்திய மிசஸ் மால்ட் என்ற மிஷனரி மனைவி, தன்னிடம் வந்து சேரும் பெண் குழந்தை ஒன்றுக்கு ஓர் அணா கமிஷனாக, அக்குழந்தையைக் கொண்டு வந்து சேர்ப்பவர்களுக்கு வழங்கினார். பள்ளிக்கு வந்த பெண்கள் தையல், பூப்பின்னல் கற்றுக்கொண்டனர். ஆனால் அதற்கு முன் புதிய வேதாகமத்தை அவர்கள் மனப்பாடம் செய்வது கட்டாயமாக்கப்பட்டது. வேதாகமம் பற்றிய அறிவின்றி அவர்களுக்குக் கல்வி தரப்படவில்லை. 'குப்பாயம்' என்ற மேல்சட்டை இந்தப் பெண்களுக்கு அளிக்கப்பட்டதே பெரும் விடுதலையாக எண்ணி மால்ட் அம்மையாரிடம் வந்து சேர்ந்தார்கள் மேலாடை அணிய அனுமதி மறுக்கப்பட்ட திருவிதாங்கூர் சமஸ்தானத்துப் பெண்கள்! இவர்கள் தைத்த திருவிதாங்கூர் லேஸ் இங்கிலாந்தில் பேல் கணக்கில் விற்பனையானது; உழைப்புக்கேற்ற ஊதியமும் இவர்களுக்குக் கிடைத்தது.

மிஷனரிகள் கணிதம், வாசிப்பு, எழுத்து, சுயதொழில் செய்ய ஏதுவாக பூத்தையல், லேஸ் வேலைப்பாடு என்று கற்றுத்தந்தாலும், மதம் மாற மனமற்ற குடும்பங்களைச் சேர்ந்த பெண்களுக்குக் கல்வியறிவு சென்று சேரவில்லை. 1822ஆம் ஆண்டு இது குறித்து எழுதும் மன்றோ துரை, பிராமணர் மற்றும் வணிகர் போன்ற உயர்சாதிகளைத் தவிர பிற சாதியினருக்குப் பெண் கல்வி என்பது எட்டாக்கனியாக இருக்கிறது என்று கவலை தெரிவிக்கிறார். 1854ஆம் ஆண்டு சார்லஸ் வுட் தன் 'வுட்ஸ் டெஸ்பாச்' என்னும் அறிக்கையை மாகாண அரசுக்கு அளிக்கிறார். அதில் மதராஸ் மாகாணத்தில் 256 பெண்கள் பள்ளிகள் இருக்கின்றன என்றும் அதில் 8000 பெண்கள் படிக்கிறார்கள் என்றும் கணக்கு தருகிறார். அதன் பின் வந்த 'ஸ்டான்லி டெஸ்பாட்ச்' பெண்கள் பள்ளிகளின் போதாமையைச் சுட்டுகிறது. 1868ஆம் ஆண்டுதான் மாகாணத்தின் ஒவ்வொரு ஊரிலும் ஒரு பெண்கள் பள்ளியை அரசே தொடங்கும் என்று முடிவானது. 1870ஆம் ஆண்டு மகளிர் பயிற்சிக் கல்லூரிகள் தொடங்கப்பட்டன.

இந்தச் சூழலில் பெண்களுக்கான தனிப் பள்ளிகளும், அரசுப் பள்ளிகளும், பயிற்சிக் கல்லூரிகளும் பரபரப்பாக இயங்கிக் கொண்டிருக்க, அவற்றின் பணியைச் சுற்றி வந்து நிர்வகிக்கச்

சரியான பதவியும், ஆளுமையும் ஆங்கிலேய அரசுக்குத் தேவைப்பட்டது. 1881ஆம் ஆண்டு நேரடியாகப் பெண் கல்வியில் அரசு தன் முழு ஆதிக்கத்தைச் செலுத்தியது. மாகாண பயிற்சிப் பள்ளியில் முதல்வராக இருந்த இசபெல் பிராண்டர் என்ற பெண்மணியை நாட்டின் முதல் 'பெண்கள் பள்ளிகளின் இன்ஸ்பெக்டிரஸ்' என்ற பதவியை உருவாக்கி அமர்த்தியது.

'கிண்டர்கார்டன்'. இந்த சொல்லை நாம் அனைவரும் கேட்டிருப்போம். அதிகம் உச்சரித்தும் இருப்போம். விளையாட்டு மற்றும் செயல் வழிக் கல்வியைச் சிறு வயது முதலே குழந்தைகளுக்கு, குறிப்பாகப் பெண் குழந்தைகளுக்கு வழங்குவதுதான் இந்தக் கல்விமுறையின் நோக்கமாக இருந்தது. இதை வடிவமைத்த ஃப்ரீட்ரிக் ஃப்ரோபல் குழந்தைகளுக்கு 3ஆர்கள் மிக முக்கியமானது என்று கருதினார். வாசிப்பு, எழுத்து மற்றும் கணிதம் ஆகியவையே மூன்று ஆர்கள். இந்த மூன்றையும் சரிவரச் செய்யும் குழந்தைகளுக்குக் கம்பளியில் செய்யப்பட்ட பந்துகள், கூம்புகள், கன சதுரங்கள் போன்றவை 'ஃப்ரோபல் பரிசுகள்' என்று அளிக்கப்பட்டன. வீடுகளில் உள்ள 3-6 வயதான இளம் பருவப் பிள்ளைகள் படிக்க ஏதுவாக இருந்தது இந்த ஃப்ரோபல் முறை. இந்த முறைப்படிதான் இன்று வளர்ந்து உலகின் அனைத்து நாடுகளிலும் உள்ள சிறு குழந்தைகள் 'லோயர் கே.ஜி', 'அப்பர் கே.ஜி' என்று இரண்டு ஆண்டுகள் பள்ளி முதல் வகுப்பு தொடங்குவதற்கு முன் கற்றுத் தேர்கின்றனர்.

இந்த கிண்டர்கார்டன் முறையைப் பற்றி இந்தியா வந்து தன் தொடர் பயணங்கள் மற்றும் மக்கள் சந்திப்புகளில் கேட்டும், பல நாட்டுக் கல்விமுறைகளை அலசி ஆராய்ந்தும் கற்றுக்கொண்டார் இசபெல். ஸ்காட்லாந்து நாட்டைச் சேர்ந்த இசபெல் சிறு வயதிலேயே தாயையும், வளர் பருவத்தில் தந்தையையும் இழந்தவர். ஆனால் கல்வி இசபெல்லைக் கைவிடவில்லை. லண்டனில் ஆசிரியர் பயிற்சி பெற்றுச் சிறப்பாகப் பணியாற்றிய இசபெல்லை 1869ஆம் ஆண்டு இந்தியாவுக்கு அனுப்பத் தலைமைச் செயலர் முடிவெடுத்தார். மிஷனரிகள் கையிலிருந்த கல்வியைப் பிறருக்கும் சமமாக, அனைவருக்குமானதாக மாற்ற வேண்டிய கட்டாயம் இருந்ததால், பெரிதாக மதச்சார்பற்ற ஆளுமையே மதராஸ் மாகாணத்துக்கு தேவையாய் இருந்தது.

அவ்விடத்தைக் கச்சிதமாக நிரப்பினார் 22 வயதான இசபெல் பிராண்டர். மதராஸின் சாதாரண அரசுப் பெண்கள் பள்ளியில் தலைமை ஆசிரியராக 1870ஆம் ஆண்டு வந்து சேர்ந்தார் இசபெல்.

இந்தியச் சூழலில் பெண் கல்வி எப்படி தடுமாறி இருக்கிறது, அதைச் சரி செய்ய என்ன முன்னெடுப்புகள் செய்வது என்று களத்திலிருந்து அலசி ஆராய்ந்து மாற்றங்களை மெதுவே புகுத்தினார். அவரது திறமைக்கும் உழைப்புக்கும் பரிசாக 1881ஆம் ஆண்டு இன்ஸ்பெக்டிரஸ் பதவி வந்து சேர்ந்தது. இதற்கிடையே மணமாகி, கணவரும் இறந்துவிட, விதவையான இசபெல் கல்விப்பணியில் இன்னும் தீவிரம் காட்டினார். தன்னுடன் பணியாற்றப் பெண் அலுவலக உதவியாளர் வேண்டும்; மாகாணத்தின் மூலை முடுக்கெல்லாம் பயணம் செய்ய மாட்டு வண்டிகள் வசதி வேண்டும் என்று கேட்டுப்பெற்றார். பல இரவுகள் அந்த மாட்டு வண்டிகளிலேயே தனியாகத் தூங்கிக் கழித்திருக்கிறார். மதராஸில் பணி தொடங்கிய பின்தான் ஃப்ரொபல் பற்றிய அறிமுகமும், அவரது கிண்டர்கார்டன் முறை பற்றிய தெளிவும் இசபெல்லுக்குக் கிடைத்தது.

இசபெல் பிராண்டர்

மாகாணத்தின் பள்ளி ஆசிரியைகளுக்குக் கிண்டர்கார்டன் கல்விமுறையில் சிறு சிறு மாற்றங்கள் செய்து அறிமுகம் செய்தார் இசபெல். தமிழ் அருமையாகப் பேசவும் எழுதவும் கற்றுக்கொண்ட இசபெல், கிண்டர்கார்டன் முறையில் கற்பிப்பது எப்படி என்று தமிழிலும் ஆங்கிலத்திலும் நூல்கள் எழுதினார். ஆசிரியைகளுக்குப் புரியும் வண்ணம் 'மேஜிக் லான்டேர்ன்' சிலைடு ஷோக்கள் (சினிமாவுக்கு முந்தைய படச்சுருள்கள்) நடத்தி விளக்கினார். இதற்கிடையே இந்தியப் பெண்களுக்குக் கல்வி கிடைக்க வேண்டும் என்ற போர் முழக்கத்துடன் இங்கிலாந்தின் பிரிஸ்டல் நகரில் 1870ஆம் ஆண்டு மேரி கார்பென்டர் என்ற பெண்மணியால் தொடங்கப்பட்ட அமைப்பு தேசிய இந்திய அசோசியேஷன் (என்.ஐ.ஏ). இந்த அமைப்பு இந்தியாவில் மகளிர் கல்வி நிலை குறித்தும் இங்குள்ள சிக்கல்கள் குறித்தும் தொடர்ந்து அதன் என்.ஐ.ஏ. ஜர்னல் என்ற இதழ் மூலம் எழுதி வந்தது. அதன் மதராஸ் மாகாணச் செயலாளராகவும் பணியாற்றினார்.

மனப்பாடம் செய்து படிக்கும் வழக்கத்தை இந்தியர்களிடம் மாற்றவேண்டும் என்ற கருத்து கொண்டவர் இசபெல். அதேபோல்

பெண்களுக்குத் தொழிற்கல்வி அளிக்கவேண்டியதன் கட்டாயத்தையும் அரசுக்குத் தொடர்ந்து வலியுறுத்தி வந்தார். 1882ஆம் ஆண்டு இந்தியாவின் கல்வி நிலை பற்றி ஆராய வந்த ஹன்டர் கமிஷன் முன் தோன்றி தன் அனுபவங்களைப் பகிர்ந்த இசபெல், இந்தியாவின் உள்கட்டமைப்பைப் பலப்படுத்த வேண்டிய அவசியத்தை எடுத்துச் சொன்னார். 'கவர்னர் வண்டி செல்லும் பாதையைத் தேர்ந்தெடுத்து அடுத்த சில நாள்களில் என் பயணங்கள் இருக்குமாறு பார்த்துக் கொள்வேன். காரணம் அப்போதுதான் சாலைகள் பயணம் செய்யக்கூடிய வகையில் செப்பனிடப் பட்டிருக்கும். இந்த அமைப்புகளின்றி இங்கே கல்வியை மட்டும் கொண்டு சேர்க்க இயலாது', என்று கூறினார்.

தனிநபர் சுத்தம் மற்றும் வீடு, சுற்றுச்சூழலைச் சுத்தமாகச் சுகாதாரமாக வைத்துக் கொள்வது பற்றியும் தொடர்ச்சியாக எழுதியும் பேசியும் வந்தார் இசபெல். தேங்கி இருக்கும் குட்டை நீரில்தான் கொசுக்கள் வசிக்கும் என்பதால் வீடுகளின் அருகேயுள்ள குட்டைகளில் மண்ணெண்ணெய் ஊற்றுவது முதல், நோயுற்ற காலங்களில் கடை பிடிக்க வேண்டிய சுகாதாரம் பற்றியும் விளக்கிவந்தார். தன் கல்விப்பணி என்ற குறுகிய வட்டத்துக்குள் சிக்கிக் கொள்ளாமல் பொதுமக்களிடம் சகஜமாகப் பல அன்றாடப் பிரச்னைகள் பற்றி விவாதித்து, அவற்றுக்குத் தீர்வுகளும் கண்டு சொன்னார். ஆசிரியர் அமைப்புகளை உருவாக்கினார்; அரசுடன் இணைந்து தொடர்ந்து படிக்க முடியாமல் வீடுகளில் முடங்கிப் போன பெண்களுக்கான 'வீட்டுக் கல்வி' திட்டத்தை முன்னெடுத்தார்.

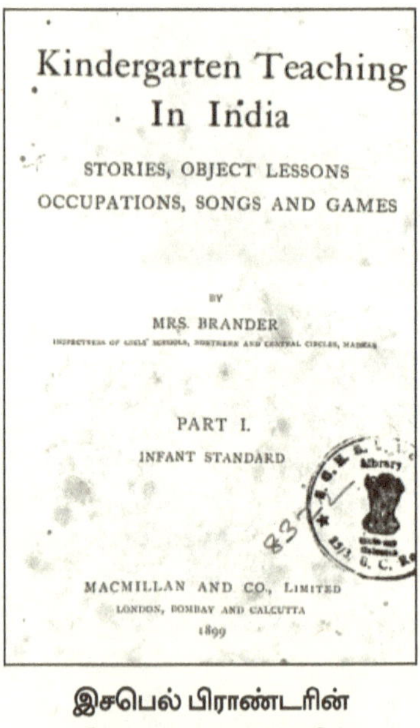
Kindergarten Teaching In India

STORIES, OBJECT LESSONS OCCUPATIONS, SONGS AND GAMES

BY

MRS. BRANDER

PART I.

INFANT STANDARD

MACMILLAN AND CO., LIMITED

LONDON, BOMBAY AND CALCUTTA

1899

இசபெல் பிராண்டரின் 'கிண்டர்காடன் டீச்சிங் இன் இந்தியா' நூல்

ஃப்ரொபலின் கம்பளிப் பரிசுகளை மதராஸ் மாகாணத்தில் பயன்படுத்த இயலாது என்பதால், கொண்டைக் கடலை, பட்டாணி போன்ற பொருள்களைக் கணிதம் பயிலவும், காகிதம் மடித்துக் கணிதம் பயில வசதி இல்லாத மாணவர்களுக்குப் பனை ஓலை மற்றும் வாழை இலையை மடித்துக் கோணங்கள்

சொல்லித் தரும் முறையை அறிமுகம் செய்தார். 1899ஆம் ஆண்டு 'கிண்டர்காடன் டீச்சிங் இன் இந்தியா' என்ற நூலை எழுதினார். கிறிஸ்துமஸ் கேரல்ஸை ஐரோப்பியக் குழந்தைகள் பாடி கிறிஸ்துமஸ் கொண்டாடுவதுபோலப் பொங்கல் போன்ற தமிழர் பண்டிகைகளையும் செயல் வழி கற்றல் மூலம் சொல்லித் தந்தார். இந்தியாவில் உள்ள விலங்குகள், வேளாண்மை, பறவைகள், செடி கொடிகள் கொண்டே பாடங்கள் நடத்தப்படவேண்டும் என்றும் வலியுறுத்தினார்.

அவரது ஆசிரியையான சூசன் ராஜகோபால் மூலம் தமிழில் பாடல்கள், கதைகள் என்று கிண்டர்கார்டன் பாடங்களை உருவாக்கினார். அணிலின் முதுகில் ராமன் கோடு போட்டதாக நாம் சிறு வயதில் படித்த பாடல் அவ்வாறு உருவானது தான்! இந்து சமூக மாற்றத்துக்கான அமைப்பு, ஆசிரியர் கூட்டமைப்பு போன்ற அமைப்புகள் மூலமும் பெண் கல்விக்கான களப்பணி இசபெல் வழிகாட்டுதலில் நடந்தது. இது போக வெளியே செல்ல முடியாத இஸ்லாமிய கோஷா பெண்களுக்காகவும் தொடர் கல்வி குறித்த உரைகளைத் தன் வீட்டிலேயே நடத்தினார். இது போக ஹொபார்ட் பள்ளியில் நூலகம் பயன்படுத்திப் படித்த நூல்கள் பற்றி விளக்கும் பெண்களுக்குப் பரிசுகள்; சிறந்த பாடங்களை வடிவமைக்கும் பெண்களுக்குப் பத்து ரூபாய், 20 ரூபாய் பரிசுகள் என்று புதிதுப் புதிதாகப் பெண்களைக் கல்விக்குள் இழுக்கப் பல முயற்சிகள் செய்தார்.

1903ஆம் ஆண்டு அதிகாரப் பூர்வமாக இங்கிருந்து அமெரிக்காவுக்கு இசபெல்லை அனுப்பப் பணியிடமாற்ற உத்தரவிடப்பட்டது. அவ்வப்போது அதன் பின்னும் இங்கு வந்து சென்றுள்ளார் இசபெல். இந்தியாவில் பிறக்கவில்லை என்றாலும் இந்தியாவின் மகள்களில் தலையாய பெண்களுள் ஒருவர் இசபெல். கிட்டத்தட்ட 33 ஆண்டுகள் மதராஸ் மாகாணத்தில் பெண் கல்விக்காகக் கடுமையாக உழைத்து இன்றும் நாம் கே.ஜி. வகுப்புகள் படிக்க வழி செய்தவர். அடுத்த முறை அணில் முதுகில் கோடுகள் வந்த கதையை உங்கள் வீட்டுக் குழந்தைகள் பாடக் கேட்டால், தமிழகத்தில் பெண் கல்விக்குச் சிறு அணிலாக உழைத்த இசபெல் பெயர் உங்களுக்கு ஞாபகம் வரும் தானே?

•

12

நான் ஈ.வெ.ரா. மணியம்மை

அப்படித்தான் என்னைக் கையெழுத்திட வேண்டும் என்று அறிவுறுத்தியிருந்தார் ஐயா. காந்திமதி கனகசபையாகிய நான், 'கே. அரசியல் மணி'யாக உருப்பெற்றதும், 'ஈ.வெ.ரா. மணியம்மை'யாக மாறியதும் ஐயாவால்தான்; திராவிட இயக்கம் மேலிருந்த என் தீராக்காதலால்தான். நான் பிறந்து வளர்ந்த காலம் விடுதலை வேட்கை நாடெங்கும் தீயாய்ப் பரவிக் கொழுந்துவிட்டு எரிந்துகொண்டிருந்த காலம்; சுய மரியாதை வேள்வியில் கனவுகளைத் திராவிடர்கள் தணலிலிட்டுப் பொசுக்கிக் கொண்டிருந்த காலம். எளிமையும், தாராள இயல்பும், பகுத்தறிவும் போட்டி போட்டு நிறைந்து வழிந்த குடும்பத்தின் மகவாகப் பிறந்து வளர்ந்தேன்.

அனல் பறக்கும் வேலூர்க் கோடைகளில் என் வாசிப்பும், அப்பாவின் நண்பர்கள் வருகையுமே என்னுள் பசுமையை வருடிச்சென்றன. ஒரு பெண்ணின் வாழ்க்கையைப் புரட்டிப்போட ஒற்றைக் கடிதம் போதும் என்பதை நீங்கள் அறிவீர்களா? சுயமரியாதை இயக்கத்தில் ஊறித்திளைத்த என் தந்தைக்கு 'எல்லோரும் என் உடல் நலனைக் கவனிக்கச் சொல்கிறீர்கள், ஆனால் அருகிலிருந்து கவனிக்கத்தான் யாருமில்லை', என்ற ஐயாவின் கடித வரிகள் நெஞ்சுக்குள் தைத்த நெரிஞ்சியாகவே இருந்திருக்கிறது. அந்த நெரிஞ்சியில் பூத்த சிறு மஞ்சள் மலராய் எனக்குள் ஐயாவின் மீதும், அவர் கொள்கையின் மீதும் சிறு பற்றுதல் பூத்துக் குலுங்கியபடிதான் இருந்தது.

தந்தை பெரியாருடன் மணியம்மை

சிறு வயதில் பாவாடைக் காற்றில் அசைய, கருவிழிகளை உருட்டியபடி ஐயாவின் பேச்சை வீட்டுத் தாழ்வாரத்தில் அமர்ந்து கேட்டுக் கொண்டிருந்த அந்திப் பொழுதுகளில் அவர் பால் எனக்கே உரித்தான பெருமதிப்பும் பேரன்பும் வேர் விட்டிருந்தது. 'என் மகள் உங்களுக்கு உதவியாக அமைவார்', என்று என் தலை வருடி அப்பா ஐயாவிடம் சொன்னபோது மனைவியை இழந்து உழன்று கொண்டிருந்த இயக்கப் போராளிக்கு என்னால் இயன்ற ஆதரவை அப்படியேனும் தந்துவிடவேண்டும் என்ற வேட்கை என்னுள் கனன்றது. இதை ஐயாவிடம் சொல்லும் முன் மகளே உன் விருப்பு என்ன என்று என்னை என் தந்தை கேட்டாருமில்லை; என்னால் என்ன உதவி ஆகவேண்டும் என்று ஐயாவும் சொன்னாரில்லை. இரண்டு ஆண்கள் என்னைக் குறித்துப் பேசிக்கொண்டிருக்க, சுய மரியாதை இயக்கத்துக்கு என்னால் என்ன செய்ய முடியும் என்பதையே நான் சிந்தித்துக் கொண்டிருந்தேன்.

சிறு வயது முதலே ரௌத்திரம் பழகியும் அரசியல் பேசியும் வந்துள்ளேன். காந்திமதியாகிய என்னை 'அரசியல் மணி'யாக்கி அழகு பார்த்தவர் எங்கள் வீட்டருகில் வசித்த அண்ணல் தங்கோ. அரசியல் மணியை 'மணியம்மை' ஆக்கி அழகு செய்தவர் ஐயா. அப்பாவுக்குப் பணிவிடைகள் செய்திருந்த எனக்கு ஐயாவுக்குப் பணிவிடை செய்ய வாய்ப்பு கிடைத்ததைச் சுயமரியாதை இயக்கத்திற்கு நான் செய்த பணிவிடையாகத்தான் பார்த்தேன்.

63 வயதில் தள்ளாடிக் கொண்டிருந்த ஐயாவைப் பேணிப் பாதுகாப்பதை என் கடமையாகவே உணர்ந்திருந்தேன். அவரது உணவு, தூக்கம், எழுத்து, பேச்சு என்று எல்லாவற்றிலும் என் கவனத்தை வைத்திருந்தேன். அது தவிர நீ என்னதான் செய்து கொண்டிருந்தாய் என்று இந்த உலகத்தின் ஆள்காட்டி விரல்கள் இன்று என்னை நோக்கி நீண்டு கொண்டிருக்கின்றன.

1943ஆம் ஆண்டு நான் ஐயாவை வந்தடையும் முன்னர் குடியரசு இதழில் எழுதியதை நீங்கள் படித்தீர்களா? ‘இயக்கத்துக்கு வேலை செய்ய சில பெண்கள் வேண்டுமென்றும் அதிக ஆசைப்படுகிறார். அப்பெண்களுக்கு ஜீவனத்துக்கு ஏதாவது வழிசெய்துவிட்டுப் போகவும் இஷ்டப்படுகிறார்... இன்னும் சில பெண்கள் முன்வரவேண்டும். அவர்கள் பாமர மக்களால் கருதப்படும் மானம், ஈனம், ஊரார் பழிப்பு யாவற்றையும் துறந்த நல்ல கல்லைப்போன்ற உறுதியான மனதுடைய நாளைய வாரிசுகளாய் இருக்க வேண்டும்'. நாளைய வாரிசுகள் என்று நான் குறிப்பிட்டது ஐயாவின் சொத்துக்கா, அல்லது இயக்கத்துக்கா என்ற தெளிவற்றவர்களே என் மேல் பின்னாளில் முதல் கல்லை எறிந்தார்கள். 1943இல் அப்பா இறந்ததும் நான் அடைந்த கூடு சுயமரியாதை இயக்கம்.

விடுதலை ஏட்டின் ஆசிரியர், திராவிடர் கழகத்தின் மாநில நிர்வாகக்குழு உறுப்பினர் என்று தொடர் பணிகள். இதில் 1948ஆம் ஆண்டு சட்டத்துக்குப் புறம்பான நிர்வாகக்குழு உறுப்பினர் கூட்டத்தில் கலந்து கொண்டோம் என்று கைது செய்யப்பட்டோம். ஆறு நாள் சிறைவாசம் ஆறு ஆண்டுகளாகக் கழிந்தது. என் கவலை எல்லாம் 70 வயதைத் தாண்டிய ஐயா எப்படிச் சிறையில் உழல்கிறாரோ என்பதாகவே இருந்தது. நீதிமன்றமோ காவல் நிலையமோ அதுவரை அறிந்திருக்கவில்லை. இதை விட மோசமான அனுபவம் குடந்தையில் இந்தி எதிர்ப்புப் போராட்டத்தை 144 தடையுத்தரவை மீறி ஐயாவின் வழிகாட்டுதலில் முன்னெடுத்த போது நேர்ந்தது.

அங்குதான் நீதிமன்றத்தில் அழுத்திச் சொன்னேன் - ‘எனக்கு எந்த மதமும் கிடையாது; நான் திராவிட சாதி. எங்கள் மொழி காக்கும் உரிமைக்கு அமைதியாய்ப் போரிடுவது என் கடமை, மொழிப்பற்றை மறப்பது நாட்டிற்குச் செய்யும் துரோகம்'. இரண்டு மாதங்கள் கடுங்காவல் தண்டனை என்று நீதிபதி அறிவித்தபோது சிரம் உயர்த்தி, நெஞ்சு நிமிர்த்தி திராவிடப் பெண்ணாய்த்தான் சிறை சென்றேன். அதற்கு ஐயா தந்த பரிசு மிகப்பெரியது. என்னை வரவேற்க வேலூர் சிறை வாயிலில் காத்திருந்தார். தொண்டர் கைதாகி விடுதலை ஆகும்

போது சிறை வாசலில் நின்று வரவேற்ற தலைவர் ஐயாவைத் தவிர வேறு யார் இருந்துவிடமுடியும்?

32 வயது வரை திருமணம் என்ற எண்ணம் எனக்குள் வரவேயில்லை. எனக்குத்தான் ஏற்கெனவே இயக்கத்துடன் திருமணம் ஆகியிருந்ததே? என் உடல், உள்ளம் முழுமையும் இயக்கம் மட்டுமே வியாபித்திருந்தது. என்னை மணம் செய்துகொள்வதாக ஐயா முடிவெடுத்துக் கேட்ட நொடியே தாமதிக்காமல் ஆம் என்று என்னைச் சொல்லவைத்தது இயக்கத்தின் மீதான என் காதலும், ஐயாவின் மீதான அளப்பரிய காதலுக்கும் பக்திக்கும் இடையேயான ஏதோவொரு அன்பும் தான். காதலை இன்னதென உணர இயலா சிறுமியல்ல நான். என் வாழ்க்கை எப்படிச் செல்லவேண்டும் என்று சிந்தித்து முடிவெடுக்கும் தெளிவு எனக்கு நிறையவே இருந்தது.

‘என்னைப் பற்றி ஓர் ஏற்பாடு செய்துகொண்டிருக்கிறேன், நம்பிக்கையான ஒருவர் எனக்குக் கிடைக்கவில்லை என்றால் அதற்கு யாரும் கோபித்துக்கொள்ளக்கூடாது; எனக்கும் என் பொருளுக்கும் சட்டப்படியான ஒரு வாரிசு ஏற்படுத்திக் கொள்ளவேண்டியது அவசியம். என் பிரஸ்தாப திருமணம் என்பது சட்டப்படிக்கான பெயரே ஒழியக் காரியப்படி எனக்கு வாரிசுதான்’, என்று விடுதலையில் ஐயா எழுதியதைப் பலரும் விரும்பவில்லை; புரிந்து கொள்ளவும் இல்லை. நானோ என்னை இயக்கத்துக்கும் ஐயாவுக்குமாய் ஒப்புக்கொடுத்திருந்தேன். விவரம் அறியா சிறுபிள்ளைப் பருவம் முதலே திராவிட இயக்கமன்றி வேறெந்த லௌகீக ஆசைகளும் எனக்குள் இல்லை என்பதை எங்கு வேண்டுமானாலும் இன்றும் துணிவுடன் சொல்வேன்! 70 வயது மதிக்கத்தக்க முதியவர் 32 வயதுப் பெண்மணியை மணக்கிறாரே என்று தூற்றிய ஊருக்கு மத்தியில்தான் இன்னும் 30 ஆண்டுகாலம் தலைநிமிர்ந்து வாழ்ந்தோம், இன்னும் நெஞ்சுரம் வளர்த்தேன்.

மணியம்மை ஈ.வெ.ரா. மணியம்மையாக பெயர் மாற்றம் மட்டுமே பெற்றாள்; அவளது கடமையும் பொறுப்பும் வழக்கம் போலவே தொடர்ந்தது என்பதை நீங்கள் அறிந்துகொள்ளவேண்டும். எப்போதோ எனக்கு ஐயா தந்த வெள்ளிச் சங்கிலி மட்டுமே என் கழுத்தில் இருந்த சொத்து; அதுவும், அணிய இரண்டு கருப்புச் சேலைகளும்தான் நான் ஆசித்த ‘பொருள்கள்’. என் கடன் பணி செய்து கிடப்பதே என்பதில் தெளிவாகவே இருந்தேன். சாதி ஒழிப்புக் கிளர்ச்சியில் ஈடுபட்டு மூன்று வாரக் கடுங்காவல் தண்டனை பெற்றேன். ஐயாவோ ஆறு மாதம் சிறையில் வாடினார். மீண்டும்

விடுதலையில் வெளியான மொழி எதிர்ப்புக் கட்டுரைக்கு இரண்டு வாரம் சிறைத் தண்டனை என்று தொய்ந்து கிடந்தேன்.

ஐயா சிறையிலிருந்தபோது சாதி ஒழிப்பு சமரில் சிறையில் இறந்துபட்ட இயக்கத் தோழர்களின் சடலங்களைக் காவல்துறை தர மறுக்க, முதல்வர் காமராசரைச் சந்தித்துத் தகுந்த ஆணை பெற்று உடல்களை மீட்டு குடும்பத்தினரிடம் ஒப்புவித்தேன். சமர் தொடர வேண்டும்; அதைத் துணிவுடன் எதிர்கொள்ளவே வேண்டும் என்று உறுதிமொழி எடுத்துக்கொண்டேன். உயிரையே ஈந்த தோழர்களுக் காகவேனும் இன்னும் தீவிரமாகப் போராட்டத்தை முன்னெடுத்தேன்.

எனக்கு இனப்பற்று இருந்ததே ஒழிய இனவெறி இல்லை. பம்பாய் நகரில் சிவசேனை 70களில் நடத்திய தமிழருக்கு எதிரான தாக்குதல்களைக் கண்டித்து திருச்சியில் ஐயா தலைமையில் சிவசேனை எதிர்ப்பு மாநாடு கூடியது. சிவசேனை எதிர்ப்புக் குழுவில் என் பெயர் முதலில் எழுதப்பட்டபோது எனக்குள்ளிருந்த தமிழ் மொழிப்பற்று கண்ணோரக் கண்ணீர்த் துளிகளாக வெளிப்பட்டது. 1973ஆம் ஆண்டு என் வாழ்வின் ஒளியை நான் இழந்தேன். எப்படியும் நூற்றாண்டைத் தொட வைத்துவிடவேண்டும் என்ற வேட்கையுடன் ஐயாவைப் பேணிப் பாதுகாத்து வந்தேன். என் ஆசை எல்லாம் மண்ணாய்ப் போனது. கண்களைத் துடைத்துக் கொண்டேன். கண்ணீர் சிந்தவும் கதறவும் ஐயா என்னைத் தேர்ந்தெடுக்கவில்லை. இயக்கத்தைத் தனக்குப் பின் கட்டிக்காத்து வழிநடத்துவாள் என்ற நம்பிக்கையில் தானே இத்தனை அவமானங்களைத் தாங்கினார்?

அண்ணா, குத்தூசி குருசாமி, வேதாசலம் என்று ஒவ்வொருவராக இயக்கத்தை விட்டுப் பிரிந்து செல்ல, இயக்கம் என்னை இறுக்கப் பற்றிக்கொண்டது. மீண்டும் சொத்திற்காக இயக்கத்தில் இருக்கிறார் என்ற அவப்பெயர் ஏற்படவேண்டாமே என்றே பெரியார் மணியம்மை கல்வி அறக்கட்டளையை உருவாக்கினேன். கொண்டு வந்தது எதுவுமில்லை, கொண்டு செல்லப்போவது எதுவுமில்லை என்பதை என்னை விட யார் உணர்வார்? எமர்ஜென்சி காலத்தில் தாக்குப்பிடித்து இயக்கத்தைக் கொண்டுசெலுத்துவது பெரும் சவால்தான் என்றாலும், 1974 டிசம்பர் 25 அன்று எனக்கான ஐயாவின் ஆணையை நிறைவேற்றினேன். இராவண லீலா, பெரியார் திடலில் பெரும் கிளர்ச்சியாக நடைபெற்றது. மீண்டும் கைதானேன். விடுதலை ஆனேன்.

கல்லூரிகள், பள்ளிகள், பெரியார் மாளிகை, திடல் என்று ஐயாவின் ஆசைகள் அத்தனையும் நிறைவேற்றியாகிவிட்டது என்ற

நிம்மதியுடன்தான் கண் மூடினேன். இன்றும் நீங்கள் என்னையும், என் முடிவுகளையும், ஐயாவின் முடிவுகளையும் அலசி ஆராய்கிறீர்கள். எனக்கென தனிப்பட்ட கருத்து எதையும் நான் எப்போதும் கொண்டிருக்கவில்லை என்பதே உண்மை. ஐயாவின் கருத்தே என்னுடையது; அவரது விருப்பமே என் விருப்பம். அவரது ஆசையே எனக்கான கட்டளை.

திராவிட இயக்கத்துக்கே என்னை முழுக்க நான் ஒப்புக்கொடுத்ததை நீங்கள் அறிந்திருக்க வாய்ப்பில்லை. மீண்டும் மீண்டுமாய் சிறு பெண்ணைக் கிழவன் திருமணம் செய்து கொண்டான் என்று குற்றம் சாட்டப்படும்போது சிரித்துக் கொள்கிறேன். இப்போதும் எனக்கு அது குறித்துச் சொல்லக் கருத்து ஒன்றும் இல்லை! ஒன்றே ஒன்றைச் சொல்லிக்கொள்ள விரும்புகிறேன்- இந்த இயக்கம், இந்த கோட்பாடு, இந்தக் கருத்தியல் நம் போன்றோரின் ரத்தமும், வியர்வையும், உழைப்பும் உண்டே பிரம்மாண்டமாய் நிற்கிறது. இன்று அதன் கனிகளைப் பறித்து உண்பவர்கள் அனைவரும் எங்கள் பிள்ளைகள்தான்.

மரம் இவனுக்குத்தான் தரவேண்டும் என்று நிழலைக் கட்டுப்படுத்துவதில்லை. அது போலவேதான் திராவிட இயக்கமும். பிரிந்தாலும், மீண்டாலும் இந்தக் கருத்தியல் தரும் நிழல் அனைவருக்குமானது; பொதுவானது. இங்கு யார் வேண்டுமானாலும் இளைப்பாறலாம், கூடடையலாம். பறக்கும் பறவைகள் முதல் புழுப் பூச்சிகள் வரை அனைவருக்குமானது இந்த திராவிட ஆலமரம். அதன் பக்கவாட்டு விழுதாக மரத்தைத் தாங்கிப்பிடித்தபடி எங்கோ நான் இன்னும் இருக்கிறேன். உங்களுள் ஒருத்தியாக, உங்கள் மனசாட்சியின் சாளரமாக, உங்கள் எழுச்சியின் ஊற்றாக...

இப்படிக்கு,

ஈ.வெ.ரா.மணியம்மை.

•

13

பெண் என்னும் பேரதிசயம்

அணுப் பிளவு உலகைத் தகவமைத்தது. நுண்ணுயிரிகளிலிருந்து செடி கொடிகளும், புல் பூண்டும், பூச்சிகள் ஊர்வனவும், பறப்பனவும், ஓடுவனவும் என விலங்குகள் பறவைகள் தோன்றின. இவை யாவையும் அடக்கி ஆளும் ஆற்றல் பெற்றவனாக மனிதன் தோன்றினான். குகைகளிலும், சவன்னாக் காடுகளிலும் ஒளிந்து வாழ்ந்தவன் உலகெங்கும் பரவி வேரூன்றிக் கிளை பரப்பிப் பூத்துக் காய்த்துக் கனிந்தான். அவனது மனிதச் சக்திக்கு மேற்பட்ட, பயன் தரக்கூடிய, அச்சம் தரக்கூடிய நிகழ்வுகள்தான் அவனை இயற்கை மேல் நம்பிக்கை கொள்ள வைத்தன.

பெருமழை, ஊழிக்காற்று, கடல் கொந்தளிப்பு, கொள்ளை நோய் என்று இடர்ப்பாடுகள் வர வர, தன்னை, தன் குழுவை, மக்களைக் காக்க வேண்டியே இயற்கையை வணங்க ஆரம்பித்தான். இயற்கையின் கோபத்தை அமைதிப்படுத்த வேண்டுதல்கள், உயிர்ப்பலி என்று ஆழம் கண்டான். உலகில் சமயம் இப்படித்தான் தொடங்கியது. 'என் உயிரை எடுத்துவிடாதே, அதற்குப் பதிலாக இந்த விலங்கை எடுத்துக்கொள், பறவையை எடுத்துக் கொள்', என்றே இயற்கையிடம் பேரம் பேசி வாழ்ந்தான். இன்று கோழி, ஆடு, குட்டி குடி விழா என்று பலி தந்து வணங்கும் பல சமய நம்பிக்கைகளின் தொடக்கப்புள்ளி இது தான்.

வளம் மனிதனின் பேராவல். மக்கட்பேறு, விலங்குகள் பெருக்கம், வேளாண்மை விளைச்சல் என்று எல்லாவற்றிலும் வளம் தேடினான். அவனுக்கு உயிர்கள் பெற்றுத்தரும் பெண் அவனை ஆச்சர்யத்தில் ஆழ்த்தினாள். அவனால் செய்ய இயலாத ஒன்றை - உயிர்ப் பெருக்கைப் பெண் அவனுக்கு வழங்கினாள் என்பதால் அவளைக் கொண்டாடினான். வளப்பத்துக்குப் பெண்ணே காரணம் என்று கண்டுகொண்டவன், அவளது சிறப்புத் திறனான வளமையைப் போற்றத் தொடங்கினான். பிறப்பு எவ்வாறு நிகழ்கிறது என்ற அறிவியல் அறியாத காரணத்தால் பெண் தன்னை விட உயர்ந்தவள், தெய்வம் என்று வணங்கத் தொடங்கினான். அதிலும் குழந்தை பெற்றுத்தரும் 'தாய்' என்ற தெய்வமே மனிதக் குலம் வணங்கிய முதல் தெய்வம் எனலாம்.

தலை சிறிதாகவும், உடல் பெரிதாகவும் உள்ள ஒற்றைக் கல் பெண் வடிவச் சிற்பங்களை பறவைக்கல் அல்லது விசிறிக்கல் என்று அழைக்கிறார்கள் அறிஞர்கள். பெருங்கற்காலத்தைச் சேர்ந்த இந்த விசிறி வடிவக் கற்கள் வளமையைக் குறிக்கும் தாய் தெய்வ வழிபாட்டின் நீட்சியே என்றும் அறிஞர்கள் கருதுகிறார்கள். தமிழகத்தில் கி.மு.1000 முதல் கி.மு.300 வரை பெருங்கற்காலம் என்று கருதப்படுகிறது. ஆக நம்மிடம் உள்ள காலத்தால் முந்தைய தாய் வழிபாட்டு எச்சங்கள் இந்த விசிறிக் கற்கள் தாம். தருமபுரி மாவட்டம் மோதூர் (மோட்டூர் - மோடு என்ற தமிழ் சொல்லில் இருந்தே வந்தது), சித்தன்னவாசல், தென்னார்க்காடு மாவட்டம் உடையாநத்தம் போன்ற பகுதிகளில் இவ்வகைச் சிற்பங்கள் காணப்படுகின்றன. அதிக வேலைப்பாடு இல்லாத வெகு எளிமையான இவ்வகைச் சிற்பங்கள் இன்றும் வழிபாட்டில் இருக்கின்றன என்பதே பெரும் ஆச்சர்யம்.

'வீனஸ்' சிற்பங்கள் என்று சொல்லப்படும் பெண் தெய்வச் சிற்பங்கள் உலகெங்கும் உள்ள பல நாகரிகங்களில் முதன்மைக் கடவுளாக வணங்கப்பட்டுள்ளன. 10000 முதல் 50000 ஆண்டுகளுக்கு முந்தைய பழங்கற்கால எச்சங்களாக உலகின் பல பகுதிகளில் பெண் வடிவங்கள் எலும்பு, கல், தந்தம், சுடுமண் எனப் பல வடிவங்களில் கிடைத்திருக்கின்றன. இந்தப் பெண் வடிவங்கள் பெரும்பாலும் சில அங்குல உயரம் மட்டுமே இருக்கும். ஆனால் அவற்றின் சிறப்பம்சங்கள் கிட்டத்தட்ட எல்லா வீனஸ் சிற்பங்களுக்கும் பொதுவானவை. மேடிட்ட வயிறு, பருத்த தொடைகள், மார்புகள் மற்றும் பின்புறம், அடையாளமற்ற முகம் - இவைதான் பெரும்பாலான வீனஸ் சிற்பங்களின் சிறப்பு. இந்த அடையாளங்கள் பெண்ணை வளமானவளாக, குழந்தைப்பேறு தரக்கூடிய சிறப்பம்சம்

பொருந்தியவளாகக் காட்டின. மோடு, மோட்டாள், மோடி என்பவை தாய் தெய்வத்தை, அவள் பெருவயிற்றின் காரணமாகக் குறிப்பிடும் சொற்களாகும்.

தமிழகத்தில் ஆறு சென்டிமீட்டர் உயரம் கொண்ட இத்தகைய 'தாய் தெய்வம்' ஆதிச்சநல்லூரில் கடந்த நூற்றாண்டு அகழப்பட்டது. தென் தமிழகத்தின் தாமிரவருணி ஆற்றங்கரைக் கழிமுகத்தை ஒட்டிய பகுதியில் இருக்கிறது ஆதிச்சநல்லூர். பொருநை ஆற்றின் நாகரிகம் என்று அறிஞர்கள் கருதும் இந்த ஊரில் 1901ஆம் ஆண்டு அலெக்சாண்டர் ரீ என்ற அகழாராய்ச்சி வல்லுனர் அகழ்ந்த இந்தச் சிற்பம் ஓர் அழகிய செப்புப் படிமம். சிறிய உருவானதாக இருந்தாலும், பெருத்த மார்புகள், பெருத்த இடை, பருத்த தொடைகள் என்றி தாய் தெய்வத்தின் அனைத்து இலக்கணங்களுடன் இருக்கிறது இந்தப் படிமம். இதன் சிறப்பம்சம் அணிந்திருக்கும் நகைகள். நீள் செவியிரண்டிலும் நீண்ட காதணிகள் தொங்குகின்றன; முகத்தில் எந்தப் பகுதியும் தெளிவாக வார்க்கப்படவில்லை. கழுத்தைச் சுற்றிப் பெரிய வட்டவடிவக் கழுத்தணி ஒன்றும், இடையைச் சுற்றி நடுவே குமிழ் பதித்த ஒட்டியாணம் போன்ற அணியும் உள்ளன. இரு கைகளிலும் வளை இருப்பது போலவும் வடிக்கப்பட்டுள்ளது இந்த செப்புப் படிமம்.

இதுவரை கால நிர்ணயம் செய்யப்படாத இந்தத் தாய் தெய்வ செப்புப் படிமம், அங்கு 2004-2005ஆம் ஆண்டு செய்யப்பட்ட அகழாய்வு பொருள்களின் காலக்கணக்கீட்டின் படி எடுத்துக் கொண்டால், ஏறக்குறைய 2600 முதல் 2900 ஆண்டுகளுக்கு முந்தைய படிமமாகலாம். இத்தனை தொன்மையான செப்பு தாய் தெய்வ வடிவம் இதற்கு முன்போ, பின்போ வேறு எங்கும் தமிழகத்தில் கிடைக்கவில்லை. தமிழகத்தின் சில பகுதிகளில் இன்றும் வெண்கலப்பிள்ளை என்ற பெயரில் இது போன்ற பெண் தெய்வ சிற்பங்கள் வைத்து சீர் சடங்குகள் செய்யும் வழக்கம் இருக்கிறது.

இதே போல ஆதிச்சநல்லூரில் அகழப்பட்ட பானை ஓடு ஒன்றில் வளமையைக் குறிக்கும் 'வளமைப் பெண்' சிற்பம் ஒன்றும் உள்ளது. இந்தப் பானை ஓட்டின் ஒரு புறம் செழித்து வளர்ந்திருக்கும் நெற்பயிர் காட்டப்பட்டுள்ளது. அதில் கொக்கு ஒன்று வாயில் மீனுடன் காணப்படுகிறது. கதிர்களின் இடதுபுறம் இடுங்கிய இடையும், பருத்த மார்பும் கொண்ட முட்டு வரை கீழாடை அணிந்த பெண் உருவம் ஒன்று; அதன் இடதுபுறம் நீள் கொம்புகளுடன் இரளைமான் ஒன்றும், அதன் காலைப் பற்றியபடி முதலை ஒன்றும் காட்சிப்படுத்தப்பட்டுள்ளன. இந்தப் பெண் உருவத்தை, அதன்

வடிவமைப்பைக் கொண்டு தாய் தெய்வம் என்றே கருதுகின்றனர் அறிஞர்கள். பெரும்பான்மையான தாய் தெய்வங்கள் பருத்த வயிறும், சிறுத்த இடையும், கொழுத்த மார்புகளும் கொண்டவையாகச் சித்தரிக்கப்படுவதால், இந்தப் பெண்ணை தாய் தெய்வம் எனவும் கொள்ளலாம். ஆனால், மெல்லிய உருவம் கொண்ட பெண் என்பதால், சிந்துச் சமவெளியின் 'ஆடல் பெண்' எனவும் கொள்ளலாம். அல்லது வேளார் குடிப்பெண் எனவும் கொள்ளலாம். இதன் காலம் சுமார் 2900 முதல் 2000 ஆண்டுகள் முன்பு வரை ஆகலாம்.

நெற்கதிர்களுடன், நீர்நிலை ஒன்றின் அருகே பெண்ணைக் காட்சிப்படுத்தி இருப்பதால் இதை 'வளமைப் பெண்' என்று கொள்வதே சரியாகும். வேளாண்மைப் பெருக்கத்தையும், பெண்ணின் வளமையையும் ஒருங்கே காட்டும் இந்தக் காட்சியமைப்பு மனிதன் தாய்மைக்கும் வளமைக்கும் தந்த முக்கியத்துவத்தை விளக்குகிறது.

பெண்ணை வளத்திற்குரியவனாகப் பார்த்த மனிதன், அவளை அச்சமூட்டுபவளாகவும் பார்த்தான். 'சூர்', 'அணங்கு', 'பேய்' என்று சங்க காலத்தில் அச்சம் தரும் வணக்கத்துக்குரியவள் என்றே பெண் தெய்வங்கள் குறிப்பிடப்படுகின்றன. சூர் என்பவள் அழகிய, மயக்கம் தரும் இளம் பெண்; அவள் மலையில், சுனையில், அருவியில் இருக்கிறாள் என்று கருதினார்கள். 'சூர்ச்சுனை'- சூர் வாழும் சுனை, 'சுடர்விடும் பசும்பொன் சூர்ப்பமை முன்கை'- அழகிய பொன் வளையணிந்த சூர், என்று சூர் குறித்து சங்க இலக்கியங்களில் பல குறிப்புகள் உள்ளன. இயற்கை எழில் கொஞ்சும் இடங்களில் சூர் இருப்பதாக எண்ணி அவளை வணங்குகிறான் தமிழன். அணங்கும் இதேபோலக் கடல் துறை, குகைகள், மலைகள் என்று வாழ்பவளாகச் சித்தரிக்கிறான். 'அணங்கு அரும் கடவுள்'- கடவுளைப் போன்ற அழகிய அணங்கு என்று அவளையும் வழிபடுகிறான்.

அதே போல 'பேய்' என்று தனக்கு அச்சமூட்டும் பெண் வடிவையும் வணங்கியுள்ளனர் சங்கத்தமிழர். தொடக்க நிலை சங்க கால சமுதாயத்தில் இவ்வகைப் பெண்களையே வணங்கியுள்ளனர். இதன் பின் 'பாவை' வழிபாடு தோன்றியிருக்க வேண்டும். அயிரை மலை (ஐவர் மலை)- பகுதியில் வணங்கப்பட்ட 'கொல்லிப் பாவை' உண்டு என்று சங்க இலக்கியம் காட்டுகிறது. பாவை என்பது மண்ணால் செய்யப்பட்ட சிறு சிற்பமே. பாவை பிற திணை நிலப்பகுதிகளில் மணற்சிற்பமாகச் செய்யப்பட்டாலும், கொல்லிப் பாவை மட்டும் 'எழுதணிப் பாவையாக, வினைமாண் பாவை, கடவுள் எழுதிய

பாவை' உள்ளது என்று சங்க இலக்கியக் குறிப்புகள் சொல்கின்றன. இந்தக் கொல்லிப் பாவையின் வளர்ச்சியே எட்டாம் நூற்றாண்டில் 16 கைகளையுடைய கொற்றவை வழிபாடாக, பெரும் கொற்றவைச் சிற்பமாக அந்தப் பகுதியில் இன்றும் உள்ளது. சூலி - சூல் கொண்ட பெண் என்றும் வழிபடப்பட்டாள் பெண்.

மூத்தோள், பழையோள் என்ற தவ்வைத் தாயின் வழிபாடும் பழம் தமிழரிடம் உண்டு. தமிழரின் மூத்த தெய்வமான தவ்வை திருவள்ளுவர், ஔவையார் என்று புலவர்களால் பாடப்பட்டவள். பேரங்கியூர், தென் சிறுவலூர் போன்ற இடங்களில் எட்டாம் நூற்றாண்டைச் சேர்ந்த தவ்வைச் சிற்பங்கள் கிடைத்துள்ளன. செழித்த மார்பு, பருத்த வயிறு, பெரும் தொடைகள் என்று வளமையின் குறியீடாகவே தவ்வைச் சிற்பம் கிடைக்கிறது. அருகே அவளது குழந்தைகளாக மாந்தன், மாந்தி இருவரும் உள்ளனர். காக்கைக் கொடியோள் இவள். பெரும்பாலும் தனியாகவோ, எழுவர் அன்னையரில் ஒருவராகவோ இருக்கிறாள்.

நந்திவர்ம பல்லவனின் குலதெய்வமாக வழிபடப்பட்டிருக்கிறாள் தவ்வைத்தாய். அதன் பின்னும் பிற்காலச் சோழர் காலம் வரை தவ்வை வழிபாடு இருந்திருக்கிறது. தமிழகம் முழுக்கவே தவ்வை வழிபாடு இருந்திருக்கிறது. கி.பி. 6-11ஆம் நூற்றாண்டு வரையிலான தவ்வைச் சிற்பங்கள் விழுப்புரம், திருச்சி, தஞ்சைப் பகுதிகளில் உண்டு. ஆனால் அதன் பின் வழிபாடு குறையத் தொடங்கி இன்று பெரும்பாலும் கோயில்களுக்கு வெளியே, வயல்வெளிகளில் வீற்றிருக்கிறாள் தாய். காஞ்சி கைலாசநாதர் கோயிலில் தனி சந்நிதி பெற்றவளுக்கு இன்று இந்த நிலை.

10ம் நூற்றாண்டு
நிசும்பசூதனி சிற்பம்

சோழரின் சிறப்புப் பெண் தெய்வங்கள் என்ற இடத்தைப் பெற்றவர்கள் இருவர்- அவர்களது போர்த்தெய்வமான நிசும்பசூதனி மற்றும் காரைக்கால் அம்மை. திருவாலங்காடு செப்புப் பட்டயம் 'சும்பன் நிசும்பன் என்ற இரு அசுரர்களை அழித்தொழித்த நிசும்ப சூதனியின் சிற்பம் தஞ்சையில்

நிறுவப்பட்டது. அவளது திருவடி வணங்கியதால், கடல்சூழ் உலகை ஆள்வதை மாலை சூடுவது போல எளிதாக்கிக் கொண்டான்' என்று தன் முப்பாட்டன் விஜயாலய சோழன் *(846-880)* எடுப்பித்த நிசும்பசூதனி கோயில் குறித்து திருவாலங்காட்டுச் செப்பேட்டில் சமஸ்கிருத மொழியில் பொறித்து வைத்தான் முதலாம் இராசேந்திரன்.

சோழரின் குல அன்னையாக, அவர்கள் போர் முரசு கொட்டிய போதெல்லாம் வணங்கப்பட்டு வந்தவள் இந்த அன்னை. தங்கள் வெற்றிக்குக் காரணம் தேவியே என்று நம்பினார்கள். ஆயுதங்களை ஏந்திய எட்டுக் கைகள், நெருப்புப் பிளம்பான கூந்தல், பிரேத குண்டலம், காலடியில் அசுரன் என்று போர்க் கோலத்தில் காட்சி தரும் நிசும்பசூதனிதான் சோழருக்குப் பெரும் சாம்ராஜ்ஜியத்தைக் கட்டமைக்க உதவியவள். இன்று உருமாறி பத்ரகாளியம்மனாகக் காட்சியளிக்கிறாள்.

கம்போடியாவின் பாந்தேஶ்ரீ கோயில் முதல் பல சோழர் காலக் கோயில்கள் வரை நீக்கமற பேயுருவில் நிறைந்திருப்பவர் காரைக்கால் அம்மை. மெலிந்த தேகம், வற்றிய உடல், வெளித்துருத்தும் கண்கள், சடைக் கூந்தலுடன் சிவபெருமான் ஆட, கையில் தாளத்துடன் நிற்கும், அமர்ந்திருக்கும் காரைக்கால் அம்மை வழிபாடு தமிழரின் தனிச் சிறப்பு. மழை வேண்டி மாரியம்மன், கோபம் கொண்ட காளியம்மன், திரௌபதி அம்மன், கடும்பாடி அம்மன், அங்காள பரமேசுவரி அம்மன் என்று இன்றும் பெண் வழிபாடு பல்வேறு வடிவங்களில் நம்மிடம் உண்டு. ஏன், ஆங்கிலேயர் போருக்கு 'டென்ட்' அமைத்து வணங்கிய இடங்களில் இருந்த டென்ட் மாரியம்மன் இப்போது தண்டு மாரியம்மனாகவே உருமாறி இருக்கிறாள்.

பெண்ணை அன்று முதல் இன்றுவரை வணக்கத்துக்குரியவளாகவே வைத்திருக்கிறது உலகம். ஆனால், சமூகத்தில் அவளுக்கான இடம் இன்றளவும் சரிவர அமையவில்லை. பெண்ணை வணங்கும் அதே சமூகம் அவளை அடக்கி ஒடுக்கி அவளது உடல், உள்ளம் மேல் ஆதிக்கம் செலுத்துகிறது. பிறப்பு முதல் இறப்பு வரை ஒவ்வொரு நாளும் போராடும் பெண்கள் தம் உருவான பெண் கடவுளரைச் சமூகம் இன்றும் வணங்கி வருவதை நினைத்து பெருமிதம் மட்டுமே கொள்ளலாம். சம உரிமையும், பெண் விடுதலையும் கிடைக்க இந்தப் பெண் தெய்வங்களை வேண்டுவது தவிர நாம் செய்ய வேண்டியது வேறொன்றும் இல்லை!

•

14

பூந்தமல்லி ராஜகோபால் – கிறிஸ்துவத்தில் சாதிக்கு எதிரான போர்வாள்

பூந்தமல்லி ராஜகோபால். 19ஆம் நூற்றாண்டில் சென்னையின் சமூகத்தைப் புரட்டிப்போட்ட மாமனிதர்கள் பட்டியலில் முதலிடத்தை எளிதில் எட்டிவிடக்கூடிய பணி ராஜகோபாலின் பணி. நகருக்கு வெளிப்புறமுள்ள சேரியில் ஏழைச் சிறுவர்களுக்கான பள்ளியைத் தொடங்கியது ஆகட்டும்; ராயபுரத்தில் சாதிப் பெண்களுக்கான பள்ளியைத் தொடங்கி வெற்றிகரமாக நடத்தியதிலாகட்டும்; இன்றைய பாரிஸ் பகுதியில் பள்ளிகளை நடத்தியதிலாகட்டும், கல்வித் தந்தை என்ற பெயருக்கு மிகப் பொருத்தமானவராக நம் மனதில் சட்டென சிம்மாசனம் போட்டு அமர்ந்து கொள்ளக்கூடியவர் ராஜகோபால்.

கல்வியின் மேல் ராஜகோபாலுக்கு தீராக்காதல் தோன்றக் காரணம் மிஷனரி ஆண்டர்சன். கல்வியின் ருசி அறியாத அன்றைய மதராஸப்பட்டினம் சிறாருக்காக ஆண்டர்சன் பள்ளியைத் தொடங்கி நடத்தியவர் ஆண்டர்சன். அவரிடம் முதல் மாணாக்கனாகச் சேர்ந்த ராஜகோபாலுக்கு கல்வி மேல் அதீத ஆர்வம் வந்தது ஆச்சரியமில்லை. கல்வி வேண்டும் என்பதற்காகப் பெற்றவர்களை

நீதிமன்ற வாசலில் தவிக்க விட்டுவிட்டு ஆண்டர்சனின் கைபிடித்து கல்வி கற்கச் சென்றவர் ராஜகோபால். அவர் சார்ந்திருந்த இந்து மதம், அதில் புரையோடிப் போயிருந்த சாதி இரண்டையும் அவரால் கொடர்ந்து கவனித்துச் சரியான கேள்விகளை எழுப்ப முடிந்தது. சாதி எப்படி மனிதனைத் துண்டாடிக் கொண்டிருந்தது என்பதை நவம்பர் 27, 1845 அன்று ஆற்றிய உரையில் தெளிவாகவே விளக்கி இருக்கிறார் ராஜகோபால்.

பூந்தமல்லி ராஜகோபால்

'சாதி பற்றிய ஐந்து கேள்விகளும், ராஜகோபாலின் பதில்களும்' என்ற பெயரில் 1847ஆம் ஆண்டே அச்சேறி இருக்கின்றது அவரது சாட்டையடி கருத்துகள். அரைகுறை அறிவுடன் ஏனோதானோ என்று இல்லை அவர் தரும் விளக்கங்கள். தெளிவாக அலசி ஆராய்ந்து, மதமும் சாதியும் ஒன்றிணைந்து தீண்டாமை என்ற அவலத்தை மக்கள் தூக்கிப் பிடிக்க ஏன் காரணிகள் ஆகின்றன என்று பதில் தருகிறார்.

1.'சாதி இந்து மதத்துடன் தொடர்புடையதா?'

'சாதியும் இந்து மதமும் ஒன்றுக்கொன்று நெருங்கிய தொடர்புடையவை. உணர்வும் ஆத்மாவுமாக பார்ப்பனீயத்தை இயக்குவது சாதியே. இந்து மதத்தின் மனு தர்மம் தொடங்கி முக்கியக் கோட்பாடுகள் அனைத்திலும் சாதி மதத்தின் இன்றியமையாத பகுதியாகவே பார்க்கப்படுகிறது. அம்மதத்தின் உறுதி, மாற்ற இயலா தன்மை போன்றவற்றைத் தருவது சாதிய கட்டமைப்பே. ஒவ்வொரு மனிதனின் சமூக இடம், பொறுப்பு, பணி போன்றவற்றை அவன் சார்ந்த சாதியே முடிவு செய்கிறது. இதைத்தான் மனுவின் தர்ம சாஸ்திரம் 'கடவுளின் வாய், கை, தொடை, காலிலிருந்து முறையே பிராமணன், சத்திரியன், வைசியன் மற்றும் சூத்திரன் பிறந்தான்', என்று சொல்கிறது. இதன் மூலம் கடவுளையும் சாதியையும் தெளிவாக முடிச்சிட்டு வைத்திருக்கிறது இந்து மதம். எந்த அளவுக்கு என்றால், இன்று இந்து மதத்திலிருந்து சாதியை நீக்கிவிட்டால் வெறும் குழப்பம் மட்டுமே மிஞ்சும்!

அதே போல இம்மை, மறுமை என மரணத்துக்கும் பின்னான பிறப்பு பற்றிய அச்சத்தையும் சாதியே இங்கு தீர்மானிக்கிறது. மனு சாஸ்திரம், 'சூத்திரப் பெண்ணின் கையால் ஒரு முழு மாதம் உண்டு,

குடிக்கும் ஒருவன் தன் மீதி வாழ்க்கை முழுவதும் சூத்திரனாகவே கருதப்படுவான். அதோடு நில்லாமல் அடுத்த பிறப்பில் அவன் நாயாகத்தான் பிறப்பான்', என்று சொல்கிறது. அதே போல 'சூத்திரப் பெண்ணை மணம் முடிக்கும் அல்லது அவளுடன் தொடர்பு கொண்டிருக்கும் பிராமணன் அவன் முன்னோர் கடவுள் போன்றோரிடமிருந்து விலக்கப்படுவான்; அவன் நரகத்துக்கே போவான்', என்றும் சொல்கிறது. மதம் எப்படிச் சாதியத்தைத் தூக்கிப் பிடிக்கிறது என்பதற்கு இந்த இரு மனுவின் கோட்பாடுகளே சாட்சி.

சாதிய அமைப்பை மீறுவது என்பதே இந்து மதத்தின் மிகக்கொடிய குற்றம். அப்படி மீறுபவனை மதமே விலக்கி வைக்கிறது. கிறிஸ்துவ மதத்தைத் தழுவிய இந்துக்களில் சாதிய அமைப்பை மீறாதவர்கள் இன்னமும் இந்துக் கோயில்களுக்குள் செல்லவும், அவர்களது உறவினருடன் இணக்கமாக இருக்கவும், நட்பு பாராட்டவும் அனுமதிக்கப்படுவதை நாம் கண்கூடாகக் காண்கிறோம். சைவர்கள் வைணவத்துக்கு மாறுவதையோ, இந்துக்கள் தங்கள் குலதெய்வங்களை மாற்றிக்கொள்வதையோ, சிலை வழிபாட்டை வெறுப்பவர்களையோ இந்து மதம் எதிர்ப்பதில்லை. ஆனால், ஒரு பறையனோடு அமர்ந்து உணவருந்துபவன், அவனோடு நட்பு பாராட்டுபவனை ஒதுக்கி வைக்கிறது. கோயிலுக்குள் அவனுக்கு அனுமதி மறுக்கப்படுகிறது. ஓர் இந்துவாக அவனுக்குக் கிடைக்கும் சலுகை, மரியாதை எல்லாமே நிராகரிக்கப்படுகிறது.

சாதிய அமைப்பை மீறுபவனுக்கான தண்டனையை மதமே வழங்குகிறது. அவனுக்கு உயர் சாதி பிராமணம் தண்டனை அளிக்கிறான் - சுத்திகரிப்பு செய்கிறான். பசுவின் 'பஞ்சகவ்யம்' கொண்டு அவனை 'தூய்மைப்படுத்துகிறார்கள்'. சாதிய அமைப்பை மீறுவது மதத்தை மீறுவதே என்று மதராஸின் மக்கள் அரசுக்குத் தந்த பல மனுக்களில் தெரியப்படுத்தியிருக்கிறார்கள். இவற்றைக் கொண்டு சாதியை இந்து மதத்திலிருந்து விலக்கவே முடியாது என்று நாம் உறுதியாகச் சொல்லலாம்.'

2. தீண்டாமையும் சாதிய அமைப்பும் பின்னிப்பிணைந்தவை என்ற எண்ணத்தை மக்கள் மனதிலிருந்து விரட்ட முடியுமா?

'மனித உடலின் முக்கிய பகுதியைத் தனியே பிரித்து எடுத்தால் அவனால் எப்படி வாழ இயலாமல் போகுமோ அதுபோலத்தான் இந்து மதத்தில் சாதியைப் பிரித்தால் தீண்டாமை ஒழியும். ஒவ்வொரு சாதியும் தன்னை விடக் கீழே இருப்பவர்களை விட, தான் சாதிய நிலையில் உயர்ந்தவர்கள் என்ற எண்ணம் கொண்டிருக்

கிறார்கள். பிறப்போடு ஒட்டி வருவதே சாதி. பிராமணர்கள் உயர் சாதியைத் தங்கள் பிறப்புரிமை என்றே கருதுகிறார்கள். யூதர்களைப் போலவே பிறப்பால் தங்களை உயர்ந்தவர்களாக இவர்கள் காட்டிக்கொள்கிறார்கள். பாரிசிக்கள் எப்படித் தாங்கள் ஆபிரகாமின் நேரடி வழித்தோன்றல்கள் என்று கருதுகிறார்களோ, அந்தப் புனிதத்தை மத சம்பிரதாயங்களைக் கடைப்பிடிப்பதன் மூலம் தக்க வைத்துக்கொள்ள முயல்கிறார்களோ, அப்படித்தான் பிராமணர்களும் செய்கிறார்கள். தன்னைப் போலவே இருக்கும் தாழ்ந்த சாதிக்காரனைப் பிராமணர்கள் எவ்வளவு வெறுப்புடன் அணுகுகிறார்கள் என்பது நினைத்துப் பார்க்கவே பயங்கரமாக இருக்கிறது. இந்த விஷயத்தில் யூதர்களுக்குக் கொஞ்சமும் சளைத்தவர்களல்ல பிராமணர்கள். வெறும் ஆத்மா, உணர்வு சார்ந்து இவர்கள் தீண்டாமையைக் கடைப்பிடிப்பதில்லை. பறையனின் பார்வை, மூச்சுக்காற்று என எது பட்டாலும் தீட்டு. அவர்களின் முன்னால் பறையன் வரக்கூடாது; இவர்கள் தொடும் பொருளை அவன் தீண்டக்கூடாது; இது பிராமணன் மட்டுமல்ல பிற இடைநிலைச் சாதிகளும் பின்பற்றுவது. பிற சாதியினர் வீடுகளில் அவர்கள் இடும் சிறுவேலைகளைச் செய்ய பறையர்கள் தேவைப்படுகிறார்கள். ஆனால் பணியை முடித்து அவர்கள் முதுகு காட்டியதும் இந்த வீடுகளில் உள்ள பெண்கள் சாணிக்கரைசலை பறையர் நடந்த பாதையில் தெளிக்கிறார்கள்; 'சுத்தம்' செய்கிறார்கள். இப்படிக் கழுவுவதன் மூலம் 'தீட்டு' சுத்திகரிக்கப்படுகிறது என்று அவர்கள் நம்புகிறார்கள்.

நீர்நிலைகளில் தண்ணீர் எடுத்து தலையில் சுமந்து வரும் பிராமணப் பெண்களுக்கு எதிரில் தாழ்த்தப்பட்டவன் வந்துவிட்டால் நீரை அங்கேயே கொட்டிவிட்டு, மீண்டும் 'சுத்தமான நீரை' எடுக்க நீர்நிலைக்கு நடக்கிறார்கள் அவர்கள். தீண்டாமை மீது கொண்டிருக்கும் பற்று பிராமணர்களை முழுக்க ஆக்கிரமித்திருக்கிறது. சுயசாதியில் ஒருவன் இந்தக் கட்டுகளை மீறி சூத்திரனின் மூச்சுக்காற்றுக்கோ, தீண்டலுக்கோ, பெண்ணுடன் உறவுக்கோ சரியென்று சென்றால், அவனை மொத்த இனமும் ஒதுக்கி வைக்கிறது. அவனுக்கான இடம் அவன் சார்ந்த பிராமண சமூகத்தில் மறுக்கப்படுகிறது. 'சூத்திரப் பெண்ணிடம் பாலருந்தி வளரும் பிராமணன்; அவளிடம் பிறக்கும் பிராமணன்; சூத்திரப் பெண்ணின் மூச்சுக்காற்று பட்ட பிராமணன் இவர்களின் பாவத்துக்கு விமோசனமே இல்லை', என்றும் மனு சாஸ்திரத்தில் சொல்லப் படுகிறது.

அனைத்துச் சாதி மாணவர்களும் ஒன்றாக அமர்ந்து படிக்கும் நம் பள்ளிகளில் கூட இந்தத் தீண்டாமையை நான் கண்டிருக்கிறேன். ரோமை கத்தோலிக்க மதத்தைச் சேர்ந்த இடைநிலைச் சாதிச் சிறுவன் ஒருவன், தன் பலகாரத்தைப் பறைய இனச் சிறுவன் தொட்டு விட்டான் என்பதற்காக அதை அப்படியே ஒதுக்கிவைத்துவிட்டான். சாதி அவனுக்குப் பலகாரத்தை விட முக்கியமானதாக இருக்கிறது. இப்படிக் கடவுளுக்கு எதிராகவும், சக மனிதனுக்குத் துன்பம் விளைவிப்பதாகவும்தான் தீண்டாமையும் சாதிய மனநிலையும் இருக்கின்றன. சாதியமும் விக்கிரக வழிபாடும் ஒரே மாதிரியான பாவங்கள்தான். இரண்டுமே மனிதனுக்கு எதிராய் இருக்கிறது; கடவுளுக்கும் எதிராக இருக்கிறது. இரண்டில் எது பெரிய பாவம் என்று பார்த்தால், என்னைப் பொறுத்தவரை சாதியே மேலான பாவம் என்று சொல்வேன். அது மிகவும் கொடியது; கடவுளுக்கு எதிரானது. கடவுளுக்கு எதிரானது என்பதால் விக்கிரக ஆராதனைக்கு என்ன தண்டனை உண்டோ, அதே தண்டனை சாதியைக் கடைப்பிடிப்பவனுக்கும் உண்டு.

இந்த நிலத்தில் கடவுளின் வார்த்தை அதிகம் பேரை அடையாததற்கு முழு முதல் காரணம் சாதியே. மனிதன் பாவத்தை விட்டொழித்து கடவுளை அடையும் வழியாகத்தான் கிறிஸ்துவ மதம் இருக்கிறது. ஆத்துமாவை சுத்தப்படுத்தி, அதை நேர்வழிப்படுத்தி, உண்மையும் நேர்மையும் கொண்டு கடவுளிடம் வழிநடத்திச் செல்வது கிறிஸ்துவம். 'நான் தூய்மையானவன்; நீங்களும் தூய்மையாக இருங்கள்' என்றே கடவுளின் கட்டளை இருக்கிறது.

ஆனால் அசிரியர்கள், எகிப்தியர்கள், பாபிலோனியர்கள் எப்படி கடவுளின் வார்த்தைக்குக் கட்டுப்படவில்லை; அதற்கு அவர் தந்த தண்டனை என்ன என்பதை நாம் அறிவோம். கடவுளின் பிள்ளைகளான யூதர்கள் விக்கிரக ஆராதனை செய்தபோதும் அவர் அவர்களைத் தண்டித்த விதம் அறிவோம். இந்த வழிபாடு காரணமாகவே கானான் தேசத்து மக்கள் யாருடனும் திருமணப் பந்தம் வேண்டாம் என்றும், அவர்கள் உருவ வழிபாடு செய்யும் விக்கிரகங்களை அழிக்கவும், அதை வணங்குவதால் அவர்களையே அழிக்கவும் இஸ்ராயேல் மக்களுக்கு கடவுள் ஆணையிட்டிருந்தார். 'உன் சகோதரனோ, உன் மகனோ, உன் மகளோ, உன் மனைவியோ, நண்பனோ உன்னிடம் ரகசியமாக நீ அறியாத வேறு கடவுளைப் பார்க்கவோ, விக்கிரக வழிபாட்டுக்கு வேண்டுகோள் விடுத்தால், நீ அதற்கு ஆமோதிக்காமல், அவன் சொல்வதற்கு இணங்காமல், எந்தக் கருணையுமின்றி அவனை வெட்டி வீழ்த்த வேண்டும். உன்னை உன்

தந்தையிடமிருந்து தொலைவில் கொண்டு செல்ல விரும்பும் யாருக்கும் மரணமே தண்டனை'. விக்கிரக வழிபாடு எத்தனை மோசமானது என்றும் அதற்குக் கடவுள் தரும் தீர்ப்பு என்ன என்பதும் இந்த பத்தியில் விளங்கிவிடுகிறது.

விக்கிரக வழிபாட்டுக்கு இது தண்டனை என்றால், இந்து விக்கிரக வழிபாடு செய்து, அதன் மூலம் சாதியத்தைத் தூக்கிப் பிடிப்பவனுக்கு என்ன தண்டனையைக் கடவுள் தரக்கூடும் என்று தெரிகிறது.'

3. நம் 'நேட்டிவ் ஃபிரீ சர்ச்' மக்கள் சாதியை எப்படிப் பார்க்கிறார்கள்?

'இந்து மத சாஸ்திரங்கள் சாதியை இந்து மதத்தின் இன்றியமையாத பகுதியாகவே நிலைநிறுத்துகின்றன. சிலை வழிபாடு செய்யும் இஸ்ராயேல் மக்களைக் கடவுள் எவ்வாறு வெறுக்கிறார் என்பதை நாம் கண்டிருக்கிறோம். இந்து சிலை வழிபாட்டின் மீதான நம் கருத்தும் அதுவாகத்தான் இருக்கமுடியும். தன் சொந்த மக்களான யூத மக்கள் மீதே சிலை வழிபாட்டை நடத்திய காரணத்துக்காகக் கடவுள் கொண்ட சினத்தைக் குறித்தும் அறிந்திருக்கிறோம். இந்தச் சிலை வழிபாட்டின் நீட்சியாகத் தொடரும் சாதியத்தையும் கிறிஸ்துவர்களான நாம் ஒதுக்க வேண்டியுள்ளது. 1841ஆம் ஆண்டு ஜூன் மாதம் திருமுழுக்கு பெற்ற போதே சாதியத்தை நான் அறவே என் மனதிலிருந்து அழித்துவிட்டேன்.

கிறிஸ்துவத்தின் உணர்வு, நீதி, விதிமுறைகளுக்கு எதிரானதாகவே நான் சாதிய அமைப்பைக் காண்கிறேன். சாதி உண்மை, கடவுளால் அமைக்கப்பட்டது என்பதை ஏற்க வேண்டும் அல்லது கிறிஸ்துவத்தை ஏற்கவேண்டும். சாதியை ஏற்றுக்கொண்டால் அங்கே கிறிஸ்துவம் விழுந்துவிடுகிறது. கடவுள் மனிதர் அனைவரையும் ஒன்றாகவே பார்க்கிறார்; அவருக்குச் சாதி பேதம் கிடையாது. மனிதரில் ஒருவர் தூய்மையானவர்; மற்றவர் அழுக்கானவர் என்ற வேறுபாடு கடவுள் பார்ப்பதில்லை. பாவிகளை மன்னிக்கும் கடவுள் - 'எல்லா மனிதர்களின் ஆத்துமத்துக்கும் மீட்பு தேவையாய் இருக்கிறது; எல்லா உத்தமரும் ஒன்றே; எல்லா பாவிகளும் ஒன்றே' என்ற கோட்பாட்டில் இயங்குபவர். கடவுளின் சொற்படி, 'ஒரே ரத்தம் கொண்ட மனிதர் அனைவரும் வசிக்கும் படியாகக் கடவுள் நாடுகளையும் உலகையும் படைத்தார்' என்றே நாம் அறிகிறோம். அதனால் கடவுள் முன் நாம் அனைவரும் சமம். 'நம் அனைவரையும் கடவுள்தானே படைத்தார்? நம் அனைவரின் தந்தையும் கடவுள் அல்லவா?'

பாவம் செய்த மனிதன் யாராக இருப்பினும் அவன் கடவுளை விட்டு நீங்கித் தொலைவில் சென்றுவிடுகிறான், அவன் யாராக இருப்பினும். கடவுளை நீங்கிச் செல்பவன் ஒவ்வொருவனும் பாவிதான். தாவீது தன்னைக் குறித்துப் பேசியது யூத நாட்டை ஒட்டுமொத்தமாகக் குறிக்கிறது; அதுவே முழு உலகையும் குறிக்கிறது. 'நான் பாவத்திலிருந்தே பிறந்தேன்; என் தாயின் பாவத்தால் நான் பிறந்தேன்', என்று தாவீது சொன்னது உண்மை. கடவுளிடமிருந்து பாவம் செய்து விலகும் எல்லோரும் ஒன்றே. 'நாம் எல்லோரும் பாவம் செய்திருக்கிறோம்; கடவுளின் மாட்சிக்குத் தகுதியற்றவராகவே இருக்கிறோம்'. கடவுளின் முன் நாம் அனைவரும் ஒன்றே. புதிய வேதாகமம் இதையே சொல்கிறது - 'இயேசு கிறிஸ்துவின் முன்னிலையில் விருத்தசேதனம் செய்வது; செய்யாமலிருப்பது என இரண்டுமே பொருட்டல்ல. அன்பினால் வரும் நம்பிக்கை மட்டுமே முக்கியம்'. 'கிரேக்கரோ, யூதரோ, விருத்தசேதனம் செய்தவரோ, செய்யாதவரோ, கொள்ளைக்காரனோ, சிதியனோ, கட்டுண்டவனோ, விடுதலையடைந்தவனோ, கிறிஸ்துவே எல்லோரும், அவர்கள் ஒவ்வொருவரிலும் கிறிஸ்துவே இருக்கிறார்.'

கிறிஸ்துவத்தில் நம்பிக்கை உள்ளவர்கள் கிறிஸ்துவை பின்பற்று பவர்களாக இருப்பதால் ஒருவரை விட மற்றவர் உயர்ந்தவர் தாழ்ந்தவர் என்ற வேற்றுமை எண்ணத்தைக் கைவிடவேண்டும். இங்குள்ள அனைவருக்கும் தலைவர் ஒருவரே, அவர் கிறிஸ்துவே. அவரின் கீழ் நாம் அனைவரும் ஒன்றே.

கிறிஸ்துவும் அவர் சீடர்களும் வாழ்ந்து காட்டிய வாழ்வியல் நெறிக்குச் சாதியம் எதிரானது. கிறிஸ்து தன் சீடர்களுடன் ஒன்றாகவே அமர்ந்து உண்டார்; குடித்தார். எல்லோருடனும் நட்பு பாராட்டினார் கிறிஸ்து. பரிசேயரின் வீட்டில், பாவிகளின் வீட்டில், பொது ஜனத்தின் வீட்டில் என யார் அழைத்தாலும் அவர்களுடன் ஒன்றாகவே அமர்ந்து விருந்தாடினார். சீமோனின் வீட்டுக் கறி விருந்தில் பாவம் செய்து மனம் திரும்பிய பெண், தன் பாதங்களை நறுமணத் தைலம் கொண்டு கழுவித் துடைக்க அனுமதித்தார். கிறிஸ்து சாதி பார்க்கவில்லை; எல்லோரையும் சமமாகவே நடத்தினார். எல்லோருக்கும் ஒரே மீட்பை அளித்தார். எல்லோருக்கும் ஒரே போதனையை வழங்கினார். கலிலேயர், மீனவர், யூதர், பொது நிலையினர் என்று எளிய மக்களிடமிருந்தே தன் சீடர்களைத் தேர்ந்தெடுத்தார். யூத மக்களிடையே மத குருக்களையும், பாவிகளையும் ஒன்றாகவே பார்த்தார்; அவர்களுடன் வீடுகளில்

அமர்ந்து ரொட்டியைப் பகிர்ந்து உண்டார். பவுலின் உதாரணம் ஒன்றே கிறிஸ்துவின் சமநிலையை உணர்த்துவதாக இருக்கிறது. பரிசேயரான பவுல் கிறிஸ்துவத்தைத் தழுவிக் கிறிஸ்துவைப் பின்செல்லும்வரை கட்டுக்கோப்பான மத முறைகளைப் பின்பற்றி வந்தார். ஆனால் அதன் பின் அனைவருடனும் நட்பு பாராட்டவும், பழகிடவும் செய்தார். தத்துவங்கள் பேசிய ஏதன்ஸ் நகர மக்களோ, செல்வச் செழிப்பில் மிதந்த கொரிந்தியர்களோ, ஃபிலமோன் என்ற தலைவனோ, ஒசிமஸ் என்ற அடிமையோ, எல்லோரையும் சமமாகவே நடத்தினார் பவுல்.

கிறிஸ்துவத்துக்குள் வருபவர்கள் அனைவரையும் கடவுளின் மகன்களாகவே பார்த்தார்கள் என்பதும், அனைவரும் சமம் என்பதும் விளங்குகிறது. சகோதரத்துவம் மற்றும் நட்புக்கு எதிராகவே சாதியம் இருக்கிறது. ஆரம்ப கால கிறிஸ்துவர்கள் மத்தியில் இந்த சகோதரத்துவம் ஓங்கியிருந்தது. ஒருவருக்கு ஒருவர் துணை நின்றார்கள். யெருசலேம் ஆலயத்துக்குச் சிக்கல் வந்தபோது பிலிப்பி மற்றும் பிற தேவாலயங்கள் உடனடியாக உதவியனுப்பின. ஆசியாவுக்கு மீட்பைக் கொணர பவுல் வந்தபோது அவருடன் சொபாதர், அரிஸ்தார்கசு, செகண்டசு, டிரொபிமசு போன்ற புதிதாக மதம் மாறிய அநேகர் உடன் வந்தார்கள். ஆதி கிறிஸ்துவர்கள் தங்களுக்குள் எந்தப் பிரிவும் கொள்ளவில்லை, ஒருவருக்கொருவர் நெருங்கிய நட்பு பாராட்டியே வந்தார்கள். தன்னில் கீழ் நிலையில் பிறந்து வாழும் ஒருவனிடம் நாம் அன்பு காட்டினால் கடவுளின் ஒளியும் அன்பும் நம் மேல் இருக்கும் என்பதில் ஐயமில்லை. உண்மையான கிறிஸ்துவ அன்பு மனிதனை இவ்வுலகில் உயர்த்தும். இந்த மட்டற்ற சக உயிர்கள் மீதான அன்பே செவ்விந்தியர்களிடம் நட்பு பாராட்டிய பிரெயினர்டிடம் இருந்தது. கால் நீட்டிக்கொள்ள கோரைப்புல் வேய்ந்த குடில் ஒன்று மட்டுமே தனதாக்கிக் கொண்டு அவர்களுடன் அன்பைப் பகிர்ந்து வந்தார் பிரெயினர்ட். இதுதான் மிஷனரிகளின் அன்பு. பிற உயிர்களிடத்தில் அளவற்ற அன்பு பாராட்டவும், அவர்களின் ஆத்துமாக்களுக்கு மீட்பு பெற்றுத் தரவுமே மிஷனரிகள் முயல்கிறார்கள். அப்படி இருக்க, தன்னில் ஒருவனாக, தன்னோடு வாழும் ஒருவனுடன் கைகோத்துக் கொள்ளாமல், சாதி பேதம் பார்க்க எப்படி இங்குள்ள கிறிஸ்துவர்களால் முடிகிறது?

சாதியை இறுகப் பற்றியிருக்கும் கிறிஸ்துவனால் ஒரு போதும் பிறருக்கு மீட்பைக் கொண்டுவரமுடியாது. தன்னை விடத் தாழ்த்தப்பட்டவனின், பறையரின் வீடுகளுக்குள் அவர்கள் நுழைய

முடியாது; அவர்களுடன் சரிசமமாகப் பழக முடியாது; அவர்களுக்குக் கர்த்தரின் வார்த்தையைக் கொண்டுசெல்ல முடியாது. இப்படி இருக்கையில் நான் எப்படிச் சாதியத்தை மதிக்க முடியும்? தூக்கிப்பிடிக்க முடியும்? என் திருமுழுக்கின் போதே நான் சிலை வழிபாட்டுடன் இந்தச் சாதியத்தையும் தொலைத்துவிட்டே வந்திருக்கிறேன்.

4. தீண்டாமை, சாதியம் இரண்டும் இந்துக்கள் மனதில் இணைபிரியாமல் இருக்கின்றனவா?

5. சாதியும் ஐரோப்பியச் சமூகத்தின் வர்க்க முறையும் ஒன்றா?

இந்த இரு கேள்விகளும் ஒன்றோடொன்று தொடர்புடையவை. சாதியம் சமூக அவலமா என்பதை நாம் பார்க்கவேண்டும், சாதியத்தில் வர்க்க பேதமும் சற்று அடங்கி இருக்கிறது என்பதை மறுப்பதற்கில்லை. பிராமணனுக்கு இந்து மதக்கடவுளின் கோபத்தைத் தணிக்க, இயற்கை இடர்களிலிருந்து காக்க, இறந்தோருக்கு நற்கதி கிடைக்க வேண்டிக்கொள்வதே தலையாய கடமையாக இருக்கிறது. ஆனால் சாதியைக் கடைப்பிடிக்காத அவன் மகனுக்கே இந்தப் பூசைகளில் பங்கெடுக்க அனுமதி இல்லை. சாதியக் கட்டுடைப்பவன் சொந்தத் தகப்பனுக்குக் கொள்ளி வைக்கக்கூட இங்கு அனுமதிக்கப்படுவதில்லை. பிராமணன் ஏன் கடவுளைப் போலப் பார்க்கப்படுகிறான்? கோயில் கருவறை வரை எப்படி அவனால் எந்தத் தடையுமின்றிச் சென்று வரமுடிகிறது? சிலைகளைத் தொட்டு, கழுவி, வணங்கிட அவனுக்கு மட்டும் எப்படி அனுமதி கிடைக்கிறது? பிறப்புக்கு, குழந்தை பள்ளிக்குச் செல்லும் போதும், திருமணத்துக்கும், இறுதிமரியாதைக்கும் என எல்லாவற்றுக்கும் பூசை செய்ய அவன் ஏன் அழைக்கப்படுகிறான்? அவன் பிராமணன் என்பதால் மட்டுமே.

அவனை விட நான் உயர்ந்தவன் என்று மேல் சாதிக்காரன் நினைத்துக்கொண்டே இருக்கிறான். தாழ்த்தப்பட்டவன் அவனை விடச் செல்வம் மிக்கவனாக, அவனை விடப் படித்தவனாக, அவனை விட அந்தஸ்தில் உயர்ந்தவனாக இருந்தாலும், தானே அவனை விட உயர்ந்தவன் என்று மனதில் நினைத்துக்கொள்கிறான். இவர்கள் வீட்டு முற்றத்தில் ஒரு பறையன் தாகத்தால் வீழ்ந்து செத்து மடியும் தறுவாயில் இருந்தால் கூட ஒரு மிடறு தண்ணீர் அவனுக்குத் தரமாட்டார்கள். மதராஸில் உள்ள உயர் சாதிக் குடும்பங்கள் தங்கள் மகள்களுக்கு அதிகம் படிக்காத, விபரம் தெரியாத கிராமத்து மணமகன்களை மணமுடித்துக் கொடுத்தாலும் கொடுப்பார்களே

அன்றி நன்கு படித்த, நல்ல நிலையிலுள்ள, செல்வம் பெற்றத் தாழ்ந்த சாதிக்காரனுக்கு மணமுடித்துக் கொடுப்பதில்லை. இப்படி மணமுடித்துக் கொடுப்பதால் சம்பந்தப்பட்ட இருவரும் ஒரு நாளும் நிம்மதியாக இருப்பதில்லை, சாதியை அடியோடு வெறுக்கிறார்கள்.

சாதியையும் ஐரோப்பிய வர்க்க பேதத்தையும் எப்போதும் ஒரே கோட்டில் வைத்துப் பார்க்க முடியாது. சாதி பிறப்பால் வருவது; வர்க்க வேறுபாடு அரசியல் மாற்றங்கள்; திறமை; செல்வம் போன்றவற்றால் வருவது. பெரும்பான்மை ஐரோப்பிய நாடுகளில் வர்க்க வேறுபாடு அங்கிருந்த பண்டைய வேளாண் குடிமை முறையை ஒட்டியே வந்திருக்கிறது. அதில் மதத்துக்கு எந்தத் தொடர்பும் இல்லை. இங்கிலாந்தில் ஓர் எளியவனின் மகன் மதத்திலும் சரி, சமூகத்திலும் சரி, உயர்ந்த நிலையை அடைய முடியும். விவசாயியின் மகனால் அங்கு அமைச்சராகி நாட்டையே கொண்டு செலுத்த முடியும். அவனைப் பிரபுக்கள் மதிப்பார்கள்; அவனுடன் உண்டு குடிக்க அவர்கள் தயங்குவதில்லை. ஆனால் இந்த மதராஸ் மாகாணத்தில் அப்படியா இருக்கிறது? இங்கு அனைத்து உயர் பதவிகளும் - சமூகப் பதவிகளாகட்டும், மதத்தில் உயர்ந்த இடங்களாகட்டும் அவை ஒரு சாதிக்கென்றே கட்டமைக்கப்பட்டிருக்கின்றன. பிராமணனுக்கு மட்டுமே இவை சொந்தம்.

இன்னும் தெளிவாகவே சொல்கிறேன். மேட்டிமைத்தனம் ஐரோப்பியர்களிடையே இறைச்சி உண்பதாலும், குடிப்பதாலும் வருவதில்லை. பணம், சொத்து, பதவி போன்றவற்றைக் கொண்டே யார் உயர்ந்தவன் என்று தீர்மானிக்கிறார்கள். ஆனால் சாதியத்தில் இறைச்சியும், குடியுமே ஒருவனது முக்கியத்துவத்தைத் தீர்மானிக்கின்றன. அவற்றை உட்கொள்ளாத சாதியைச் சேர்ந்தவன் பெரியவன். ஆக, ஐரோப்பிய வர்க்கத்தை இந்திய சாதியுடன் ஒப்பிடவே முடியாது. இந்து மதத்தைத் தொடாமல் உங்களால் சாதியத்தை ஒழிக்கவே முடியாது. இரண்டும் ஒன்றோடு ஒன்று பின்னிப்பிணைந்தவை. சாதியத்தை ஒழித்தால் இந்து மதமே ஆட்டம் கண்டுவிடும். சாதியம் என்ற அடிக்கல்லே இந்து மதத்தைத் தூக்கி நிறுத்துவதாக இருக்கிறது.

இதையும் தாண்டி ஐரோப்பிய வர்க்கமே சாதி என்று வாதிடும் இந்தியக் கிறிஸ்துவர்கள், சாதிக்கும் மதத்துக்கும் தொடர்பு இல்லை என்று நிறுவட்டும். சாதியைச் சமூக அந்தஸ்துக்காகப் பிடித்துக் கொண்டிருக்கும் இந்தியக் கிறிஸ்துவர்களை இந்துக்கள் மதிப்பதே இல்லை. நீ என்னிலிருந்து எப்போதும் வேறுபட்டவன்தான் என்று

ஒதுக்கியே வைத்திருப்பார்கள். சாதி கடைப்பிடிக்கும் கிறிஸ்துவனைச் சாதி இந்துக்கள் அவர்கள் சபைகளில் அனுமதிப்பதில்லை; அவர்களுடன் திருமண ஒப்பந்தங்கள் செய்வதில்லை; சுய சாதி இந்துவுக்குத் தரும் மரியாதையைக் கிறிஸ்துவனுக்குத் தருவதில்லை.

சாதி இந்துக்களுடன் இணக்கமான உறவை வேண்டியும், அவர்கள் தண்டிக்காமல் இருக்கவும் சாதியத்தைக் கடைப்பிடிக்கிறேன் என்று சொல்லும் சாதி கிறிஸ்துவர்கள் இன்னும் சிரிப்பை வரவழைக்கிறார்கள். 'சோதனை உங்கள் அனைவருக்கும் வரும்', என்று விவிலியத்தில் சொல்லப்பட்டிருக்கிறது. முந்தைய கிறிஸ்துவர்கள் சந்திக்காத சோதனைகள் உண்டா? வாளுக்கும், விலங்குகளுக்கும் நெருப்புக்கும் உயிரை விட்டிருக்கிறார்கள். அது போலவேதான் புதிய கிறிஸ்துவர்களுக்கும் சோதனைகள் வந்தே தீரும். சாதி இந்துக்களிடமிருந்து தப்பி கடவுளின் கோபத்துக்கு ஆளாகியே தீருவார்கள். மதராஸ் மாகாணத்தின் புதிய கிறிஸ்துவர்கள் பெரும்பாலும் தாழ்த்தப்பட்ட சாதிகளான சாணார், குயவன், பிள்ளை மற்றும் பறையர் ஆவார்கள். ஆனால் பறையர் தீண்டிய பொருள்களை இந்தக் கிறிஸ்துவர்களே தூக்கி எறிகிறார்கள். வீட்டு வேலைக்கும், சமைக்கவும் எத்தனை பறையரை இந்தச் சாதி கிறிஸ்துவர்கள் பணியமர்த்தி இருக்கிறார்கள்? வேப்பேரியில் வசிக்கும் சாதி கிறிஸ்துவர்கள் வீடுகளில் எத்தனை பறையர் சாதி சமையல்காரர்கள் இருக்கிறார்கள்? பறையர் சாதி சமையல்காரன் மட்டுமே கிடைத்ததால், அவன் கையால் சாப்பிட வேண்டுமா என்று மறுத்து, பக்கத்து ஜில்லாவில் கிடைத்த நல்ல வேலையை விட்டுவிட்டு வேலையில்லாமல் வீட்டில் உட்கார்ந்திருக்கும் சாதி கிறிஸ்துவனை நான் அறிவேன்.

கிறிஸ்துவ மிஷனரி ஒருவனின் கையிலிருந்து நீர் பெற்று அருந்தக் கூட அறுவெறுத்துக் கிடந்த சாதி கிறிஸ்துவனையும் அறிவேன். உங்களில் எந்தக் கிறிஸ்துவ இளைஞர் - புராடஸ்டன்டோ, ரோமை கத்தோலிக்கரோ, தாழ்ந்த சாதி இளைஞனுடன் ஒரே கிண்ணத்தில் நீர் அருந்தத் தயாராக இருக்கிறீர்கள்? பறையன் சமைத்த உணவை உண்ண உங்களில் யார் தயாராக இருக்கிறீர்கள்? கிறிஸ்துவை அறியாத இந்துப் பறையனை நடத்துவதைவிட நீங்கள் நன்றாக நடத்துகிறீர்களா? அவன் உண்ணும் இறைச்சி, பருகும் மது இரண்டையும் மட்டுமே கொண்டு அவன் உங்களை விடத் தாழ்வானவன் என்று ஒதுக்குகிறீர்களா? அப்படியென்றால் நீங்கள் புதிய ஏற்பாடு சொல்வதைச் சட்டை செய்யவில்லை என்று

பொருள். 'இருளில் இருந்தீர்கள்; இப்போது ஒளியைக் காண்கிறீர்கள். நீங்கள் ஒளியின் பிள்ளைகளாக இருங்கள். நீதிக்கு அநீதியுடன் என்ன தொடர்பு இருக்க முடியும்? ஒளிக்கு இருளுடன் என்ன தொடர்பு? இறைவனின் ஆலயத்தில் சிலைகளுக்கு என்ன இடம் உண்டு? நீங்களே இறைவன் வாழும் ஆலயம்', என்று சொல்லியிருக்கிறது.

'அவர்களிலிருந்து பிரிந்து வாருங்கள். அசுத்தமானதைத் தீண்டாதீர்கள். உங்களை நான் அப்படியே ஏற்றுக்கொள்வேன்', என்று சொல்லப்படுகிறது. சிலை வழிபாட்டையும், இந்து மதத்தையும், அதன் சாதியத்தையும் விட்டொழித்துவிட்டு வருமாறுதான் இதில் சொல்லப்படுகிறது. சாதியைக் கடைப்பிடிப்பதன் மூலம் சுய சாதிக்காரர்களின் திருமணம், இறப்பு போன்ற சடங்குகளுக்குச் செல்ல முடிகிறது என்று சொல்கிறீர்கள். இதைக் கடவுளின் எந்த வார்த்தை அங்கீகரிக்கிறது? அவர்கள் அந்தச் சமயங்களில் செய்யும் சிலைவழிபாடுகளை நீங்கள் எப்படிக் கடந்து வருவீர்கள்? அது கிறிஸ்துவின் வார்த்தைகளுக்குக் கட்டுப்படாமல் போவதன்றி வேறு என்ன? இந்தச் சடங்குகளில் கிறிஸ்துவர்களை அமைதியாக வேடிக்கை பார்க்க மட்டுமே சாதி இந்துக்கள் அனுமதிக்கிறார்கள். இப்படிச் செல்வதால் நீங்கள் உங்கள் கடவுளை எதிர்க்கவில்லையா? அவரது வார்த்தைக்குக் கீழ்ப்படிதலின்றி நடக்கிறீர்களே? இப்படி சாதி இந்துக்களுக்கும் கிறிஸ்துவர்களுக்கும் இடையே அல்லாடும் சாதி கிறிஸ்துவர்கள் பெரும் பாவம் செய்கிறார்கள். அவர்கள் கடவுளின் கோப்பையினின்றும், பிசாசின் கோப்பையினின்றும் பருகுகிறார்கள்; கடவுளின் மேசையிலிருந்தும். பிசாசின் மேசையிலிருந்தும் உண்கிறார்கள். இவர்களிடம் எந்த உண்மையுமில்லை என்று சாதி இந்துக்கள் கேலி செய்யும் அளவுக்கு நடந்து கொள்கிறார்கள்.

சாதியம் என்ற போர்வையைத் தூக்கி வீசும்வரை இந்திய கிறிஸ்துவ ஆலயங்களில் வளர்ச்சியும் மலர்ச்சியும் வரப்போவதில்லை. சிலை வழிபாட்டையும், சாதியத்தையும் எதிர்க்கும் அதே கிறிஸ்துவம் சாதியைக் கடைப்பிடிக்கும் சாதி கிறிஸ்துவர்களால் கட்டுண்டு கிடக்கிறது. சிலை வழிபாட்டை ஒழித்தால் மட்டுமே சாதியம் ஒழியும், சாதியம் ஒழிந்தால் சிலை வழிபாடும் ஒழிந்து போகும். இப்படி ஒன்றோடு ஒன்று பிணைந்திருப்பதால், கிறிஸ்துவத்துக்கு விடிவு இல்லை. சாதியம் கடைப்பிடிக்கும் இந்திய கிறிஸ்துவனால் ஒரு போதும் கடவுளுடைய வார்த்தையைப் பரப்ப முடியாது. ஆவியைக் கட்டுப்படுத்தி, அவனது பணியைச் செய்யவிடாமல் சாதி தடுக்கும். இந்துக்களில் பிராமணன் மட்டுமே மத வழிபாட்டை

நடத்த முடியும். சாதியைக் கடைப்பிடிக்கும் கிறிஸ்துவர்களால் அதே மாதிரியான நிலைப்பாட்டை மட்டுமே எடுக்க முடியும். திறமை, பணியாற்றும் பற்று, கடவுளின் பால் அன்பு கொண்ட பறையனை இவர்கள் எப்படித் தங்கள் மத வழிபாட்டை நடத்த விடுவார்கள்? அவனால் எப்படி இவர்கள் வீடுகளுக்குள் நுழைந்து பணியாற்றி, இவர்கள் குழந்தைகளைத் தொட்டு கடவுளின் பிள்ளைகளாகக் கொண்டுவர முடியும்? அவர்கள் துக்கத்தில் எவ்வாறு பங்கெடுக்க முடியும், அவர்கள் சிக்கல்களை எவ்வாறு சீர் செய்ய முடியும்?

சாதியை மறுத்துவிட்டால் யார் உதவியும் இன்றி நாங்கள் பட்டினியால் இறந்து போவோம் என்று சாதி கிறிஸ்துவர்கள் சொன்னால், அது தவறு. பெந்தெகொஸ்தே திருவிழாவின்போது புதிதாக மதம் மாறிய 3000 பேருக்கு அவர்களுள் இருந்த செல்வந்தர்களின் மனதைத் திறந்து இல்லாதவர்களுக்குப் பகிர்ந்து அளித்ததைப் போல எல்லாவற்றையும் பொதுவில் கொண்டுவர கிறிஸ்துவால் முடியும். பிசாசு காட்டிய ஆசைக்கு அடிபணிந்த பழைய ஏற்பாட்டு கிறிஸ்துவர்கள் அதனால் சந்தித்த பேரிழப்புகள் துன்பங்களுக்குப் பிறகு எவ்வாறு கடவுளின் ஆசியைப் பெற்றுச் செழித்து வாழ்ந்தார்களோ, அதுபோல இங்கும் சமத்துவத்தைக் கொணர்வார்.

ஆக சாதி பிசாசினுடைய வலை; அதை இந்து மதத்திலிருந்து பிரிக்கவே முடியாது. அதை யார் எந்தப் பெயரில் எப்படிக் கடைப்பிடித்தாலும், அது பெரும் பாவமே; கிறிஸ்துவத்துக்கு எதிரான பாவமே!

‘கிறிஸ்துவம் முழுக்க முழுக்க சாதியத்துக்கு எதிரானது; விக்கிரக ஆராதனைகளுக்கும் எதிரானது. ஜூன் 21, 1841 அன்று- என்று நான் திருமுழுக்குப் பெற்று கிறிஸ்துவ மதத்தை ஏற்றுக்கொண்டேனோ அன்று முதல் சிலை வழிபாட்டையும் சாதியையும் விட்டொழித்து விட்டேன். இந்து மதத்தை விட்டு வெளியேறும் அன்பர் ஒவ்வொருவரும் தொழு நோய் கண்ட மனிதன் தன் ஆடையைக் கழற்றி வீசுவதைப் போலச் சாதியத்தைத் தூக்கி எறிய வேண்டும். இந்து மதமும், அது தூக்கிப் பிடிக்கும் சாதியமும் தொழு நோயை விட மோசமானவை. சாதியம் வீண் பெருமையைத் தருகிறது. மனிதனைக் கர்வம் கொள்ள வைக்கிறது. இந்தக் கர்வத்தை, வீண் பெருமையை ஒவ்வொரு கிறிஸ்துவனும், இந்துவும் விட்டொழிக்க வேண்டும். பைபிளை, கடவுளின் திருவார்த்தைகளை அறியும் உள்நாட்டினனோ, ஐரோப்பியனோ, யாராக இருப்பினும் சமூக அவலமான சாதியத்தைத் தூக்கி எறியவேண்டும். சாதியத்தை

இன்னமும் கடைப்பிடிப்பவர்கள் சமூக நல்லிணக்கத்தையும், முன்னேற்றத்தையும் அது எவ்வாறு குலைக்கிறது என்பதை உணரவேண்டும்.

தன்னை விடத் தன் சகோதரனே சிறந்தவன் என்று எண்ணுவது சமூக முன்னேற்றத்துக்கு நல்லது. ஆனால் சாதியம் இதை அப்படியே மாற்றியமைத்து, எல்லோரையும் விட நாம் ஒரு படி மேல் என்று எண்ணவைக்கிறது. ஒரு பிராமணனாகச் சமூகம் எதிர்பார்க்கும் எல்லா கடமைகளையும் நான் செய்துவந்தால், அது கட்டாயம் சமூகத்தின் வேறொரு சாதி நபருக்கு எதிராகவே இருக்கும். தாகத்திலும் பசியிலும் மடிந்து கொண்டிருக்கும் பிற சாதி மனிதனுக்கு ஒரு வாய் சோறும், ஒரு மிடறு தண்ணீரும் தரமுடியாத நிலைக்கு ஒருவனை நான் தள்ளினால் அது நியாயமா? வேறு சாதியில் பிறந்துவிட்டான் என்ற ஒரே காரணத்துக்காக அவனுக்கு உதவியளிப்பதை நான் மறுப்பது நியாயமாகாது.

சாதியை எந்த நியாயமுமின்றி தூக்கிப் பிடிக்கும் சில மோசமான மனிதர்கள் இருக்கும் நிலையில், கிறிஸ்துவ ஆலயங்களின் அடிநாதத்தைக் குலைக்கிறது சாதி. சாதியை இப்படி ஒதுக்கியே பார்ப்பதால், அதை முற்றும் எதிர்க்கிறேன்; விக்கிரக வழிபாடு செய்யும் மனிதர்களை ஒதுக்குகிறேன்; என் திருமுழுக்கு மூலம் நானும் அதைவிட்டு விலகியே இருக்கிறேன்.'

6. தீண்டாமை, சாதியம் இரண்டும் இந்துக்கள் மனதில் இணைபிரியாமல் இருக்கின்றனவா?

சாதியினைத் தூக்கிப் பிடிக்கும் கிறிஸ்துவர்கள் தேவையற்ற பிணக்குகளை நம் தேவாலயங்களுக்குள் கொண்டுவருகிறார்கள். கிறிஸ்துவர்கள் சொல்வதைவிட, சாதி எத்தகைய கொடூரம் நிறைந்தது என்று இந்துக்கள் வழி நிறுவ விழைகிறேன்.

மனித ஒழுக்கம் மற்றும் மத ஒழுக்கம் ஒருவனது நடத்தையால் வருவதேயன்றி, அவன் சார்ந்த சாதியால் வருவதல்ல. பிறப்பால் ஒருவனை மற்றவனை விடத் தாழ்ந்தவன் என்று சொல்கிறார்கள். பிறப்பால் வரும் இந்தச் சிறுமையிலிருந்து தன்னை மீட்டுக்கொண்ட தாழ்ந்த சாதி மனிதன் எங்காவது உண்டா? ஆக, தீண்டாமையும் சாதியமும் ஒன்றுக்கொன்று நெருங்கிய தொடர்புடையது; வெறும் பிறப்பால் ஒரு மனிதனை அளவிடுவதையே சாதியம் செய்கிறது.

மட்டுமீறிய அறிவோ, திறமையோ ஒரு மனிதனை அவன் பிறந்த சாதியிலிருந்து அவனை மீட்பதில்லை. அறிவாலோ ஆற்றலாலோ

தாழ்த்தப்பட்ட சாதியினன் ஒருவன் சிறந்து விளங்கினால், அவனை உயர் சாதியைச் சேர்ந்தவனுக்கு ஈடாகவோ, உயர்வாகவோ யாரும் கருதுவதில்லை. படிப்பிலோ, குணத்திலோ ஒரு பிராமணனை விட நான் உயர்ந்திருக்கலாம், ஆனால் பிறப்பால் நான் ஒரு போதும் அவனை நெருங்க முடியாது என்றே இந்து மதம் சொல்கிறது. இது போல அடிக்கடி இங்கு நடப்பதுண்டு. பிராமணனும் சூத்திரனும் ஒன்றாகப் படிக்கும் என் நிறுவனத்தில் சூத்திரன் பிராமணனை விட நன்றாகப் படிப்பவன்; திறமைசாலி, அவனைக் கண்டு அந்த பிராமணனே அஞ்சுவதுண்டு. ஆனால், பிறப்பால் உயர்ந்ததால், தான் அறிவாளி; சூத்திரனை விட உயர்ந்தவன்; புனிதமானவன் என்று எண்ணுவான் பிராமணன். அறிவிலியான பிராமணனைப் புத்திசாலியான சூத்திரனை விட உயர்ந்தவன் என்றே இந்து மதம் கொண்டாடுகிறது. பறையனின் நிலை இன்னும் மோசம். இதற்கு இன்னொரு உதாரணம் சொல்கிறேன்.

மதராஸ் நகரைச் சேர்ந்த மரியாதைக்குரிய போலீஸ் மாஜிஸ்டிரேட் ஒருவருக்குப் பிராமணன் ஒருவன் தந்த மரியாதை என்னவென்று சொல்கிறேன். பரம ஏழையான பிராமணன் பண உதவி உள்படப் பல உதவிகளை முதலியாரான மாஜிடிரேட்டிடம் பெற்றுவந்தான். கூடவே அவ்வப்போது அவரிடமிருந்து பரிசுகளும் பெற்றான். ஒரு திருவிழாவின் போது அவன் வீட்டுக்குச் செல்ல நேர்ந்தது. முதலியாரை வீட்டுக்குள் பிராமணன் அனுமதிக்கவில்லை; வெளியே முற்றத்தில் அன்னமிட்டான். படித்த, அறிவார்ந்த சூத்திரர்களைப் பிராமணர்கள் இவ்வாறு நடத்துவது ஒன்றும் இங்கு புதிதல்ல. படிப்போ, பதவியோ எதுவும் சாதியத்தை அசைக்கப் போவதில்லை என்பதற்கு இதுவே சிறந்த உதாரணம்.

தீண்டாமை எத்தனை கொடியது என்றால், ஒரு மனிதனின் தனிப்பட்ட உறுப்பு மட்டுமல்ல, ஒட்டுமொத்த உடலும் தீண்டத்தகாததாகவே இந்து மதத்தால் பார்க்கப்படுகிறது. ஒரு சூத்திரனின் கண்கள் எவ்வளவு மோசமானது என்றால், அவன் பார்வை உணவு இருக்கும் இலையில் படிந்தாலே தீட்டு என்று அதைக் கொட்டவோ அல்லது வேறு தாழ்த்தப்பட்ட சாதிக் காரனுக்குத் தரவோ எத்தனிக்கிறான். ஆனால், இதே கோயிலில் பல சூத்திரர்கள் பார்த்திருக்க உணவருந்திக் கொண்டிருப்பார்கள் பிராமணர்கள். இதில் தீட்டு எதுவும் இல்லை, காரணம் கோயிலிலுள்ள சிலைகள் சூத்திரர்கள் இருக்கும் தீட்டுப்படாமல் அவர்களைக் காப்பாற்றுகின்றனவாம். சிலை இருப்பதால் கோயில் புனிதமாகிறது; அது செல்லும் இடமெல்லாம் புனிதமாகிறது; அதனருகே இருக்கும் பொருள்கள் எல்லாமே தூய்மையாகின்றன.

தேள் கொட்டியதும் விஷம் பரவுவதைப் போலச் சூத்திரன் தொடும் பண்ட பாத்திரங்களில் கூடத் தீட்டு பரவுவதாகப் பிராமணன் நம்புகிறான். சூத்திரன் தொட்டது மண் பானையாக இருந்தால் தெருவில் வீசியெறியப்படுகிறது; பிற உலோகமாக இருந்தால் நெருப்பில் இட்டு 'தூய்மைப்படுத்தப்படுகிறது'. தெரியாத்தனமாகப் பறையனுக்கு சில அடி தூரத்தில் பிராமணன் வர நேர்ந்தால் அது தீட்டாகிறது; துணிகளைத் துவைத்து, உடனடியாகக் குளித்தாக வேண்டிய கட்டாயம் பிராமணனுக்கு இருக்கிறது. ஆக, சாதியும் தீண்டாமையும் ஒன்றோடொன்று பின்னிப் பிணைந்தவை; இன்னும் அதிகம் சொல்லப்போனால் சாதி மனம் சார்ந்தது அல்ல, உடல் சார்ந்ததாகவே இங்கு இருக்கிறது.

தீண்டாமை யாரோ ஒரு சிலரது மனங்களில் மட்டும் இருக்கும் விஷயமல்ல, சிறுவர் பெரியவர் என்று வயது வேறுபாடு இல்லாமல் எல்லா இந்துக்களிடமும் இருக்கிறது. தீண்டாமை என்பது அவர்களுக்கு இயற்கை உள்ளுணர்வு அளவுக்கு ஊறிப் போயிருக்கிறது. இரண்டும் இரண்டும் நான்கு; நான்கும் இரண்டும் ஆறு என்பதைக் கற்றுக்கொள்வதற்கு முன்பே இந்து சிறுவர்கள் சாதியம், தீண்டாமை போன்றவற்றைக் கற்றுக்கொள்கின்றார்கள். ஐந்து அல்லது ஆறு வயதைத் தாண்டுவதற்குள் சிறுவர்கள் பறையர்களிடம் தீண்டாமையைக் கடைப்பிடிக்க ஆரம்பிக்கிறார்கள். தொட்டாற்சிணுங்கியைப் போலப் பறையர்களின் மூச்சுக்காற்று, தீண்டுதல் என எது பட்டாலும் தீட்டாகிவிடும் என்று நம்புகிறார்கள். தொட்டாற்சிணுங்கி போல தங்கள் உடலும் பறையர்கள் தீண்டலால் சுருங்கிவிடும் என்று நம்பவைக்கப்படுகிறார்கள். இவ்வளவு சிறு வயதில் பறையர்கள் தொடுவதெல்லாம் தீட்டு என்று எப்படி நம்புகிறார்கள் என்பதே ஆச்சர்யமாக இருக்கிறது. ஆக மதத்திலிருந்து சாதியைப் பிரிக்க முடியாது என்பது தெளிவாகிறது. சிலர் மட்டும் கடைப்பிடிக்கக் கூடிய விஷயமும் அல்ல இந்தத் தீண்டாமை. உலகளாவிய முறையில் இந்துக்கள் அனைவரும் இதைச் செய்வதை நாம் அறிவோம்.

இதைக் கொண்டு இந்தியக் கிறிஸ்துவர்கள் என்ன படிப்பினை பெறுவது? உண்மை, கர்த்தருடைய நீதி இவற்றுக்கு எதிராக இயங்காமல், சாதியை விடுத்து மதத்தை மட்டும் எப்படிப் பின்பற்றுவது? பவுல் யூதராக இருந்தும் இந்த முறை எதையும் கடைப்பிடிக்கவில்லை. இங்குள்ள கிறிஸ்துவர்கள் சாதியைத் தூக்கிப் பிடிப்பது பவுலின் நிலைப்பாட்டுக்கு எதிரானது. தீண்டாமை செய்வதில்லை, ஆனால் சாதியம் கடைப்பிடிப்போம் என்று

கிறிஸ்துவர்கள் சொன்னால், பவுலை விட நீங்கள் மேன்மையான கிறிஸ்துவர்களாக இருக்கவேண்டும்; அல்லது நீங்கள் உண்மைக்குப் புறம்பானவற்றைப் பேசவேண்டும். இவ்வாறு தீண்டாமையை எங்கு கடைப்பிடித்தாலும், அது விக்கிரக ஆராதனை செய்வதற்குச் சமம் என்றே நான் கருதுகிறேன்.

7. சாதியும் ஐரோப்பியச் சமூகத்தின் வர்க்க முறையும் ஒன்றா?

நிச்சயம் இல்லை. சாதியை ஒரு போதும் ஐரோப்பியரின் வர்க்க வேறுபாட்டோடு ஒப்பிடமுடியாது. ஏனென்றால் பெரும்பாலான ஐரோப்பிய நாடுகளில் கிறிஸ்துவம் கடைப்பிடிக்கப்படுகிறது. வர்க்க வேறுபாட்டுக்கும் மதத்துக்கும் என்ன தொடர்பு இருக்கிறது? கிறிஸ்துவம் வர்க்க வேறுபாட்டை மக்களிடையே ஏற்படுத்துவ தில்லை. சாதியம் இங்கு வர அரசியலே காரணம். பிராமணர்கள் தங்களைச் சமூகத்தின் உயர் தட்டில் நிலைநிறுத்திக் கொள்ள, மதத்தைக் கையில் ஆயுதமாக எடுத்தார்கள். அதன் மூலம் அவர்களுக்குச் சமூக அந்தஸ்தும், மரியாதையும் கிட்டியது. இன்று சாதியம் எப்படி இருக்கிறது?

சாதி பற்றிய தெளிவு இருக்கும் இந்திய கிறிஸ்துவர்கள் கூட அது சமூகப் பழக்கம் அல்ல, மதப் பழக்கம் என்று அறிவார்கள். மதத்தை விட சமூகத்துக்கு அதிக முக்கியத்துவம் இருந்தால், மத நிகழ்வுகளில் சமூகத்தின் சொல்லுக்கு இடம் இருக்கும், சாதியை விடக் குணநலன்களுக்கு மரியாதை இருக்கும். எந்த இந்து சபையிலிருந்தாவது யாராவது ஓர் இந்து எனக்கு இந்த உரிமைகள் உண்டு என்று கேட்டு வாங்கியிருக்கிறானா? மனு சாஸ்திரமாகட்டும், பிற இந்து மத சாஸ்திரங்களாகட்டும், அவை நீதியை விட மதத்தையே முன்னிறுத்துகின்றன. சாதியே மனிதனுக்கு மரியாதையும் சமூக அந்தஸ்தையும் தருகிறது. சாதியே ஒரு மனிதனின் குணநலனை, தலையெழுத்தை நிர்ணயிக்கிறது. இப்பிறப்பில் அல்ல, மறு பிறப்பிலும் மனிதன் யானையாகப் பிறப்பானா, பிற விலங்காகப் பிறப்பானா என்பதை அவனது சாதியே இந்து மதத்தில் முடிவு செய்கிறது. அப்படியானால், சாதியும் இந்து மதமும் பிரிக்கமுடியாத இணைகள்.

சுய சாதிக் கட்டுப்பாட்டை மதிக்காத மன்னன் யாரையாவது சமூகம் மதிக்கத் தவறியிருக்கிறதா? சுய சாதிக் கட்டுப்பாட்டை எதிர்த்துச் சென்ற பிராமணன் கோயில்களுக்குள் நுழையத் தடை ஏதாவது விதிக்கப்பட்டதா? சுய சாதிக் கட்டுக்களை மீறிய சூத்திரனுக்கு அவனது சொத்தைப் பிரித்துத் தருவதில் எந்தக் குடும்பமாவது

தவறியதா? ஆக சாதியக் கட்டுகள் வேறு, சமூகக் கடமைகள், சமூக அந்தஸ்து வேறு. இரண்டும் ஒன்றுக்கொன்று தொடர்புடையவை அல்ல. சமூக இடம் சாதி சார்ந்தது அல்ல என்றால் எத்தனை இந்துக் கோயில்களில் முக்கியப் பொறுப்பில் சூத்திரர்கள் இருக்கிறார்கள்? இன்னும் எல்லா கோயில்களிலும் முக்கியப் பொறுப்புகளில் பிராமணர்களே இருப்பது மதமே சாதியத்தைத் தாங்கிப் பிடிக்கிறது என்பது தெளிவாகிறது.

சாதி சமூகச் சிக்கல் என்றால் அது ஏன் இன்னும் இந்து மதத்தோடு பின்னியிருக்கிறது? தீண்டாமை ஏன் இந்து மதத்தோடு ஒட்டிக் கொண்டிருக்கிறது? மதம் இல்லாமல் வெறும் சமூக அவலமாக சாதி இல்லை என்பது இதன்மூலம் நமக்குத் தெரிகிறது. சாதி வெறும் சமூகக் கட்டமைப்பு என்றால், தன்னைப் போலவே உருவமும் முகமும் கொண்ட பறையனை எப்படி மற்றவர்களால் ஒதுக்கிவைக்க முடிகிறது? மதராஸில் உள்ள பிராமணர்கள் மட்டுமல்லாமல் இந்தியா முழுக்க இருக்கும் பிராமணர்கள் ஏன் இந்தச் சாதியம், தீண்டாமையைக் கடைப்பிடிக்கிறார்கள்? சமூகப் பொறுப்பைத் தராத ஒரு கட்டமைப்பை மதம் இப்படி ஏற்படுத்துவதால், பெரும்பான்மை இந்துக்களுக்குச் சமூகப் பொறுப்பு பற்றிய தெளிவு இருப்பதில்லை. எவ்வளவு மோசமானதாக இருந்தாலும் ஒவ்வொரு மனிதனும் தன் சாதியையே உயர்வாக நினைத்து வருவது மதத்தின் காரணத்தால் மட்டுமேயன்றி சமூகத்தினால் அல்ல. ஆகச் சமூகக் கட்டமைப்புக்கும் சாதிக்கும் தொடர்பே இல்லாத நிலையில் எப்படி ஐரோப்பிய நாடுகளின் சமூக வர்க்க வேறுபாட்டுக்கும் சாதியத்துக்குமான தொடர்பை நிறுவ முடியும்? சாதியமும் வர்க்க வேறுபாடும் ஒருபோதும் ஒன்றாக இருக்கவே முடியாது.

இன்னும் சில உதாரணங்களும் தருகிறேன். ஐரோப்பிய உயர் குடி மக்களுடன் கீழ் நிலையிலுள்ள மக்களும் ஒன்றாக அமர்ந்து ஒரே மேசையில் உணவருந்த முடியும். மன்னனோ, தளபதியோ, தன்னை விட வர்க்கத்தில் கீழ் நிலையிலுள்ள பெண்ணைத் திருமணம் செய்துகொள்ள இயலும், அவ்வாறு திருமணம் செய்துகொள்வதால் கிறிஸ்துவ மதம் அதை எதிர்க்காமல் அங்கீகரிக்கிறது. ஐரோப்பிய நாடுகளின் சட்டதிட்டங்களின் படி, தன்னை விடப் படி நிலையில் கீழிருக்கும் நபரைத் திருமணம் செய்துகொள்வதற்கு எவ்வித அபராதமும் கட்டத் தேவையில்லை. சொல்லப்போனால் ஐரோப்பிய நாடுகள் உயர் குடி மற்றும் கீழ்நிலை மக்களை ஒன்றாகவே பார்க்கின்றன. 'உயர் பிறப்பால் பெருமைப்பட எதுவுமில்லை; உனக்குக் கீழ் இருப்பவனை ஆதரி' என்றே அவை

தங்கள் மக்களிடம் அறிவுறுத்துகின்றன. இறுதியாக இந்து மதத்தில் உள்ள தீட்டு என்ற சொல்லே ஐரோப்பிய மனங்களுக்குப் புதிதானது; அந்நியமானது. அவர்கள் மனதிலிருக்கும் நேர்மை, திறமை, நாணயம் போன்றவற்றுக்கு நேரெதிரானது தீண்டாமை வழக்கம்.

இந்து மதத்திலுள்ள இன்னும் சில சிக்கல்களைச் சுட்டுகிறேன். ஏழையான பிராமணன் பிச்சை எடுத்து உண்ணும் அவனது குலப்பணியைச் செய்தாலும், சூத்திரனின் வீட்டுக்குள் நுழையமாட்டான். அவ்வாறு நுழைந்தால் சாதியை விட்டு ஒதுக்கி வைக்கப்படுவோம்; அபராதம் கட்டவேண்டும் என்ற அச்சமும் காரணம். புத்திசாலித்தனமும் செல்வமும் இருக்கும் பறைய இன அல்லது சூத்திரப் பெண்ணை ஏழை பிராமணன் எந்தச் சூழலிலும் சட்டப்படித் திருமணம் செய்துகொள்ளமாட்டான். எந்தப் பிராமணனும் பறையன் ஒருவனைத் தன் சமையல்காரனாகப் பணியமர்த்துவதில்லை, ஆனால் ஐரோப்பிய நாடுகளில் மன்னர் வீடுகளில் கீழ் நிலை மக்கள் நல்ல பணிகள் தரப்பட்டு, மரியாதையுடனே நடத்தப்படுகின்றனர். பிராமணர்களும், உயர்நிலைச் சூத்திரர்களும் தங்கள் கோச்சை ஓட்டப் பறையர்களை நியமிப்பதில்லை. தங்கள் தலைக்கு மேல் பறையன் ஒருவன் அமர்வதா என்ற அவர்கள் எண்ணமே இதற்குக் காரணம். எவ்வளவு மோசமாக ஓட்டினாலும், சொந்தச் சாதியைச் சேர்ந்த ஒருவனை கோச் ஓட்ட வைத்துவிட்டு, பறையனைக் குதிரையோடு ஓடிவரச் செய்வார்கள். பறையன் இவர்களை விட எவ்வளவு அறிவார்ந்தவனாக, திறமை வாய்ந்தவனாக இருந்தாலும், சூத்திரரும், பிராமணனும் அவனைப் பொருட்படுத்துவதில்லை. ஐரோப்பாவில் இப்படியல்ல, உயர் குடியில் பிறந்தவன் கீழ் நிலையில் பிறந்தவனை மதிக்கிறான், கல்லூரியில் இவனை விட அவன் அதிக மதிப்பெண் வாங்கினால், பரிசுகள் வாங்கினால், தன்னை விட அவனை மேலானவனாகவே கருதுகிறான்.

இப்படி வேறுபாடுகளைச் சுட்டிக்கொண்டே சென்றால், ஐரோப்பியரின் வர்க்க வேறுபாட்டுக்கும் இந்து மத சாதியத்துக்கும் எந்தத் தொடர்பும் இல்லை என்பது தெளிவாகவே விளங்கும்.

புதிதாகக் கிறிஸ்துவத்தை ஏற்கும் இங்குள்ளவர்கள் முதலில் நம்மிடம் கேட்கும் கேள்வி, ‘என்ன நான் என் சமையல்காரனுடன், குதிரை ஓட்டியுடன் சரிசமமாக அமர்ந்து உணவருந்த வேண்டுமா?’ என்பதுதான். சாதியை ஒதுக்கச் சொல்லி நான் சொல்லும்போது அவர்களிடம் சொல்வது இதைத்தான்- உங்கள் பறைய குதிரை

ஒட்டியுடன் நீங்கள் உணவருந்த வேண்டாம்; சாதியை விட்டொழித்திருக்கும் என்னுடன் அமர்ந்து உண்ணுங்கள். பறையன் சமைத்த உணவை நாம் உண்பது எந்த விதத்திலும் தாழ்வானதல்ல என்பதைப் புரியவைப்பேன். கிறிஸ்துவ மதம் காரண காரியமில்லாமல் ஒருவனை விடக் கீழ்நிலையிலுள்ள பறையர், பணியாள் போன்றவர்களுடன் உணவருந்தச் சொல்வதில்லை. பறையன் சமைத்த உணவை இங்குள்ள சாதியைப் பின்பற்றும் கிறிஸ்துவர்கள் உண்பதில்லை. பறையன் கொண்டுவரும் நீரைப் பருகிய கிறிஸ்துவன் இங்கு யார்? பறையரை விடத் தன்னை மேலானவர்கள் என்று எண்ணும் காரணத்தால்தானே புது கிறிஸ்துவர்கள் இவ்வாறு நடந்து கொள்கிறார்கள்? இப்படி இருக்க, ஐரோப்பியரின் வர்க்க வேறுபாட்டுடன் நம் சாதியத்தைப் பொருத்திப் பார்ப்பது எவ்வளவு நகைப்புக்குரியது?

சாதியம் குறித்து இவ்வளவு தெளிவுபடுத்தியும் மதம் மாறிய புது கிறிஸ்துவர்கள் சாதியத்தைக் கடைப்பிடித்தால், இந்துக்களைப் போல அல்லாமல் தாங்கள் பின்பற்றும் சாதியம் வித்தியாசமானது, மோசமானது அல்ல என்று சொன்னால், அவர்களை அவர்கள் சாதியைப் பற்றி விவரிக்கச் சொல்வேன். கர்த்தரது வார்த்தைக்கும் அவர்கள் சாதிக்குமான தொடர்பை அவர்கள் நிறுவவேண்டும் என்பேன். இனி அவர்களது சாதிய நிலையைக் கண்டுபிடித்தவர் யார் என்று அவர்கள் சொல்லவேண்டும்; யார் கூற்றுக்கு அடிபணிந்து, யார் காட்டிய வழியில் அவர்கள் சாதியத்தைக் கிறிஸ்துவ மதத்துக்குள் கொண்டு வந்திருக்கிறார்கள் என்று சொல்லியே ஆகவேண்டும். நரகத்தின் இருளுடன் தொடர்பு வைத்துக்கொண்டு கிறிஸ்துவம் காட்டும் விண்ணுலக ஒளியை மறுத்து இந்திய கிறிஸ்துவத்தின் ஆணிவேரை அசைத்துக் கொண்டிருக்கும் இவர்கள், நமக்குப் பதில் தரவேண்டும்.

இந்தக் கேள்விகளுக்குச் சரியான பதில் அவர்கள் அளிக்காத வரையில், அவர்கள் கடவுளுக்கு விரோதமாக நடப்பவர்களாகவே கொள்ளப்படுவார்கள். கிறிஸ்துவின் உண்மையான தேவாலயம் அவர்களை எவ்வாறு வரவேற்கும் என்று 2 கொரிந்தியர் 6: 17,18 வசனங்கள் சொல்கின்றன- 'ஆனபடியால், நீங்கள் அவர்கள் நடுவிலிருந்து புறப்பட்டுப் பிரிந்துபோய், அசுத்தமானதைத் தொடாதிருங்கள் என்று கர்த்தர் சொல்கிறார். அப்பொழுது நான் உங்களை ஏற்றுக்கொண்டு உங்களுக்குப் பிதாவாயிருப்பேன், நீங்கள் எனக்குக் குமாரரும் குமாரத்திகளுமாயிருப்பீர்கள் என்று சர்வ வல்லமையுள்ள கர்த்தர் சொல்கிறார்.'

கிட்டத்தட்ட 170 ஆண்டுகளுக்கு முன்னர் தெளிந்த மனதுடன் முதன்முதலில் கிறிஸ்துவ மதத்தைத் தழுவிய ராஜகோபாலின் இந்த பதில்களை இன்றையச் சூழலில் பொருத்திப் பாருங்கள். உங்கள் அருகே அமர்ந்து ராஜகோபால் சாதியை விட்டொழித்து கிறிஸ்துவத்தைக் காப்பாற்றுங்கள் என்று சொல்வதுபோலத் தோன்றவில்லையா? இரண்டு நூற்றாண்டுகள் கழிந்த பின்னும் அதே இடத்தில் நாம் நிற்க வெட்கப்பட வேண்டும்; 200 ஆண்டுகளுக்குப் பின்பும் ஒவ்வொரு சொல்லும் மெய்யானதாக, நாம் கவனத்தில் கொண்டு கடைப்பிடிக்க வேண்டியதாகச் சொன்ன ராஜகோபால் எவ்வளவு முன்னோக்கிச் சிந்தித்து இவற்றைச் சொல்லியிருக்க வேண்டும்? இத்தகைய தெளிவு இருந்த மனிதன் தொடங்கிய பள்ளியில் படித்ததற்கும், பணியாற்றியதற்கும், ஏன், அந்த இடத்தில் கால் பதிக்கவே நாம் கர்த்தரால் ஆசீர்வதிக்கப்பட்டவர்களாகக் கட்டாயம் இருக்கவேண்டும் அல்லவா?

•

15

சென்னையைச் சுழற்றி வீசிய சூறாவளி – சாந்தா ஆப்தே

நண்பர்களுடனான அரட்டைகள் எப்போதாவது போகிற போக்கில் ஒரு புதையலின் பக்கம் நம்மை நெட்டித் தள்ளிவிடுவதுண்டு. 'அவள் அப்படி ஒரு பேரழகி தெரியுமா?', என்று நண்பர் விவரித்தபோது விழி விரியக் கேட்டுக்கொண்டேன். கையோடு கூகிளில் தேடுதல் வேட்டையைத் தொடங்கியபோது வந்து விழுந்த முதல் புகைப்படத்தில் நான் காலி! அத்தனை அழகு. அசரடிக்கும் அழகு. கருப்பு வெள்ளைப் புகைப்படமா?ஓவியமா? என்று என்னை நானே கிள்ளிக் கொண்ட வேளையில் ரவி வர்மன் சோம்பல் முறித்து என்னைப் பார்த்துச் சிரித்தான். மொபைலுக்குள்ளிருந்து அவரும் தான்.

மூக்கில் அணிந்திருந்த நத்து அவளது மராத்திய மரபைச் சுட்டியது. சட்டென ரசனைத்திரை விலக்கி நண்பர் சொல்வதை உள்வாங்கிக் கொள்ள முயற்சித்தேன். 'ஒரு பாடல் இருக்கிறது. அதில் ஆரத்தி சுற்றுவார். அந்த ஒளியில் அப்படியே தேவதை போல ஜொலிப்பார்'. நான் வேறு பக்கங்களை அலசிக்கொண்டே இருந்தேன். அவரது கதையைச் சொல்லும் சினிஸ்தான் பக்கத்தில், அவர் பாடிய ஆங்கிலப் பாடலின் காணொளிக் காட்சி வந்தது. வி. சாந்தாராம் இயக்கிய 'துனியா நா மானே' படத்தில் 'சாம் ஆஃப் லைஃப் (Psalm of Life)'

என்ற அமெரிக்கக் கவிஞர் ஹென்றி வாட்ஸ்வொர்த் இயற்றிய பாடல் அது. வெளிநாட்டு ஆப்ரா பாடகிகள் தோற்கும் அளவுக்கு அந்தக் குரலில் அத்தனை உயிர்!

நண்பர் சொன்ன 'துனியா நா மானே' படத்தின் 'ஜெயதேவி மங்களகௌரி' பாடலைப் பார்க்க ஆரம்பித்தேன். கைகளில் ஆரத்தித் தட்டை ஏந்தி, கண்களில் ஒளி மின்ன, ஜெயதேவி பாடிக் கொண்டிருந்த ஓவியம் கண்டிப்பாக ரவி வர்மா வரைந்ததுதான் என்று ஒரு நொடி விக்கித்துப் போனேன். ரவியைப் போலவே ஓவியங்கள் தீட்டிய எஸ். எல். ஹல்தன்கரின் 'குளோ ஆஃப் ஹோப்' ஓவியம் உயிர்பெற்றதைப் போல ஜெயதேவி மங்களகௌரி பாடிக் கொண்டிருந்தார் அவர் - சாந்தா ஆப்தே.

சாந்தா ஆப்தே

தெற்கிலிருந்து வடக்கே சென்று பாலிவுட்டைக் கலக்கிக் கொண்டிருந்த நட்சத்திரங்கள் ஒரு பக்கம் என்றால், அங்கிருந்து இங்கு வந்து கோலோச்சிய நடிகைகளில் முதன்மையானவர் சூப்பர் ஸ்டார் சாந்தா! மொபைலில் விரல்கள் தேயத் தேடியதில் கிடைத்தது சாந்தா எவ்வளவு சாந்தமானவர் என்ற செய்தி. ஃபிலிம் இந்தியா இதழின் ஆசிரியர் பாபுராவ் படேலை அவரது அலுவலகத்திலேயே சாட்டையால் வெளுத்து வாங்கி இருக்கிறார் சாந்தா. காரணம், சாந்தா பற்றி அவர் எழுதிய அவதூறு செய்தி! ஆனால் சாந்தா தன்னைச் சாட்டையால் அடித்ததையும் அடுத்த ஃபிலிம் இந்தியா பதிப்பில் மறைக்காமல் எழுதினார் பாபுராவ் .

1940ஆம் ஆண்டு சென்னை மாநிலக் கல்லூரி மாணவர் கூட்டம் ஒன்றுக்கு சாந்தா பேன்ட் சட்டை அணிந்து வந்து கலக்கினார் என்று ஒரு துருப்புச் சீட்டு கிடைக்க, அடடா... மதராஸில் சாந்தாவா என்று ஆர்வமானேன். மேலும் தேடியதில் 1938ஆம் ஆண்டு அக்டோபர் ஒன்று அன்று சென்னை பிராட்வே டாக்கீஸில் பூனாவின் பிரபாத் பிக்சர்ஸ் தயாரிப்பான 'கோபால் கிருஷ்ணா' என்ற திரைப்படம் வெளியீடு என்ற செய்தி அன்றைய இந்தியன் எக்ஸ்பிரஸ் நாளிதழில் கிடைத்தது. அதில் 'சாந்தா ஆப்தே' நடிக்கும் என்ற கொட்டை

எழுத்து விளம்பரம் நம்மை ஈர்க்கிறது. அடுத்த வாரம், அக்டோபர் 7 அன்று எஸ்.சத்யமூர்த்தி எம்.எல்.ஏ., முன்னிலையில் படம் திரையிடப்படும் என்ற விளம்பரம் கண்ணைப் பறிக்கிறது.

அக்டோபர் 24 தேதியிட்ட எக்ஸ்பிரஸ் இதழில், வரும் 26ஆம் தேதி 'இந்தியாவின் நட்சத்திரம்' சாந்தா ஆப்தே மதராஸ் வரவிருப்பதாகவும், அவரை வரவேற்கத் தயாராகுமாறும் ஒரு விளம்பரம் வெளியாகியுள்ளது. அதற்கு மதராஸ் வாழ் மக்களின் வரவேற்பு உண்மையில் பிரமிக்க வைக்கிறது. 26ஆம் தேதி அன்று மாலை ஐந்து மணிக்கெல்லாம் கோபால் கிருஷ்ணா திரையிடப்படும் பிராட்வே டாக்கீஸின் முன் 2000 பேர் சாந்தாவைக் காணக் கூடியிருந்ததாகச் சொல்கிறது அடுத்த செய்தி.

26 அக்டோபர், 1938 அன்று காரில் பெங்களூரிலிருந்து மதராஸ் வந்த சாந்தா, 7 மணிக்கு பிராட்வே டாக்கீஸ் வந்து சேர்ந்தார். அவருடன் அவரது சகோதரர், சகோதரி, ஜயந்திலால் தாக்கூர் மற்றும் மாதண்ணா ஆகியோர் இருந்ததாகவும், அவரை எம்.டி. ராஜன், சி.பி.சாரதி மற்றும் டி.கண்ணபிரான் ஆகிய மூவரும் மாலை அணிவித்து வரவேற்றதாகவும் செய்தி இருக்கிறது. மூன்று நிமிடங்கள் மானேஜர் அறையில் இருந்த சாந்தா, உடனடியாகக் கிளம்பி, தான் தங்கியிருக்கும் இடத்துக்குச் சென்றுவிட்டார். 'சாந்தா ஆப்தே கி ஜெய்' என்று கூட்டம் ஆர்ப்பரித்தது. இந்த 2000 பேர் போக, சென்ட்ரல் ரயில் நிலையத்தில் அவர் ரயிலில் வந்து இறங்குவார் என்று நம்பி பலர் காத்திருந்து ஏமாந்து திரும்பியிருக்கிறார்கள். நகைக் கடைத் திறப்புக்கு நடிகை வந்ததால் தள்ளுமுள்ளு, நயன்தாராவைப் பார்க்கக் கூடிய கூட்டம் என்று இப்போதைய இளைஞர்களைக் கிண்டல் செய்கிறோம்; ஆனால் பாருங்கள் நம் முப்பாட்டன் காலம் தொட்டே நமக்கு நடிகைகளைக் கூட்டம் கூடி, ஆவென்று வாய் பிளந்து பார்க்கும் பாரம்பரியம் இருந்திருக்கிறது!

மூன்று நாட்கள் சென்னையில் தங்குவதாகவும், அதன்பின் தென்னிந்தியச் சுற்றுப்பயணம் ஒன்றைச் சாந்தா செய்யவிருப்ப தாகவும் தகவல் தருகிறது செய்தித்தாள். 'உங்கள் கனவு நிறைவேறப் போகிறது; நீங்கள் கேட்கவும் பார்க்கவும் ஆசைப்பட்ட உங்கள் சாந்தா ஆப்தேயைக் காண வாருங்கள்', என்று விளம்பரம் செய்யப்பட்டது. அக்டோபர் 28 அன்று 6.15 மற்றும் 9 மணிக் காட்சிகளில் சாந்தா நேரில் தோன்றுவார் என்றும், முன்னாள் மதராஸ் ஆளுனர் கே.வி.ரெட்டி மற்றும் சுதேசமித்திரன் ஆசிரியர் சி.ஆர். ஸ்ரீனிவாசன் இருவரும் இந்த நிகழ்வுகளைத் தலைமை தாங்குவார்கள் என்றும் அறிவிக்கப்பட்டது.

விழாவில் கலந்து கொண்ட சாந்தாவுக்கு அழகிய வெள்ளிப் பேழை ஒன்றை பிராட்வே டாக்கீஸின் உரிமையாளர்களான மெட்ராஸ் தியேட்டர்ஸ் பரிசளித்தார்கள். அதிலிருந்த பாராட்டு மடலில் பின்வரும் செய்தி இருந்தது. 'அனைத்திந்திய நட்சத்திரம் என்ற பெருமையை ஏற்கெனவே பெற்றிருக்கிறீர்கள். பாக்ஸ் ஆபீசில் உங்கள் பெயர் மேஜிக் தான். காஷ்மீரிலிருந்து குமரி வரை, பர்மாவிலிருந்து சிந்து வரையுள்ள மக்களை நீங்கள் மகிழ வைத்திருக்கிறீர்கள். உங்களின் ஒவ்வொரு படமும் சினிமா வரலாற்றில் ஒரு மைல்கல். திரையிடுபவர்களுக்கு லாபமும், பார்வையாளர்களுக்கு அவர்களது அன்றைய சிக்கல் மிகுந்த வாழ்க்கையிலிருந்து பறப்பது போன்றதொரு விடுதலையையும் உங்கள் படங்கள் தருகின்றன'.

இதற்கு நன்றி தெரிவித்துப் பேசிய சாந்தா ஆப்தே, 'சினிமாத் துறையில் என் அனுபவங்கள் ஒரே ஒரு விஷயம்தான் சொல்கின்றன - நன்றாகப் படித்த, கலாச்சாரம் அறிந்தவர்கள் அதிகம் சினிமாவுக்குள் வரவேண்டும். சினிமாவுக்குள் இப்படிப்பட்ட ஆட்கள் வரும்போதுதான் அதற்கான மரியாதை மக்களிடம் கிடைக்கும். சினிமாவுக்குள் நுழையத் தயங்குபவர்கள், அதில் குறைகள் கண்டு சொல்வது சரியல்ல. நடனம், இசை, நடிப்பு என்று இந்தத் துறைகளில் நுழைந்தால் மட்டுமே இந்தியக் கலைத்துறை புத்துணர்வு பெறும். நிறையச் சிக்கல்கள் தாண்டித்தான் நாம் ஜெயிக்க வேண்டியிருக்கிறது.'

'இங்குள்ள என் தங்கைகளிடம் இதைத்தான் நான் வேண்டிக் கொள்கிறேன். உங்கள் திறமைகளை வெளிக்கொணர வெள்ளித்திரை தரும் வாய்ப்பைத் தவறவிடாதீர்கள். திட மனதுடன், உறுதியுடன் நாம் தொடர்ந்தால்தான் உலக அளவில் இந்திய கலைத்துறைக்கு மதிப்பு கூட்ட முடியும்', என்று பேசினார். அதன் பின் 'வந்தே மாதரம்' பாடலை எழுச்சியுடன் பாடினார். 1938ஆம் ஆண்டு இந்தியாவின் தலைசிறந்த நடிகை ஒருவர் நகரின் பெரிய திரையரங்கில் நின்று வந்தே மாதரம் பாட எத்தனை உறுதி வேண்டும் என்று வியந்து போகிறேன். அடுத்து 'டிரயம்ஃப் டுடோரியல் காலேஜுக்கு' சென்ற சாந்தா, அங்குக் கலைக்குத் தனி துறை இருப்பதைக் கண்டு பாராட்டினார். அதன் முதல்வர் ராஜகோபாலன் என்று தெரிகிறது. இங்கும் 'வந்தே மாதரம்' பாடிச் சென்றார்.

அதே நாள் இரவு 8 மணிக்குச் சாந்தா ஆப்தே முதல்முறையாக அனைத்திந்திய வானொலி நிலையத்தில் ஐந்து நிமிடங்கள்

பேசியிருக்கிறார். இந்த 5 நிமிட நிகழ்ச்சிக்கு முன் வேறெப்போதும் அவர் வானொலி நிகழ்ச்சிகளில் பேசியதில்லை என்று தெரிகிறது. இந்த உரையும் முக்கியமானதுதான். கிடைத்த ஐந்து நிமிடத்தில் சொற்சாட்டையைச் சுழற்றியிருக்கிறார். 'சினிமா நட்சத்திரத்தின் வாழ்க்கை எளிதாக இருப்பதாக மக்கள் நம்பிக் கொண்டிருக்கிறார்கள். ஆனால் நாங்களோ தொடர்ந்து பயிற்சியில் இருக்கிறோம், ஸ்டுடியோக்களைத் தாண்டி எங்களால் வெளிவர முடிவதில்லை.'

'மைசூர் மற்றும் மதராஸை எப்படியாவது பார்த்துவிடவேண்டும் என்ற ஆவலில் மூன்று வார விடுப்பில்தான் வந்திருக்கிறேன். இங்குள்ள கலையைத் தெரிந்துகொண்டு போவதுதான் என் எண்ணம். சில ஆண்டுகளாக நான் இசை கற்றுக்கொண்டிருக்கிறேன் என்பதை அறிவீர்கள்; இப்போது இந்திய நடனமும் கற்றுக் கொண்டிருக்கிறேன். மைசூர் மற்றும் மதராஸ் மாகாணங்களின் இசையும் நடனமும் என்னை வெகுவாகக் கவர்ந்திருக்கின்றன. நான் கவனித்தவற்றை என் நடனத்தில் இணைத்துக்கொள்ள முயல்வேன். இந்திய திரைத்துறை சற்றே முன்னேறி வருகிறது; ஆனால் இன்னும் அதிகம் வளர வாய்ப்பிருக்கிறது.'

'இந்தியாவில் நடிகர் நடிகையருக்குக் கிடைக்கும் ஊதியம் மிகக்குறைவு. சில சமயங்களில் கூலித் தொழிலாளர்களுக்குக் கூட இவர்களை விட நல்ல ஊதியம் கிடைக்கிறது. இந்த நிலை மாறவேண்டும். சிறந்த திறமைசாலிகள் நடிக்க வரவேண்டும்; தயாரிப்பாளர்கள் திறமைக்கு வாய்ப்பளிக்கவேண்டும். சமூகத்தில் நல்ல நிலையிலுள்ள பெண் நடிக்க வரலாமா என்று என்னைக் கேட்பவர்களுண்டு. ஏன் முடியாது என்று கேட்கிறேன். நல்ல பெண் எங்கிருந்தாலும் தன் தன்மையை மாற்றிக்கொள்ளாமல் இருக்கமுடியும். ஆனால் கதை கட்டிவிடுபவர்கள் இங்கு அதிகம்; அவர்கள் திருந்த வேண்டும். புரளிகள் பெரும்பாலும் பொறாமையால் ஏற்படுபவை. எந்தப் பெண்ணும் இது போன்ற புரளிகளிலிருந்தும் அவதூற்றிலிருந்தும் தன்னைக் காத்துக்கொள்ள வேண்டும், அவளுக்குத் தயாரிப்பாளர், படக்கம்பெனிகள் துணையிருக்கவேண்டும்.

'இந்த விஷயத்தில் இப்போதைய தயாரிப்பாளர்கள் மிக மோசமாக இருக்கிறார்கள். இந்த நிலை மாறவேண்டும். ஸ்டுடியோக்களில் இன்று போதிய வசதிகள் இல்லை. திரைத்துறையிலிருப்பவர்களுக்கு போதிய உடல், உள்ளப் பேணுதலுக்கான வசதியை ஸ்டுடியோக்கள்

செய்துதரவேண்டும். இந்திய பட நிறுவனங்கள் கலைஞர்களுக்கு அவர்கள் பற்றிய செய்திகள் வரும் பத்திரிகைகள், நாளிதழ்களைக் கூட வாசிக்க வழங்குவதில்லை'. ஐந்து நிமிடங்களில் எவ்வளவு சிந்தித்துப் பேசியிருக்கிறார்!

தனக்காக மட்டுமல்லாமல், தன்னுடன் இயங்கும் திரைத்துறையினர் அனைவருக்காகவும் ஒரு பெண் 80 ஆண்டுகளுக்கு முன் பேசியிருப்பது ஆச்சர்யம்தான். இன்றும் தங்களுக்குத் துறைசார் அவலங்கள் இருப்பது குறித்தும், காஸ்டிங் கவுச் தொல்லைகள் பற்றியும், சமூக அக்கறையுடன் பேசும் நடிகைகளைச் சமூகம் எப்படிப் பார்க்கிறது என்பது நாம் அறியாதது அல்ல. நடிகைகளுக்குச் சமூகப் பொறுப்பும், அக்கறையும் இருக்கிறது என்பதைக்கூட ஒப்புக்கொள்ள முடியாத சமூகம் நாம். வெறும் காட்சிப் பொருளாக, மரங்களைச் சுற்றி டூயட் பாடும் பதுமைகளாகப் பார்த்த நமக்கு, சமூகப் பொறுப்புணர்ச்சியுடன் பேசும் நடிகைகள் கேலிப் பொருள்களாகவே தெரிகின்றனர்.

'முதல்வர் பதவியில் ஜெயலலிதாவை அமர்த்தி அழகு பார்த்த சமூகம் நாம்', என்று சொல்ல விழைகிறீர்கள் இல்லையா? எம்.ஜி.ஆர். என்ற ஆல்ஃபா-ஆணின் வாரிசாகப் பார்த்துத்தானே ஜெயலலிதாவை அந்தப் பதவியில் அமர்த்தினீர்கள்? பெண் அல்லது நடிகை என்று மட்டும் நீங்கள் பார்த்திருந்தால்? ஜெயலலிதா என்ற பிரம்மாண்டம் அந்த இடத்திற்கு வருவதற்கே எம்.ஜி.ஆர். என்ற ஆண் துருப்புச் சீட்டு தேவைப்பட்டது என்றால், மற்ற நடிகைகள் நிலை என்ன? இன்று படக்காட்சிகளுக்கு இடையே காரவனில் சுகமாக அமர்ந்திருக்கும் நடிகைகள் எத்தனை பேருக்கு, நடிகைகளுக்குப் படப்பிடிப்பு தளங்களில் கழிவறைகள் வேண்டும், பிற வசதிகள் வேண்டும் என்று கேட்டுப் போராடிய சாந்தாவைத் தெரியும்?

29 அக்டோபர், 1938 அன்று 'வில்லிங்டன்' பங்களாவின் தோட்டத்தில் நகரின் முக்கிய திரையரங்குகளும், அமைப்புகளும் ஒருங்கிணைந்த கலைஞர்கள் சங்கத்துடன் இணைந்து சாந்தாவுக்கு பாராட்டுவிழா ஒன்றை நடத்தியிருக்கிறார்கள். இதற்குத் தலைமை வகித்தவர் அன்றைய கல்வித்துறை அமைச்சரான பி.சுப்பராயன். நிகழ்ச்சியில் பிரபல இயக்குனர் கே.சுப்பிரமணியம், அமைச்சர் எஸ். ராமநாதன் போன்றோர் பங்கேற்றனர். சாந்தாவைப் பாராட்டிப் பேசிய சுப்பிரமணியம், அவரது குரல் தனித்துவம் மிக்கது என்றார். இந்தியை எதிர்ப்பவர்கள் கூட, அவரது இந்திப் படங்கள் மற்றும் பாடல்களால் ஈர்க்கப்பட்டிருக்கிறார்கள் என்றவர், தமிழ்ப்படம் ஒன்றில் அவர் நடிப்பார் என்று நம்பிக்கை தெரிவித்தார். வெள்ளிப் பேழை ஒன்றை

மதராஸ் மாநகராட்சி சார்பில் பேபி சரோஜா சாந்தாவிடம் வழங்கினார். நிகழ்ச்சியில் சாந்தாவைப் பாராட்டி பம்மல் சம்பந்தனாரும், அம்மு சுவாமிநாதனும் பேசினார்கள்.

தென்னிந்தியத் திரைப்படத்துறையின் நிலையைத் தெரிந்துகொள்ளத் தன் தற்போதையப் பயணம் உதவியதாகவும், வட இந்தியாவைப் போல தென்னிந்தியத் திரைத் துறை இல்லை என்றும் பேசிய சாந்தா, சரியான திட்டமிடல், செயல்பாடு இருந்தால் அந்த நிலையை தென்னிந்தியா எட்டலாம் என்றும் பேசினார். இங்கு அப்போது பிரபலமாக இருந்த பரத நாட்டியத்தையும், தான் கற்க விரும்புவதாகத் தெரிவித்தார். அடுத்துப் பேசிய சுப்பராயன், தனக்குச் சினிமா அறவே பிடிக்காது என்றும், பார்ப்பதே இல்லை என்றும் கூறினார்.

வேறுவழியின்றி இது போன்ற நிகழ்வுகளில் காண்பதாலும், சினிமா பற்றிய 'நல்ல கருத்து' தனக்கு இல்லை என்று சொல்பவர், சாந்தா திரைப்படங்களில் நடிப்பதைக் கைவிட்டு, இசை மற்றும் நாடகத்துறைகளில் கவனம் செலுத்தவேண்டும் என்றும் பேசினார். இதைக் கேட்ட சாந்தா என்ன சொல்லியிருப்பார் என்று என்னால் ஊகிக்கமுடிகிறது. அவர் சொல்ல நினைத்ததை சுப்பராயனிடம் சொல்லியிருந்தாலோ, பாபுராவ் படேலுக்கு நேர்ந்ததை யாரேனும் அவரிடம் சொல்லியிருந்தாலோ, அவர் நிலை என்னவாகியிருக்கும் என்று நினைக்கையில் சின்னச் சிரிப்புதான் தோன்றுகிறது.

வெறும் பெயராக, ரவி வர்மாவின் ஓவிய மாடலாக மனக்கண் முன் தோன்றிய சாந்தா, இந்த மூன்று நாள் விவரங்களைப் படித்து முடிக்கையில் சிம்மாசனம் போட்டு மனதில் உட்கார்ந்து கொண்டு இறங்கமாட்டேன் என்று அடம் பிடிக்கிறார். 1941ஆம் ஆண்டு மதராஸுக்கு மீண்டும் வந்தார் சாந்தா- சாவித்திரியாக! ஒய்.வி.ராவ் இயக்கத்தில் வெளிவந்த 'சாவித்திரி' திரைப்படத்தில் சொந்தக்குரலில் தமிழ் பேசி, பாடி நடித்தார் சாந்தா. அதற்கு ஒருவருட காலம் தமிழ் மொழி கற்றிருக்கிறார். டி.சி. வடிவேலு நாயக்கர் என்ற திரை எழுத்தாளரிடமும், மயிலாப்பூரிலிருந்து பூனாவுக்குத் திருமணமாகிச் சென்ற பெண் ஒருவரிடமும் ஓர் ஆண்டு தமிழ் கற்றார் சாந்தா என்று எழுதுகிறார் ராண்டார் கை. இந்தப் பூனாப் பெண்மணியின் வீட்டுப் பின்வாசல் வழியே வேலைக்காரி போல வேடமிட்டு, தினமும் சாந்தா தமிழ் படிக்க வந்து சென்றதாகவும் எழுதுகிறார் ராண்டார்.

இந்தப் படத்தில் நாரதராக நடித்த எம்.எஸ்.ஸை விட, மாளவி

தேவியாய் நடித்த பி. பானுமதியை விட 'ஆன் ஸ்கிரீன் பிரசன்ஸ்' சாந்தாவுக்கே அதிகம். மூன்று இசையரசிகள் நடித்தது இந்தப் படத்தின் கூடுதல் சிறப்பு! 1950களில் திரைப்படங்களில் நடிப்பதைக் குறைத்துக்கொண்டார் சாந்தா. இதன் காரணம் அவருடன் துணையாயிருந்த சகோதரர் அவரை விட்டு விலகியதாக இருக்கலாம்.

1939ஆம் ஆண்டு பிரபாத் படக்கம்பெனி அலுவலகத்தின் முன் உண்ணாவிரதமிருந்து, தனக்கு எதிராக இருந்த ஒப்பந்தத்தை நீக்கச் செய்தவர் சாந்தா. 'ஜாலூ மி சினிமத்' என்ற தன் வாழ்க்கை வரலாற்றையும் எழுதிவைத்தார் சாந்தா. அண்ணன் விலகிய பிறகு பொருளாதாரப் பின்னடைவைச் சந்தித்த சாந்தா, மதுவை நாடினார். சாந்தா தன் 46ஆவது வயதில், 1964ஆம் ஆண்டு உடல்நலம் குன்றி இறந்து போனார். ஒரு சூப்பர் நட்சத்திரம் உதிர்ந்து போனது.

மீண்டும் ஜெயதேவி மங்களகௌரியை நடு இரவில், நடுங்கும் விரல்களுடன் பார்த்துக் கொண்டிருக்கிறேன். விளக்கின் ஒளி அந்த சாந்தமான முகத்தில் பட்டுத் தெறிக்கும்போது புரிகிறது. அந்த ஒளி விளக்கிலிருந்து வந்ததல்ல. சாந்தாவின் உள்ளிருந்தே வந்திருக்கவேண்டும். ஹல்தங்கரின் விளக்குப் பெண் ஓவியத்தை இனி பார்க்கும் போதெல்லாம் சாந்தா நினைவுக்கு வருவார். கூடவே சாட்டையைச் சொடுக்கியபடி பாபுராவின் அலுவலகத்தில் புலியெனப் பாய்ந்த பெண்ணின் பிம்பமும் நிழலாடும். சாந்தாவைத் தெரிந்துகொள்ள எனக்கு அக்டோபர் மாதத்தின் சென்னை சுற்றுப்பயணம் போதுமானதாக இருக்கின்றது. நடிகையரைச் சராசரிப் பெண்களாகப் பார்க்கும் தெளிவு பிறந்திருக்கிறது. அவர்களுக்கும் சமூகத்தின் பால் அக்கறை உண்டு என்பது புரிகிறது. உங்களுக்கு?

•

16

ஊமைகள் ஏங்கவும், உண்மைகள் தூங்கவும் பார்த்திராத கலைஞர் – டி.எம்.எஸ்.

வெள்ளை நிறத்தில் தாய்ப் பூனைக்குட்டி ஒன்று அதன் பஞ்சுப்பொதிகள் போன்ற குட்டிகளுடன் மாடிப்படியின் அடியில் படுத்திருந்தது. சரசரவெனக் கடந்த என்னை எட்டிப்பார்த்து மீண்டும் சுருண்டு கொண்டது. பசியுடன் இருந்தது போல... பாவம். காலை எட்டு மணி; சென்னை புலியூர் ஹவுசிங் போர்டு காலனியின் காரை பெயர்ந்த ஃபிளாட் ஒன்றில் பூனைக்குட்டிகளை வேடிக்கை பார்த்தபடி, மூன்றாவது மாடியில் குடியிருக்கிறார் டி.விஜயராஜ். பத்தடிக்குப் பத்தடி அறை. அங்கிருந்த சிறிய விளக்கு மாடத்தில் விளக்கு ஒளிர்ந்துகொண்டிருந்தது. நேர்த்தியாக அடுக்கப்பட்ட சிறு தடுப்புதான் சமையலறை. அறையில் ஒரு டிவி, பிளேயர், ஷெல்ஃபில் அடுக்கிவைக்கப்பட்ட சில நூல்கள், பிளாஸ்டிக் கோணி ஒன்றில் எக்கச்சக்க டிவிடிக்கள். தான் வாழும் இந்தச் சிறிய அறையில்தான் ஒரு ஃபோல்டர் நிறைய பெரும் பொக்கிஷத்தைச் சேகரித்து வைத்திருக்கிறார் விஜயராஜ்.

‘குடியிருந்த கோயில்’ திரைப்படத்தின் ‘குங்குமப்பொட்டின் மங்கலம்’ பாடலை எழுதிய தமிழின் முதல் இஸ்லாமியப் பெண்

திரைப்பாடலாசிரியை ரோஷனாரா பேகத்தைத் தேடி ஆவணப்படுத்தியிருக்கிறார் விஜயராஜ். ரோஷனாரா அவர்களைப் பற்றிப் பேசிக்கொண்டிருக்கும்போதே, விஜயராஜின் நினைவுகளிலிருந்து டி.எம்.சௌந்தரராஜன் என்ற மாபெரும் இசைக் கலைஞர் வெளிப்படத் தொடங்கினார். பேசப்பேச டி.எம்.எஸ். பற்றிய தகவல்களை அடுக்கினார். டி.எம்.எஸ். பாடுவது குறைந்த பிறகு அவரது வாழ்க்கை எப்படி இருந்தது என்பது உட்பட அவரது முழு வாழ்வனுபவத்தையும், 2001ஆம் ஆண்டு தொடங்கி இன்றுவரை, கிட்டத்தட்ட 20 ஆண்டுகாலம் ஆவணப் படுத்தியிருக்கிறார் விஜயராஜ் - பிரம்மாண்டத் தொலைக்காட்சித் தொடராக! 150 எபிசோடுகள். எண்ணற்ற பேட்டிகள். கணக்கற்ற பாடல்கள் என ரசனையான கோர்வையாக இருக்கின்றது இந்த வெளிவராதப் பொக்கிஷம்.

மதுரையில் மிகச் சாதாரணக் குடும்பத்தில் பிறந்து, தமிழ் திரைத்துறையின் உச்சத்தைத் தொட்ட டி.எம்.எஸ். குறித்துப் பேசும் போதே விஜயராஜின் குரலில் தனி உற்சாகம் கூத்தாடுகிறது. கேரளாவின் பாலக்காட்டை அடுத்த தச்சம்பாரா என்ற சிற்றூரைப் பூர்வீகமாகக் கொண்டவர் விஜயராஜ். தந்தை என்.பி. தாமோதரன் கோவையைச் சேர்ந்த ஹோமியோபதி மருத்துவர். ஆனால் பத்தாம் வகுப்பு வரை படித்த அம்மா மீனாட்சிதான் விஜயராஜுக்குப் பெரும் துணை, வழிகாட்டி.

கலைத்துறை மீது பெரும் காதல் கொண்டிருந்த மீனாட்சி, வகுப்பில் முதல் மதிப்பெண் எடுத்த மகனுக்குத் தரும் 'டிரீட்'- அன்றைய கோவையின் பிரம்மாண்டத் திரையரங்குகளில் ஒரு சினிமா! வகுப்பறையில் சாதித்துக் கொண்டிருந்த மகனின் அறிவுச் சுக்கானை சினிமாவின் புறம் திருப்பியது மீனாட்சியின் இந்த சினிமாக் காதல். அப்பா தாமோதரனின் கடும் எதிர்ப்பையும் சமாளித்து, தன் மகனைக் கலைத்துறையில் பெரும் சாதனையாளனாக்க வேண்டும் என்ற லட்சியத்தை நோக்கி வெறித்தனமாகப் பயணிக்க ஆரம்பித்தார் மீனாட்சி.

கோவையின் பிரபலத் திரையரங்குகளான ராயல், ராஜா, சரசுவதி போன்ற திரையரங்குகளில் அம்மாவும், மகனும் மணிக்கணக்காக வரிசையில் காத்திருந்து தங்கள் ஆதர்ச நடிகர்களைக் காண்பதுண்டு. சிவாஜி, எம்.ஜி.ஆர். திரைப்படங்களுக்கு சில்லறைகளை ஸ்கிரீனில் சிதறவிடும் ரசிகர்களைக் கண்டு மலைத்துப் போயிருக்கிறார் விஜயராஜ். சினிமா ஊடகத்தை இன்றளவும் தீண்டத்தகாத ஒன்றாகப் பார்க்கும் உலகில், மகனுக்கு அதன் மேல் மோகம் தோன்றச்

செய்துவிட்டவர் மீனாட்சி. கோவை சரசுவதி திரையரங்கின் அருகிலேயே இவர்களின் வீடு இருந்திருக்கிறது. பழைய சிவாஜி, எம்.ஜி.ஆர். படங்களை இந்தத் திரையரங்கில், 'புத்தம் புதிய காபியாக' மறுவெளியீடு செய்வதுண்டு. 'வீட்டிலிருந்தபடியே டி.எம்.எஸ். பாடல்களையும் அதற்கான ரசிகர்களின் ஆரவாரக் கூச்சலையும் கேட்டே காதல் கொண்டேன்' என்கிறார் விஜயராஜ். 'அது ஒரு வெறித்தனமான அன்பு', என்று ஒப்புக்கொள்கிறார்.

'நல்லதொரு குடும்பம்' என்ற பாடல் திரையில் வரும்போதெல்லாம் மக்கள் கூட்டம் அரங்கில் கத்துவதுண்டு. முதல் நாள், முதல் ஷோ எப்படியாவது மீனாட்சியும் அவர் மகனும் பார்த்துவிடுவதுண்டு. 'படம் பார்ப்பது என்பது வாழ்க்கையின் உச்சக்கட்ட சந்தோஷமாக எங்களுக்கு இருந்தது', என்று சொல்கிறார் விஜயராஜ். ஒரு காலத்தில் இலங்கை வானொலி தன் நேயர்களுக்குப் பிறந்தநாள் வாழ்த்துகள் சொல்வது கூட தன் 'ஐயாவின்' 'பிறந்தநாள் இன்று பிறந்தநாள்' பாடலைப் போட்டுத்தான் என்று நினைவுகூர்கிறார் விஜயராஜ். 'ஆனால் அப்போது ஒருமுறை கூட, இந்தக் குரலுக்காக இத்தனை ஆண்டுகள் செலவு செய்து, அவருடன் சில ஆண்டுகள் கிட்டத்தட்ட வாழ்ந்து, அவருடன் வெளிநாடு பயணம் செய்து, அவருடன் ஒரே அறையில் இருந்து பழகி, அவர் என்னை வாழ்த்தி, அவரது அந்திமக் காலங்களில் நானே அவருக்கு மாபெரும் ஊன்றுகோலாக நின்றிருப்போம் என்று கனவிலும் நினைத்துப்பார்க்கவில்லை', என்று சொல்கிறார்.

'அவருக்கே மகிழ்வு தரக்கூடிய இடத்தில் நான் இருந்திருக்கிறேன் என்பதை நினைக்கும்போது, என் அம்மா என்னைப் பெற்றதற்கான முழுப் பலனையும் நான் அடைந்ததாக நினைக்கிறேன்', என்று சொல்கிறார். தன் அம்மாவை மனோகரா படத்தில் வரும் கண்ணாம்பா பாத்திரம் போல, என்றே அறிமுகம் செய்கிறார். தன் மகனை மனோகரனாகவே பாவித்தவர், சமூக அக்கறை கொண்டவர், இந்தியாவைக் காப்பாற்றவே தன் மகனைப் பெற்றது போலவும், மாபெரும் சகாப்தத்தை தன் மகன் படைத்துக் கொண்டிருக்கிறான் என்ற உவகையிலும் பூரித்திருந்தார் என்று சொல்கிறார். சினிமா மேல் ஆசைகொண்ட, கோச்சிங் கிளாஸுக்குப் போக மாட்டேன் என்று அடம் பிடிக்கும் மகனைக் கட்டை விளக்குமாற்றால் அடித்து விரட்டும் அன்னையர் மத்தியில், மீனாட்சி உண்மையில் வித்தியாசமானவர் தான்!

ஃபிலிம் இன்ஸ்டிட்யூட்டில் படிக்க தன் மகனை மீனாட்சி சென்னை அனுப்பினார். 1989ஆம் ஆண்டு, 531ஆவது போட்டியாளரான தன்னை

ஃபிலிம் இன்ஸ்டிட்யூட் நேர்காணலில் நடிகர் பூர்ணம் விசுவநாதன் தேர்ந்தெடுத்ததை மறக்க இயலாத அனுபவம் என்கிறார் விஜயராஜ். இயக்கம் என்றால் மூன்று ஆண்டுகள் படிக்கவேண்டும், அதற்குத் தந்தையின் ஆதரவு கிடையாது என்பதால், நடிப்புப் பிரிவைத் தேர்ந்தெடுத்ததாகச் சொல்கிறார். நகைகளை அடகு வைத்துத் தந்த மீனாட்சியம்மாளுக்காக, ஓராண்டில் நடிப்புப் படிப்பை முடித்து விடலாம் என்ற எண்ணத்தில் தன் கனவைச் சுருக்கிக்கொண்டார் விஜயராஜ்.

ஃபிலிம் இன்ஸ்டிட்யூட்டின் அப்போதைய முதல்வராக இருந்தவர் கே.சொர்ணம் அவர்கள். கலைஞரின் அக்காள் மகனான சொர்ணம், எம்.ஜி.ஆரின் 17 படங்களுக்குக் கதை வசனம் எழுதியவர். தமிழ்நாடு செய்திப் பிரிவில் கேமரா உதவியாளராக விஜயராஜைச் சேர்த்து விட்டார் சொர்ணம். கௌரவம் பார்க்காமல் ஸ்டேண்ட், லைட் தூக்குவது, டீ ஊற்றித்தருவது முதல் எல்லாமும் செய்யவேண்டும் என்று எச்சரித்தே இந்தப் பணிக்கு அனுப்பப்பட்டார். தமிழ்நாடு செய்தி மக்கள் தொடர்புத் துறையின் செய்திப்படம்தான் அவரது முதல் அனுபவம். இந்த அடிப்படைதான் தனி ஆளாக ஒரு மாபெரும் திட்டத்தை எடுத்துச் செய்யத் துணிவைத் தந்தது என்று சொல்கிறார்.

1989 முதல் 1996ஆம் ஆண்டு வரை இந்த வேலை நீடித்தது. அன்றைய முதல்வர் ஜெயலலிதாவின் அறிமுகமும் கிடைத்தது. 1996ஆம் ஆண்டு சினிமா வேண்டாம் என்று முடிவெடுத்து லாரி வாங்கி ஊரில் ஓட்டிக்கொள்ளலாம் என்று திரும்பிச் சென்ற விஜயராஜை மீண்டும் சென்னைக்கு வரவழைத்தவர் பிரபல இயக்குனர் ஏ.சி. திருலோகசந்தர். அவர் இயக்கிய ஏ.வி.எம்மின் 'முத்துக்கள் 16' தொலைக்காட்சித் தொடரில் பணியாற்ற வருமாறு அழைத்தார். அதிலும் சிறு பாத்திரத்தில் நடித்தார் விஜயராஜ்.

இடையில் அப்பா இறந்துபோக, ஊருக்குத் திரும்பிய மகனை மீண்டும் சென்னைக்கே அனுப்பிவைத்தார் மீனாட்சி. 'உன் கனவு சினிமா, அது தடைப்படுவதில் எனக்கு விருப்பமில்லை', என்று சொல்லி கணவர் இறந்த ஒரு வாரத்தில் மகனைச் சினிமாவுக்குள் மீண்டும் திருப்பினார். 1993ஆம் ஆண்டு நேரு ஸ்டேடியம் திறப்பு விழாவை அன்றைய முதல்வர் ஜெயலலிதா முன்னின்று எடுத்து நடத்தினார். அப்போது செய்திப் பிரிவில் பணியாற்றிய விஜயராஜ், அவர் அருகே காமிராவுடன் நின்று கொண்டிருந்தார். ஸ்டேடியத்தின் வாயிலுக்கு வெளியே நடிகர் நாகேஷும், டி.எம்.எஸ். ஐயாவும் நின்றுகொண்டிருந்தார்கள். ஸ்டேடியத்தைச் சுற்றி 'நான்

டி.எம்.எஸ்ஸுடன் விஜயராஜ்

ஆணையிட்டால்', 'நான் உங்கள் வீட்டுப் பிள்ளை', என்ற டி.எம்.எஸ்ஸின் பாடல்கள் எதிரொலித்துக்கொண்டிருந்தன.

வாயிலிலிருந்த காவலருக்கு இருவரையும் அடையாளம் தெரியாததால், உள்ளே அனுமதிக்கவில்லை. 'என்னை விடுங்கள், நான் போய்விடுகிறேன்', என்று திரும்பினார் டி.எம்.எஸ். நான் இதைப் பார்த்துப் பதறி அன்றைய ஃபிலிம்ஸ் டிவிஷன் தலைவர் சர்ஃபுதீன் சாரிடம் சொல்ல, அவர் காவலரிடம் சொல்லி, இருவரையும் உள்ளே அழைதுவரச் செய்தார். 'நான் பாடிய பாட்டு நம்மைச்சுற்றி ஒலித்துக் கொண்டிருக்கிறது; நான் உள்ளே வர இந்தப்பாடா?', என்று வேதனையுடன் கேட்டபடி உள்ளே வந்தார் டி.எம்.எஸ். அவரை முதன்முதலில் நான் நேரில் பார்த்தது அங்குதான். அப்போதே டி.எம்.எஸ். ஐயாவை வைத்து ஏதாவது செய்யவேண்டும் என்ற விதை மனதில் ஆழமாக ஊன்றிவிட்டது.

டி.எம்.எஸ். பற்றி மெல்ல விசாரித்தபோது, அவர் ஒரு பயங்கரவாதி, தீவிரவாதி போன்று வர்ணிக்கப்பட்டார் என்று வருந்துகிறார் விஜயராஜ். 'யாரையும் அருகே சேர்த்துக் கொள்வதில்லை; ஆணவம் பிடித்தவன். எம்.ஜி.ஆரிடம் சண்டை போட்டார், இளையராஜாவைப் பகைத்துக்கொண்டார், யாருடனும் ஒத்துப் போகமாட்டார்' - இதுதான் அவரைப்பற்றி எனக்கு முதலில் சொல்லப்பட்டது. அடுத்தவர் சொல்வதை வைத்து எப்படி முடிவெடுப்பது? நாமே நேராக அவரைப் பார்த்துப் பேசலாம் என்று மந்தைவெளியிலுள்ள அவர் வீட்டுக்குத் தனியாகச் சென்றேன்.

இன்முகத்துடன் என்னை வரவேற்றுப் பேசினார். திரைப்படக் கல்லூரியில் படித்தவன், திருலோகசந்தர் சாரிடம் பணியாற்றியவன் என்று சொன்னதும் அவர் முகம் மலர்ந்தது. அவரது வாழ்க்கை வரலாற்றைத் தொடராக எடுக்க வேண்டும் என்ற என் ஆசையை அவரிடம் சொன்னேன்', என்று சொல்கிறார். 'ஏன் அவரது வாழ்க்கையை தொடராக்க நினைத்தீர்கள்?' என்ற என் கேள்விக்கு, 'அவரைப் பற்றித்தான் அத்தனை நெகடிவாக சொல்லப்பட்டது. எனக்கு அங்கீகாரம் கிடைக்கவில்லை என்ற அவரது ஆதங்கத்தை அப்போது அவர் செல்லும் இடமெல்லாம் பதிவு செய்தும் வந்தார். அது என்னைப் பாதித்தது', என்றும் சொல்கிறார்.

ஆனால் உள்ளத்தில் உள்ளதை வெளியே சொல்லும் யதார்த்தவாதி வெகுஜன விரோதியாகவே பார்க்கப்படுகிறான் என்பதை அவருடன் பழகியதில் புரிந்துகொண்டிருக்கிறேன் என்று சொல்கிறார் விஜயராஜ். 'உள்ளதைச் சொல்வேன், சொன்னதைச் செய்வேன், வேறொன்றும் தெரியாது; உள்ளத்தில் இருப்பதை வார்த்தையில் மறைக்கும் கபடம் தெரியாது' என்று பாடியதைப் போல வாழ்ந்த குழந்தைதான் டி.எம்.எஸ்ஸே தவிர யார் குடியையும் அவர் கெடுத்தவரல்ல, ஊழல்வாதியல்ல அவர்', என்று தெளிவாகச் சொல்கிறார் விஜயராஜ். 'டி.எம்.எஸ்ஸின் தொண்டை செய்த தொண்டை இனி யாரும் செய்ய முடியாது', என்று கவிஞர் வாலி அடிக்கடி சொல்வார் என்றும் நினைவு கூர்கிறார்.

'உங்கள் கதையை சீரியலாக எடுக்கிறேன்', என்று சொன்னதும் சிரித்துவிட்டாராம் டி.எம்.எஸ். 'தம்பி, நீங்கள் வளர வேண்டியவர். சினிமா எதாவது எடுங்கள், போங்க தம்பி. ஆல் தி பெஸ்ட். ஓய்வாக இருக்கும்போது வாருங்கள்; எவ்வளவு வேண்டுமானாலும் பேசுவோம். இந்த அன்பு என்றும் தொடரட்டும். பார்க்கலாம்', என்று சொல்லிவிட்டு எழுந்து போயிருக்கிறார். அப்படியே விஜயராஜின் உற்சாகம் முழுக்க வடிந்து போனது. சன் டிவி, விஜய் டிவியில் டி.எம்.எஸ்ஸின் அரை மணி நேரப் பேட்டிகள் ஒளிபரப்பானது. அவ்வளவு தானா அவரது சாதனை என்று சிந்தித்து வருத்தமடைந்தார் விஜயராஜ். மனத்திடத்தை மட்டும் கைவிடவில்லை. அடிக்கடி டி.எம்.எஸ்ஸை சந்தித்துவந்தார். 'மீண்டும் ஒரு முறை அவரிடம் மெதுவாகக் கேட்டபோது, இதனால் என்ன நன்மை நடந்துவிடப் போகிறது?', என்று மறுத்தார். 'என் பாடல்கள் இருக்கின்றன, அதை மக்கள் கேட்டால் போதுமே' என்றார். 'இம்முறை நீங்கள் ஒப்புக்கொள்ளவில்லையென்றால், இங்கு எல்லாவற்றையும் காலி செய்துவிட்டு ஊருக்குப் போய்விடுவேன் என்றும், எனக்கு

இதைத்தவிர வேறு வேலையில்லை என்றும் கறாராகச் சொன்னேன். ஒருவழியாக ஒப்புக்கொண்டார்', என்கிறார் விஜயராஜ்.

1998ஆம் ஆண்டு அவரை வைத்து 13 எபிசோடுகள் எடுத்தோம். நண்பன் ஒருவனின் பொருளாதார உதவியுடன், என் தோழி நிவேதிதா இயக்கினார். 'டி.எம்.எஸ். ஒரு சகாப்தம்', என்ற தலைப்புடன், பெரும் முயற்சியால் தொடர் தயாரானது. 'ஒரு சொல், அதனுடன் தொடர்புடைய கதை, ஐயா அதை விவரிப்பது, அந்தச் சொல்லைக் கொண்டு அவர் பாடிய பாடல்கள் பற்றிய விளக்கம், பிரபலம் ஒருவர் ஐயாவைப் பற்றிப் பேசுவது... இப்படித்தான் ஒவ்வொரு எபிசோடையும் வடிவமைத்திருந்தேன்', என்று சொல்கிறார். எடுத்து முடித்தபின் எந்தச் சானலும் அதை ஒளிபரப்ப முன்வரவில்லை. இந்தச் சூழலில்தான் முதல்வர் ஜெயலலிதாவின் நினைவு விஜயராஜுக்கு வந்தது. 'டி.எம்.எஸ். ஐயாவுடன் சேர்ந்து அம்மாவைச் சந்திக்க விருப்பம் தெரிவித்து, அவர் கையாலேயே கோரிக்கைக் கடிதம் அனுப்பினேன். சில தடங்கல்களுக்குப் பின் அவரைச் சந்திக்கும் வாய்ப்பும் கிடைத்தது', என்று சொல்கிறார் விஜயராஜ்.

30.06.1999 அன்று இருவரையும் சந்தித்தார் ஜெயலலிதா. 'நான் உன்னை அழைக்கவில்லை, என் உயிரை அழைக்கிறேன்', என்ற பாடலுடன் அறைக்குள் நுழைந்த டி.எம்.எஸ்ஸைக் கண்டு அகமகிழ்ந்து போனார் ஜெயலலிதா. ஏற்கெனவே எடுத்திருந்த 'டி.எம்.எஸ். ஒரு சகாப்தம்' என்ற 13 வாரத் தொடரை ஜெயா டிவியில் ஒளிபரப்ப ஆவன செய்தார். அதோடு அல்லாமல், 'அவர் பிறந்த வீட்டிலிருந்து ஒவ்வொரு தகவலையும் தெளிவாகப் பதிவு செய்யுங்கள். எத்தனைத் தொடர்கள் வந்தாலும் இந்தத் தொடர் உலகத் தமிழர் மத்தியில் பெரிய அளவு பேசப்படும். வாழ்த்துகள்', என்று வாழ்த்தினார். அவரும் டி.எம்.எஸ். ஐயாவும் சேர்ந்து பாடும் போது எடுத்துக்கொண்ட, அவரிடமே இல்லாத புகைப்படத்தை நான் அன்பளிப்பாக வழங்கினேன். அதன் பின் ஏ.வி.எம்மில் பூசை போடப்பட்டு, 'இமயத்துடன்' தொடர் பணிகள் தொடங்கின. நிதி உதவியை சங்ககிரியைச் சேர்ந்த விஜயராஜின் நண்பர்கள் செய்தார்கள். அவ்வப்போது தடங்கல் இருக்கும், தொடர் முடிய நாளாகும் என்று சொல்லித்தான் வேலையை ஆரம்பித்தார் விஜயராஜ்.

அதற்குள், 'நல்ல வரவேற்பு இருக்கும் என்பதற்காக அவர் இறக்கும் வரை இவன் காத்திருக்கப்போகிறான், அதனால்தான் சீரியலை இழுத்துக் கொண்டே போகிறான்', என்று ஒரு புறம் விமர்சனங்கள், 'டி.எம்.எஸ். எந்த ஒத்துழைப்பையும் தரமாட்டார்', 'டி.எம்.எஸ்.

எல்லாம் இன்று யார் பார்ப்பார்கள்? டிரெண்ட் மாறிவிட்டதே', 'உன்னுடன் படித்தவர்கள் எல்லாம் சீரியல் இயக்கி கோடிக்கணக்கில் சம்பாதித்து நன்றாக இருக்கிறார்கள், நீ டி.எம்.எஸ்ஸுக்காக வாழ்க்கையைத் தொலைத்துவிட்டாய்', என்று உறவினர்கள், நண்பர்களின் நையாண்டி ஒருபுறம் என்று ரொம்பவே சிரமப்பட்டிருக்கிறார். ஆனால் எதைப் பற்றியும் கவலைப்பட வில்லை விஜயராஜ்! இந்த மனிதர்களைச் சமாளித்தது எதிர்காலத்தில் ஐம்பது படங்களை இயக்கும் துணிவைத் தந்துவிட்டது என்று சொல்கிறார். காரணம் டி.எம்.எஸ். மேலிருந்த அவரது தீராக் காதல்.

காதல் என்றால் நீங்களும் நானும் நினைப்பது போல மரத்தை சுற்றிப்பாடும் டூயட் காதல் அல்ல. அற்புதக் கலைஞன் ஒருவன் மேல் ரசிகன் கொண்டிருக்கும் வெறித்தனமான பக்தி, நேசம். தன் வாழ்க்கையின் சிறந்த 20 ஆண்டுகளை டி.எம்.எஸ். என்ற மகா கலைஞனுக்கு அர்ப்பணித்து வாழ்ந்திருக்கும் இந்தப் பண்புக்கு இன்னும் பெயர் கண்டுபிடிக்கப்படவில்லை!

80ஸ் கிட்டான எனக்கு டி.எம்.எஸ். என்ற இசை மன்னன் பற்றிய பெரிய தேடலோ, அறிவோ இருந்ததில்லை. ஆனால் நேற்று பாட வந்த பாடகர் எல்லாம் தன் பெயருக்கு முன் அடைமொழியுடன் வலம் வரும்போது, ஆயிரக்கணக்கான பாடல்களைப் பாடிய டி.எம்.எஸ்ஸை வெறும் பாடகர் என்ற குப்பிக்குள் அடைத்து வைத்ததற்கு என்ன பின்புலம் இருந்துவிட முடியும்?

தன் மனதில் பட்டதை அந்தந்த இடத்திலேயே பட்டென்று உடைத்து எல்லோரிடமும் பேசியதால் அவருக்குக் கிடைத்ததுதான் என்ன? 'ஆணவம் பிடித்தவன்', 'முன்கோபி', 'மண்டைக்கனம் பிடித்தவன்', என்ற சொல்லாடல்களைத் தன் தலையின் மேல் இன்னும் ஒரு கலைஞன் இறந்தபின்னும் சுமந்துகொண்டே இருக்கிறான் என்பது மனதைக் கனக்கச்செய்யவில்லையா?

மதுரை தெற்கு கிருஷ்ணன் கோயில் தெருவில் வசித்த சௌராஷ்டிர வகுப்பைச் சேர்ந்த மீனாட்சி ஐயங்கார், வெங்கடம்மா மகனாகப் பிறந்து வாழ்ந்த சௌந்தரராஜன், அங்குள்ள வரதராசப் பெருமாள் கோயிலில் அர்ச்சகராகவும் இருந்திருக்கிறார்; உறவினரிடம் சமஸ்கிருதமும் கற்றுக்கொண்டிருக்கிறார். பாட்டுக் கற்றுக் கொள்ள வசதியில்லாதவருக்கு சில நல்ல மனங்கள் உதவியிருக்கிறார்கள். தியாகராஜ பாகவதர் போன்ற குரலில் பாடுவதில் தேர்ந்தவர் சௌந்தரராஜன். அவர் படித்த மதுரை செயின்ட் மேரீஸ் பள்ளியில் தினமும் அசெம்பிளியில் பாடுவார். அதே பள்ளிக்கு அவரை அழைத்துச்சென்று, படப்பிடிப்பு நடத்தியிருக்கிறார் விஜயராஜ்.

‘அச்சமயம் பள்ளியின் தலைமை ஆசிரியர் கேபிரியல், பங்குத் தந்தை ஆகியோர் தந்த ஒத்துழைப்பை மறக்கமுடியாது. பள்ளியில் டி.எம்.எஸ். பிரேயரில் பங்கெடுத்துப் பேசினார்; அதைக் கேட்ட பாதிரியார், ‘நான் ஒரு கிறிஸ்துவனாக இருந்தாலும் கூட, நீங்கள் பாடிய உள்ளம் உருகுதையா பாடலுக்கு அடிமை’, என்று சொல்லியிருக்கிறார். அவரது வீடு, பள்ளி, கோயில் என்று ஒரே நாளில் ஷூட்டிங் நடந்தது. அதுவரை எடுத்ததை சென்னை வந்து ஐயாவுக்குப் போட்டுக் காட்டினேன், அகமகிழ்ந்து போனார்’, என்று விஜயராஜ் சொல்கிறார்.

‘டி.வி.எஸ். குழுமத்தின் ரங்கநாதன், சௌந்தரராஜனுடன் பள்ளியில் ஒன்றாகப் பயின்றவர். பின்னாளில் தன் பெயரை ரத்னம் என்று மாற்றிக்கொண்டார். அவரது மகளான அனிதா ரத்னத்தை அணுகி டி.எம்.எஸ்ஸை கோவையில் வந்து பேட்டி காணவேண்டும் என்று சொன்னேன். தந்தையின் நண்பராயிற்றே என்று பெரும் மகிழ்வுடன் ஒப்புக்கொண்டார். அவரே சொந்தச் செலவில் வந்து கோவையில் பேட்டி எடுத்துத் தந்தார். அவரது உதவியை மறக்கவே முடியாது’, என்று சொல்கிறார்.

சென்னையிலிருந்து விஜயராஜ் அடுத்துப் படையெடுத்தது கோவைக்கு! 50 ஆண்டுகளாகப் பூட்டியிருந்த கோவை சென்ட்ரல் ஸ்டுடியோவில் டி.எம்.எஸ். தன் முதல் பாடலைப் பாடியுள்ளார். படப்பிடிப்பு நடத்த நாககுமார் என்ற நண்பர் மூலம், கோவை லக்ஷ்மி மில் மற்றும் சென்ட்ரல் ஸ்டுடியோ உரிமையாளரான சாந்தாராம் நாயுடுவின் அனுமதியை நாடினார் விஜயராஜ். இப்போது அங்கு ஸ்டுடியோவுக்கான எந்தத் தடயமும் இல்லை என்று சொல்பவர், டி.எம்.எஸ். 1946ஆம் ஆண்டு ‘ராதே நீ என்னைவிட்டு போகாதடி’, என்ற பாடலை ‘கிருஷ்ண விஜயம்’ படத்திற்காக சென்ட்ரல் ஸ்டுடியோவின் ஓர் அறையில் பாடினார் என்று விளக்குகிறார். 14.1.1950 அன்றுதான் அந்தப் படம் வெளியானது. போராடித்தான் இந்த இடத்துக்கு டி.எம்.எஸ். வந்தார் என்று சொல்கிறார் விஜயராஜ். 50 ஆண்டுகளுக்கும் மேலாகப் பூட்டியிருந்த அந்த அறையின் கதவை உடைத்துத்தான் திறந்திருக்கிறார்கள். ‘உள்ளே எப்படி இருந்தது தெரியுமா?’, என்று கேட்டு நிறுத்தினார் விஜயராஜ்.

கோவை சென்ட்ரல் ஸ்டுடியோவுக்குள் பாடகர் டி.எம்.எஸ். 1946ஆம் ஆண்டு, தன் முதல் பாடலைப் பாடிய அறையின் கதவு உடைக்கப்பட்டது. உள்ளே நுழைந்தால் முழுக்க ஒட்டடையும், குப்பையும் மண்டிக்கிடந்தது. அங்கங்கே செடிகள் வேறு. மில் ஆட்களைக் கொண்டு மளமளவென்று அறை சுத்தம் செய்யப்பட்டு

அங்கு டி.எம்.எஸ். பாடுவதுபோல படமெடுக்கப்பட்டது. 'இந்த இடத்தில் நின்றுதான் என் முதல் சம்பளம் ஐம்பது ரூபாயை வாங்கினேன்', என்று நெகிழ்ந்து போனார் டி.எம்.எஸ். இந்தக் காட்சியை எடுக்க ஒன்றரை ஆண்டுகள் அனுமதிக்காகக் காத்திருந்தார் விஜயராஜ். கலைஞர் அந்த ஸ்டுடியோவில் பணியாற்றியிருக்கிறார், புரட்சித் தலைவர் கதாநாயகனாக நடித்த முதல் படம் அங்குதான் எடுக்கப்பட்டது, கவிஞர் கண்ணதாசன் தன் முதல் திரைப் பாடலை அங்குதான் எழுதினார். ஆனால், அவர்களுக்குக் கிடைக்காத வாய்ப்பாக, மீண்டும் ஒருமுறை அந்த இடத்தை இத்தனை ஆண்டுகளுக்குப் பிறகு பார்க்கும் வாய்ப்பு டி.எம்.எஸ்ஸுக்குக் கிட்டியது.

அடுத்து விஜயராஜ் கோவை பட்சிராஜா ஸ்டுடியோவுக்குப் படையெடுத்தார். 'எஸ்.எம்.சுப்பையா நாயுடு இசையில் 1954ஆம் ஆண்டு டி.எம்.எஸ்ஸின் சூப்பர்ஹிட்களில் ஒன்றான மலைக்கள்ளன் திரைப்படத்தின் 'எத்தனை காலம்தான் ஏமாற்றுவார் இந்த நாட்டிலே' பாடல், இங்குதான் பதிவுசெய்யப்பட்டது. இந்தப் பாடல் எம்.ஜி.ஆருக்கு பெரும் நட்சத்திர அந்தஸ்தைப் பெற்றுத்தந்தது. அவரது கொள்கை விளக்கப் பாடல்களுக்குத் தொடக்கமாக டி.எம்.எஸ். பாடிய இந்தப் பாடலைச் சொல்லலாம். பாடலை நாமக்கல் கவிஞர் எழுதியதாகச் சொல்லப்பட்டாலும், முதல் சில வரிகளை அவரும், மீதிப் பாடலை கோவை ஐயாமுத்து எழுதியதாகவும் சொல்பவர்களுண்டு', என்கிறார் விஜயராஜ்.

'எம்.ஜி.ஆர் - சிவாஜி கணேசன் இணைந்து நடித்த ஒரே படம் 'கூண்டுக் கிளி'. அதில் 'கொஞ்சும் கிளியான பெண்ணை கூண்டுக் கிளியாக்கி விட்டு', என்ற பாடலை சிவாஜி கணேசனுக்கு ஏற்றவாறு ஐயா பாடியிருப்பார். இந்தப் பாடலைக் கேட்ட புரட்சித் தலைவர், அருமையான குரலாக இருக்கிறதே, இதைப் பாடியவர் யார் என்று கேட்க, மதுரையிலிருந்து வந்த சௌந்தரராஜன் என்ற பையன் என்று அவருக்குச் சொல்லப்பட்டது. கூண்டுக்கிளி படத்தின் பாடல் மூலம்தான் எம்.ஜி.ஆருக்கு டி.எம்.எஸ்ஸின் குரல் அறிமுகமானது. எம்.ஜி.ஆர். அந்தக் குரலால் கவரப்பட்டு, 'மலைக்கள்ளன்' படத்தில் 'எத்தனை காலம்தான்' பாடலுக்கு டி.எம்.எஸ்ஸை சிபாரிசு செய்தார்.'

'எஸ்.எம். ஸ்ரீராமுலு நாயுடுவின் பட்சிராஜா ஸ்டுடியோ கோவை ராமநாதபுரம் பகுதியில் இருந்தது. தற்போது விக்னேஷ் கல்யாண மகால் என்று பெயர் மாறியிருக்கிறது. ஸ்டுடியோ அமைந்த கட்டடத்தின் முன் பட்சிராஜா ஸ்டுடியோவின் சின்னமான உலக உருண்டையின் மேல் அமர்ந்திருக்கும் கருடன் சிற்பம் ஒன்று

எப்போதும் இருக்கும். மலைக்கள்ளன் உள்ளிட்ட படங்களின் டைட்டில் பாடலில் அந்தச் சின்னத்தை நீங்கள் காணலாம். அந்த கருடன் சிற்பம் உடைந்து போயிருந்ததை நான் வருத்தத்துடன் கவனித்தேன். திருஞானம் செட்டியார் என்பவர் வசம் அந்தக் கட்டடம் இருந்தது. நான் அவரைச் சந்தித்துப் படப்பிடிப்பு நடத்த அனுமதி கோரியபோது அவர் சரியாகவே எனக்குப் பதில் சொல்லவில்லை. அடுத்த வாரம் வரும்படிச் சொல்லிவிட்டார். அடுத்த வாரம் சென்றால், அந்தக் கருடன் சிலையைக் காணவில்லை.'

'வைக்கோலும் தார்ப்பாலினும் போட்டு மூடப்பட்டிருந்த சிலையை என்னைக் கண்டதும் திறக்கச் சொல்லி ஊழியர் ஒருவருக்குக் கைகாட்டினார் திருஞானம் ஐயா. எனக்குப் பெரும் அதிர்ச்சி காத்திருந்தது. 17000 ரூபாய் செலவு செய்து உடைந்திருந்த சிலையைச் சரிசெய்து வைத்திருந்தார். டி.எம்.எஸ். எப்போது வருவார்? யூனிட் நண்பர்கள் அனைவருக்கும் உணவு நானே செய்துதருவேன் என்று வரிசையாக அடுக்கிக்கொண்டே போனார்...நான் திக்குமுக்காடிப் போனேன்', என்று சொல்கிறார் விஜயராஜ்.

'அதே பட்சிராஜா ஸ்டுடியோவில் மலைக்கள்ளன் படத்தின் 'தமிழன் என்றோர் இனமுண்டு' என்ற டைட்டில் பாடலையும் டி.எம்.எஸ். ஐயாதான் பாடினார். டைட்டில் சாங்கிற்கு அவர் குரல் வேறு மாதிரி இருக்கும், இரண்டே ரீல்களுக்குப் பின்பு 'எத்தனை காலம் தான்' பாடலுக்கு அவர் குரல் வேறொரு குரலாக மாறியிருக்கும். அத்தனை நுணுக்கமாக எம்.ஜி.ஆருக்கு ஏற்றவாறு குரலை மாற்றிப் பாடியிருப்பார். ஆளுக்குத் தக்கவாறு குரலை மாற்றிப்பாடுவதில் வல்லவர் டி.எம்.எஸ். பின்னாளில் மரகதம், கல்யாணியின் கணவன் ஆகிய திரைப்படங்களுக்கும் பட்சிராஜாவில் பாடியிருக்கிறார். பட்சிராஜா மற்றும் சென்ட்ரல் ஸ்டுடியோக்களின் முழு வரலாற்றையும் தொடரில் சொல்லியிருக்கிறேன்.'

கோவையிலிருந்து விஜயராஜின் வண்டி அடுத்து நேரே பாலக்காட்டுக்குச் சென்றது. 'எம்.ஜி.ஆர். மனைவியுடன் வாழ்ந்த வீட்டிற்குச் செல்கிறோம் என்று சொன்னதும், குழந்தை போலக் குதூகலமாகிவிட்டார் டி.எம்.எஸ். ஐயா. இரவு முழுக்கத் தூங்கவில்லை. அங்கே சென்று நான் புதிய வானம், புதிய பூமி பாடல் பாடட்டுமா, நான் உங்கள் வீட்டுப் பிள்ளை பாடலைப் பாடட்டுமா என்று கேட்டுக்கொண்டே இருந்தார். அத்தனை மகிழ்ச்சி அவருக்கு! எம்.ஜி.ஆர் தன் இரண்டாவது மனைவியான சதானந்தவதியுடன் வாழ்ந்த வீடான பாலக்காடு 'சந்திரானந்தா நிலையத்திற்குச்' சென்றோம். சதானந்தவதியின் தங்கை அங்கு இருந்தார்.'

‘அங்குச் சென்றதும் முழுக்குழந்தையாகவே மாறிப்போனார் டி.எம்.எஸ். ஐயா. இந்தச் சாதாரண வீட்டிலிருந்தா எம்.ஜி.ஆர். வந்தார்? இதுவே வேறு யார் வீடாகவோ இருந்திருந்தால் பளபளவென புதுக் கட்டடமாக மாறிப் போயிருக்குமே? இத்தனை எளிமையாக இருக்கிறதே, இப்பேர்ப்பட்ட மகானுக்கு நான் பாடியிருக்கிறேனே என்று சொல்லிச் சொல்லி மாய்ந்து போனார். அதிகம் உணர்ச்சிவசப்பட்டிருந்த அவரை சற்று நேரம் அமரச் சொல்லி, இளைப்பாறவிட்டு படப்பிடிப்பைத் தொடங்கினோம். அவரது வீட்டில் எந்த மாற்றமும் இல்லை, அவரது படுக்கையறையை இப்போது பூஜையறையாக மாற்றியிருக் கிறார்கள். அவரது உடைமைகள், அவர்களது பழைய புகைப்படங்கள் என்று எல்லாம் அப்படியே இருக்கின்றன. அந்தப் புகைப்படங்களுக்கு மத்தியில் நின்று பேசினார் டி.எம்.எஸ். ஐயா.’

‘படப்பிடிப்பு முடித்து சென்னை திரும்பினோம். வடிவேலு சார், விஜயகாந்த் சார் என்று அவ்வப்போது யார் ஓய்வாக இருக்கிறார்களோ அவர்களிடம் அனுமதி பெற்று ஐயாவுடன் பேட்டி எடுத்துவிடுவேன். பி.ஆர்.ஓ. என்று யாரும் கிடையாது என்பதால் எல்லாமே நானேதான் செய்யவேண்டும். அலுக்காமல் அலைந்து திரிந்து வேலை செய்தேன். மீண்டும் ஒன்றரை ஆண்டுகள் இடைவெளி விழுந்தது. சேலம் மாடர்ன் தியேட்டர்ஸில் படப்பிடிப்பு நடத்த வேண்டும் என்ற என் ஆர்வம்தான் காரணம். அதன் உரிமையாளரான டி.ஆர்.சுந்தரம் சாரின் மருமகளான கலைவாணி சுந்தரம் அம்மாள் லண்டனில் வசிக்கிறார். அவர்கள் எப்போது வருவார் என்றே தெரியாது சார் என்று ஊழியர்கள் சொல்லிவிட்டார்கள். மாடர்ன் தியேட்டர்ஸ் நிறுவன அலுவலகம் இன்று சேலம் நான்கு ரோடில் டி.ஆர்.எஸ். கல்யாண மண்டபம் என்று உருமாறி நிற்கிறது.’

‘மாடர்ன் தியேட்டர்ஸ் ஸ்டுடியோ ஏற்காடு சாலையில் இருந்தது. படப்பிடிப்புத் தளத்தையும், பாடல் பதிவு செய்யும் இடத்தையும் தனித்தனியாகப் பிரித்தே நிர்வகித்து வந்தார் சுந்தரம். அவரவர் அந்தந்தத் தளங்களில் மட்டுமே இயங்கமுடியும். ஆனால் இரண்டு தளங்களிலும் சுதந்திரமாகச் சுற்றிவந்தவர் டி.எம்.எஸ்! சுந்தரம் தயாரித்த ‘தேவகி’ என்ற படத்தில் ஐயா நடித்திருக்கிறார். இந்தப் படத்திலும் தனிச் சிறப்புண்டு. இரண்டு முன்னாள் முதல்வர்கள் இந்தப் படத்தில் பணியாற்றியிருக்கிறார்கள். கலைஞர் கதை வசனம் எழுதியிருக்கிறார், வி.என்.ஜானகி அம்மாள் நடித்திருக்கிறார். ‘முன்னாளில் ஆண்டவனே இப்போ தீராத துயராலே’, என்ற பெண்கள் நலனுக்கான பாடலை ‘தேவகியில்’ பிச்சைக்காரன்

வேடமிட்டு டி.எம்.எஸ். பாடி நடித்தார். மாடர்ன் தியேட்டர்ஸ் வளாகத்தில் ஐயாவை இந்தப் பாடலைப் பாடவைத்துப் படமாக்கினேன்.'

'பெரியார் திடலில் ஐயா வீரமணியுடன் டி.எம்.எஸ். ஐயாவைச் சந்திக்க வைத்து படம் பிடிக்க வேண்டும் என்பது என் ஆசை. பெரியார் நினைவிடத்திலும் ஐயா நிற்பது, நடப்பது போல எடுக்க ஆசைப்பட்டேன். அவர் பாடிய நாத்திகப் பாடல்களை எல்லாம் தயார் செய்துகொண்டு போனோம். தங்கரத்தினம் படத்தில் 'மனிதனும் இங்கே தன்னை மறந்தான்', கண்ணன் வருவான் என்ற படத்தில் 'பூமியைப் படைத்தது சாமியா', அவன் பித்தனல்ல படத்தில் 'இறைவன் இருக்கின்றானா' என்ற பாடல் என்று பட்டியல் தயாரித்துக் கொண்டோம்.

இத்தனை நாத்திகப் பாடல்களை ஐயா பாடியிருக்கிறாரா என்று எனக்கு ஆச்சர்யம். 'எனக்குப் பாடுவது தொழில், தொழில்தான் எனக்குத் தெய்வம். எந்தக் கதாபாத்திரத்துக்கு ஏற்றவாறு எப்படிப் பாடமுடியுமோ அப்படித் தானே பாடமுடியும்?' என்று எளிதாகச் சொல்லி ஐயா கடந்து சென்றார். சூரியகாந்தி படத்தில் பாடியதற்காகப் பெரியாரிடம் பரிசும் பெற்றிருக்கிறார் ஐயா. 'எந்த அரசியல் கட்சியையும் சாராமல் இருந்த காரணத்தால் உண்மையான, ஒழுக்கமான, நேர்மையான மனிதனாகப் பெரியாரால் இருக்க முடிந்தது. அந்த உண்மை இருந்ததால்தான் அவரால் துணிவுடன் செயல்பட முடிந்தது. மனிதனில் தெய்வத்தைப் பார்த்தவர் அவர். தெய்வம் மனுஷ்யரூபா என்று சமஸ்கிருதத்தில் சொல்லப்படுவதற்கு இலக்கணமாக வாழ்ந்தவர் பெரியார்', என்றும் சொன்னார். திடலுக்குள் அதுவரை காலடி வைத்திராத முருக பக்தரான டி.எம்.எஸ்ஸும், நாத்திகவாதியான வீரமணி ஐயாவும், திடலில் சந்தித்து என் தொடருக்காகப் பேசிக்கொண்டார்கள்.'

'பட்டினத்தார் படத்தில் டி.எம்.எஸ். நடித்தார் என்பதால், திருவொற்றியூர் பகுதியிலுள்ள பட்டினத்தார் சமாதியை என் செலவில் சுத்தம் செய்து வெள்ளையடித்து, அதில் படப்பிடிப்பு நடத்தினோம். அவர் நடித்த பகுதிகளைப்பற்றி அவர் அங்குப் பேசுவது போல எடுத்தோம்.'

'1951ஆம் ஆண்டு சென்ட்ரல் ஸ்டுடியோ தயாரிப்பான 'சுதர்சன்' என்ற படத்தில் டி.எம்.எஸ். ஒரு சிறு வேடத்தில் நடித்தார், அதுதான் கேமரா முன்பு அவர் முதன்முதலில் நின்றது. பி.யூ.சின்னப்பா பாடும் 'பாண்டுரங்க நாமம் பஜி மனமே' என்ற பாடலில் ஜால்ரா தட்டியபடி பின்னால் நிற்பார். தேவகி படம் தவிர பட்டினத்தார்,

அருணகிரிநாதர், கவிராஜ காளமேகம் ஆகிய படங்களில் டி.எம்.எஸ். நடித்திருக்கிறார். அருணகிரிநாதர் படத்தில் அவர் பாடிய 'முத்தைத் தரு' பாடல் பெரிய ஹிட். 'கல்லும் கனியாகும்' என்ற பெயரில் சொந்தப்படம் தயாரித்து நடித்தார். படம் தோல்வியடைந்ததால், நட்டமும் அடைந்தார். அதோடு தயாரிப்பு வேலைகள் தனக்கு ஒத்துவராது என்று ஒதுங்கிக்கொண்டார். மொத்தம் நான்கு படங்களில் ஐயா கதாநாயகனாக நடித்திருக்கிறார்.'

'நவக்கிரக நாயகி என்ற படத்தில் சந்திர பகவானைப் பற்றிப் பாடியபடி திரையில் தோன்றுவார். நள தமயந்தி என்ற தொலைக்காட்சித் தொடரிலும் நடித்திருக்கிறார். 'சண்முகசுந்தரி' என்ற படத்தில் ஜெயா-விஜயா என்ற இரட்டை இசையமைப் பாளர்கள் இசையமைத்த 'இறைவனுக்கும் பெயரை வைத்தான் ஒரு மனிதன்' என்ற பாடலை, நடிகர் முத்துராமன், நடிகை ஜெயந்தி அமர்ந்திருக்க, மேடையில் ஐயா பாடகராகத் தோன்றிப் பாடுவார். 'பரமசிவன் கழுத்திலிருந்த பாம்பு' பாடலில் கண்ணதாசன் தோன்றுவது போலவே இந்தப் பாடலில் டி.எம்.எஸ். தோன்றுவார். அதே போல பாலச்சந்தர் இயக்கத்தில் உருவான சர்வர் சுந்தரம் படத்தின் 'அவளுக்கென்ன' என்ற புகழ்பெற்ற பாடலிலும் பாடகராகவே தோன்றியிருக்கிறார். இவை எல்லாமே என் தொடரில் உண்டு', என்று சொல்கிறார் விஜயராஜ்.

'பாலக்காட்டில் உள்ள எம்.ஜி.ஆரின் வீட்டில் மட்டுமல்லாது, சென்னை ராமாவரத்திலுள்ள அவரது வீட்டிலும் படப்பிடிப்பு நடத்தினோம். செவாலியே சிவாஜி கணேசனின் வீட்டிலும் அவர் மகன் ராம்குமாரின் அனுமதி கேட்டு டி.எம்.எஸ். ஐயாவைக் கூட்டிச் சென்று படமாக்கினேன். தன் அப்பா எங்கெல்லாம் அமர்வார் என்று ராம்குமார் சொன்னாரோ அங்கெல்லாம் அமர்ந்து பாடினார். அதன் பின் யாராவது சினிமாத்துறையைச் சேர்ந்தவரது நேரம் கிடைத்தால் அங்குச் சென்று சிறு பேட்டி ஒன்றை ஐயாவுடன் எடுத்துவிடுவேன். தொடரை முடிக்கத் தாமதமாகும் என்று முன்பே சொல்லி இருந்ததால் ஐயாவும் அது பற்றிய கவலையின்றி இருந்தார்.'

'ஜெயா டிவியில் ஒளிபரப்பவேண்டும் என்ற எண்ணத்தில்தான் வேலையைத் தொடங்கினோம். இடையே ஒரு தொலைக்காட்சி சானல் ஐயாவைப் படமெடுக்க அணுகியிருக்கிறார்கள். 'நான் விஜயராஜிற்குக் கையெழுத்துப் போட்டுத் தந்திருக்கிறேன், வேறு யாருக்கும் பேட்டி தரமாட்டேன்' என்று அவர்களிடம் மறுத்துவிட்டார். என் தொடரை அவர்கள் ஒளிபரப்புவார்களா என்று பார்க்கச் சொன்னார். நானும் அவர்களை அணுகினேன். விஜயகாந்த்,

வடிவேலு உள்ளிட்ட நான்கு பேரை மட்டுமே வைத்து அப்போது பேட்டிகள் எடுத்திருந்தேன். இன்னும் யார் யாரைப் பேட்டி காணவேண்டும் என்று பட்டியல் ஒன்றை தயாரித்து வைத்திருந்தேன். அதில் ரஜினிகாந்த், ஏ.ஆர். ரஹ்மான், லதா மங்கேஷ்கர், இசைஞானி இளையராஜா என்று பல பிரபலங்கள் பெயர் இருந்தது. அதைப் பார்த்த சானலில் இருந்த பெரியவர் ஒருவர் என்னைத் தனியே கூப்பிட்டு அனுப்பினார்.'

'என்னிடம் இதைக் காண்பித்ததுபோல வேறு யாரிடமும் காண்பித்து விடவேண்டாம், உங்களை மனநலம் பாதித்தவர் என்று தவறாக எண்ணக் கூடும், உங்கள் நலனுக்கே சொல்கிறேன். லதா மங்கேஷ்கர் யாரென்றாவது உங்களுக்குத் தெரியுமா? ரஜினிகாந்த் என்ன நீங்கள் கூப்பிட்டதும் வந்து பேசித்தருவாரா? என்ன நினைத்துக்கொண்டு இப்படிப் பட்டியல் போட்டு வைத்திருக்கிறீர்கள்? ஏ.ஆர்.ரஹ்மான் என்ன நீங்கள் கூப்பிட்டதும் வந்துவிடுவாரா? இளையராஜா பற்றி என்ன தெரியும் உங்களுக்கு? இளையராஜாவுக்கும், டி.எம்.எஸ்ஸுக்கும் எவ்வளவு சண்டை உண்டு என்று உங்களுக்குத் தெரியுமா?', என்று அடுக்கிவிட்டு, போய் வாருங்கள் என்று திருப்பி அனுப்பிவிட்டார். அதையும் தாண்டித்தான் வந்திருக்கிறேன்.'

'ஒரு கட்டத்தில் தினமும் டி.எம்.எஸ்ஸை சந்தித்துவிடுவேன். அவ்வளவு பெரிய கலைஞர் எத்தனை பெரிய ரசிகராகவும் இருந்தார் என்று தெரிந்துகொள்ளும் வாய்ப்பும் கிடைத்தது. நானே சமைக்கிறேன், வீட்டுக்குச் சாப்பிட வாருங்கள் என்று என்னை ஒரு நாள் அழைத்தார். ரசம் செய்துகொண்டிருந்தவர் என்னை அழைத்து, சமையலறை சன்னலைத் திறக்கச் சொன்னார். வீட்டு வாசலுக்கு என்னை அனுப்பினார். அங்கிருந்து ஒன்று முதல் ஐம்பது வரை என்னை எண்ணச் சொன்னார். எண் ஐம்பதை நான் சொல்லும்போதே ரசத்தின் வாசம் மூக்கைத் துளைத்தது. 'என்ன வாசம் வந்ததா?'என்று கூடவே ஐயாவின் குரலும்! அத்தனைத் துல்லியமாக நேரம் கணித்து வைத்திருந்தார். ஜன்னலில் இருந்து வாசல்வரை அந்த வாசம் வர ஐம்பதுவரை எண்ணவேண்டும் என்றார். எனக்கு அப்படி ஓர் அதிர்ச்சி!'

'உணவைக் கூட அப்படியே அள்ளிச் சாப்பிடக்கூடாது. இறைவனை வணங்கி, உணவுக்கு உரிய மதிப்பைத் தந்து, பொறுமையாக உண்ணவேண்டும் என்று சொல்வார். குடலுக்குத் துக்கத்தைத் தரக்கூடாது, உடல் ஆண்டவன் நமக்குத் தந்த மிகப்பெரிய தேவாலயம் என்றும் சொல்வார். கலைஞன் வயதைக் கடந்தவன். எப்போதுமே உடலை ஆரோக்கியத்துடன் வைத்துக்கொள்ள வேண்டும்.

வேலையில் வெறித்தனமான அர்ப்பணிப்பு இருக்கவேண்டும் என்றும், அதுவே மனநிறைவைத் தரும் என்றும் சொல்வார். ரயிலில் பயணிக்கும்போதுகூட, போர்த்திக் கொள்ளும் போர்வையைத் துல்லியமாகப் பயன்படுத்தி மடித்துவைக்கவேண்டும் என்று சொல்வார்.'

'அவரது இந்த அர்ப்பணிப்பு உணர்வே நிறையப் பகையையும் எரிச்சலையும் சம்பாதித்துத் தந்தது. அவருக்குத் திருப்தி இல்லை என்றால் பாடலை மீண்டும் மீண்டும் பாடுவார். எங்கிருந்தோ வந்தாள் படத்துக்காக 'நான் உன்னை அழைக்கவில்லை' என்ற பாடலைப் பதிவு செய்ய 25 முறை பாடியிருக்கிறார். அந்தப் படத்தின் தயாரிப்பாளர் பாலாஜி சாரைப் பேட்டி கண்டபோது அவர் இதைச் சொன்னார். 'படத்தின் தயாரிப்பாளரான நான், நடிகர் சிவாஜி சார், இசையமைப்பாளர் மெல்லிசை மன்னர் எம்.எஸ்.வி. என எங்கள் மூவருக்கும் பாடல் சரியாக இருப்பதாகவே பட்டது. ஆனால் ஐயாவோ பாடல் சரியாக வரவில்லை என்று சொல்லி 25 முறை பாடினார். காலை 8 மணிக்குத் தொடங்கிய பாடல் பதிவு நள்ளிரவுவரை தொடர்ந்தது. 26ஆவது முறை அவர் பாடிய பாடல்தான் படத்தில் வருவது', என்று சொன்னார். பாடலின் தொடக்கத்தில் வரும் 'நான்' என்ற சொல்லை, தன்னைப் போல யாரும் உச்சரிக்கக் கூடாது என்று நினைத்தே அவர் பாடிய பாடல் அது!'

'உலகில் எந்தப் பாடகரை எடுத்துக் கொண்டாலும் அவர்கள் குரலுக்கு ஒரு தனித்தன்மை இருக்கும். ஆனால் இவரோ ஆளுக்குத் தக்கவாறு குரலை மாற்றிப் பாடிவந்திருக்கிறார். ஒரு காலத்தில் பெரிய பிளஸ்ஸாகப் பார்க்கப்பட்டது பின்னர் அவருக்கே வேதனையாக வந்து நின்றது. எம்.ஜி.ஆர். அப்படிப் பாடினார், சிவாஜி இப்படிப் பாடினார் என்று இவர் குரலையே நடிகர்கள் குரலாக மக்கள் பார்க்கத் தொடங்கிவிட்டார்கள். அதை மறுத்தாக வேண்டிய கட்டாயத்திற்குத் தள்ளப்பட்டார் டி.எம்.எஸ். இப்படி அவருக்கான சரியான அங்கீகாரம் கிடைக்காத காரணத்தால், தன் சாதனைகளைப் பற்றித் தானே சொல்லிக்கொள்ள வேண்டிய அவசியம் நேர்ந்தது.'

'கடைசி வரை எம்.ஜி.ஆர்., சிவாஜி போன்ற முன்னணி நடிகர்கள் தன்னை அங்கீகரிக்கவில்லை என்ற மனக்கசப்பு டி.எம்.எஸ். ஐயாவுக்கு இருந்தது. அவர்களிடமிருந்து அவர் வேறு எதுவும் எதிர்பார்க்கவில்லை. சுயமரியாதையையும் விட்டுக்கொடுக்க வில்லை அவர். 'பாகப்பிரிவினை' படத்தின் வெற்றி விழா எக்மோர் அசோகா ஓட்டலில் நடைபெற்றது. படத்தில் பணியாற்றிய

கதாநாயகன் சிவாஜி உள்பட அனைவருக்கும் ஷீல்டு வழங்கப்பட்டது. படத்தில் நடித்த மாடும் அங்கு வந்து சேர்ந்தது, அதற்கும் ஷீல்டு தரப்பட்டது.'

'விழா தொடங்க கடவுள் வாழ்த்தும், விழா முடியும்போது தேசிய கீதமும் டி.எம்.எஸ். பாடுவார் என்று மேடையில் அறிவிக்கப்பட்டது. அவரும் பாடிமுடித்தார். தேசிய கீதம் பாடியவர், 'எல்லோரும் ஒரு நிமிடம் நில்லுங்கள்' என்று சொல்லியிருக்கிறார். அனைவரும் அப்படியே நின்றுவிட்டார்கள். 'படத்தில் நடித்த மாட்டுக்குக் கூட ஷீல்டு தந்தீர்களே, பாடகருக்கு ஒன்றுமில்லையா?'' என்று விளாசியவர், ஊடகங்களை அழைத்து இனி பாடப்போவதில்லை என்று பேட்டியும் கொடுத்துவிட்டார். இந்த சம்பவத்துக்குப் பின்தான் பாடகர்களுக்கும் விழாக்களில் ஷீல்டுகள் வழங்கப்பட்டன என்று பாடகர் எஸ்.பி.பாலசுப்ரமணியம் நம் தொடரில் பேசியிருக்கிறார். '

'பத்திரிகையாளர்கள், ஊடகத்துறையினரிடம் விட்டில் பூச்சியாக இருந்தார். அவர்களும் தூபமிட்டபடி முன்னணிக் கதாநாயகர் களுடனான அவரது மன உளைச்சல்களை ஊதிப் பெரிதாக்கினார்கள். அவரது எதிர்வினைகள் மட்டுமே ஊடகங்களில் பெரிதாக வெளிவந்தன. இதைத்தான் நான் முதலில் தகர்த்தேன். அவரிடம் பேசவேண்டும் என்றால் நான் உடனிருந்தால் மட்டுமே சாத்தியம் என்பதுபோல மாற்றிக்கொண்டேன். யார் ஐயாவைச் சந்திக்க வேண்டும் என்றாலும் என் மூலமே முடியும் என்ற நிலைக்குக் கொண்டு வந்துவிட்டேன். வீட்டில் ஓர் ஆளாகவே மாறிப்போனேன். அவரது சில உறவினர்களுக்கு அது மனக்கசப்பைத் தந்தது. எனக்கு அறிமுகமானவர்களோ, 'அவரை வைத்துத்தானே தொடர் எடுக்கிறாய், அவர் உனக்கு நிதியுதவி செய்ய மாட்டாரா?' என்று கேட்டு என்னைக் கலைக்கவும் பார்த்தனர். எங்கள் இருவருக்குள்ளும் ஆத்மார்த்தமான அன்பு இருந்ததால் வேறு யாரின் வேலையும் செல்லுபடியாகவில்லை, அவர்கள் எண்ணங்கள் எல்லாம் தவிடுபொடியானது.'

'அதே போல பெரும் இரக்க குணம் கொண்டவர் ஐயா. கரூர் அருகேயுள்ள நெரூர் சதாசிவ பிரம்மேந்திரர் என்ற சித்தரின் ஜீவசமாதியில் ஐயாவை வைத்துப் படப்பிடிப்பு நடத்தினோம். அவரது கீர்த்தனைகளை அங்குப் பாடினார். அங்கிருந்து திரும்பும் போது கரூரில் ஓர் ஓட்டலில் உணவருந்தினோம். கை கழுவிவிட்டுத் திரும்பிப் பார்த்தால் அவரைக் காணவில்லை. நேரே சமையற் கூடத்தினுள் நுழைந்து அங்கிருந்தவர்களைப் பாராட்டியவர்,

கையிலிருந்த 2500 ரூபாயைப் பிரித்து அவர்கள் கைகளில் ஆளுக்கு 500 ரூபாயைத் தந்து, 'வயிறு நிறைந்தது; நீங்கள் தந்த இட்லி அத்தனை சுவையாக இருந்தது', என்று சொல்லிக்கொண்டிருந்தார். 'ஊக்கப்படுத்தினால்தான் எந்த மனிதனுமே தன் பணியை ஈடுபாட்டுடன் செய்வான். அதுவும் அப்போதே செய்துவிட வேண்டும்', என்று அவர்களிடம் சொன்னார்.'

'பாலசுப்ரமணியம் என்ற அவரது மகன் 15 வயதில் காலமானான். அவன் இறந்ததும் அவன் பெயரில் 7 லட்ச ரூபாயை வைப்பு நிதியில் போட்டுவைத்தார். அதில் வரும் வட்டியைக் கொண்டு டி.எம்.எஸ். பாலசுப்ரமணியம் அறக்கட்டளை என்ற பெயரில் அமைப்பு தொடங்கி, அதன் மூலம் படிக்க வசதியில்லாத குழந்தைகளுக்கு உதவி வந்தார்.'

'அவருக்கு மொத்தம் 7 பிள்ளைகள். அதில் நால்வர் இறந்து விட்டார்கள். இரண்டு மகன்களும், ஒரு மகளும் மட்டுமே இப்போது இருக்கிறார்கள். மனைவி பெயர் சுமித்ரா. அவர் மகன் செல்வகுமாரை அவ்வப்போது வீட்டில் பார்ப்பதுண்டு. மகள் மல்லிகா அக்கா, மகன் பால்ராஜ் அண்ணன் இருவரும் என்னிடம் மிக நெருக்கமாக ஒரு தாய் பிள்ளைகள் போலப் பழகுவார்கள். அவரது மகளான சந்திரிகாவின் மகன் சுந்தர் பார்ப்பதற்கு அச்சு அசலாக ஐயாவைப் போலவே இருப்பார். அதனால் டி.எம்.எஸ். ஐயா போல வேடமிட்டு, தொடரின் சில காட்சிகளில் சுந்தரை நடிக்க வைத்தேன். சுந்தருக்கு மேக்கப் போட்டு அவர் கண்முன் நிறுத்தியதும் அசந்து போனார் ஐயா. 'என்னடா என்னைப் போலவே இருக்கிறாய்?' என்று சொன்னார்.'

'ஜெயலலிதா, ஐயாவுடன் நல்ல நட்பில் இருந்தார். ஐயாவை இயல் இசை நாடக மன்றத் தலைவராக நியமித்தார். அவர்கள் நட்பு என் தொடர் மூலமே புதுப்பிக்கப்பட்டது. இருவரும் சேர்ந்து மூன்று பாடல்களைப் பாடியிருக்கிறார்கள். அன்பைத் தேடி என்ற படத்தில் 'சித்திர மண்டபத்தில்' என்ற பாடல், சூரியகாந்தி படத்தில் 'ஓ மேரே தில்ருபா' என்ற பாடல், வந்தாளே மகராசி என்ற படத்தில் 'கண்களில் ஆயிரம் ஸ்வீட் டிரீம்' என்ற பாடல் - இந்த மூன்றுப் பாடல்களையும் டி.எம்.எஸ்ஸுடன் இணைந்து பாடியிருக்கிறார் ஜெயலலிதா. ஐயாவின் பயோடேட்டாவை வாங்கி மத்திய அரசுக்கு அனுப்பி வைத்தார் ஜெயலலிதா. அவர் மூலம்தான் அவருக்குப் பத்மஸ்ரீ விருது கிடைத்தது. எப்பொழுதோ தரவேண்டிய விருது தாமதமாகக் கிடைத்ததில் ஐயாவுக்கு வருத்தம்தான். அரை மனதுடன்தான் விருது வாங்க தில்லி புறப்பட்டுச் சென்றார். நல்லி குப்புசாமி செட்டியார்

ஐயாவை அழைத்துச்சென்றார். அங்கு அப்போதைய குடியரசுத் தலைவர் அப்துல் கலாம் ஐயாவைச் சந்திக்கும் வாய்ப்பும் டி.எம்.எஸ். ஐயாவுக்குக் கிடைத்தது.'

'என்னைத் தெரியுமா?' என்று அவரிடம் டி.எம்.எஸ். கேட்க, 'உங்கள் பாடலைக் கேட்காத காது ஒரு காதா?', என்று பதில் தந்திருக்கிறார் கலாம். உங்களுக்கு நான் விருது தருவதில் பெருமைப்படுகிறேன் என்று கலாம் அவரிடம் சொல்லியிருக்கிறார். இசைஞானியையும், ஐயாவையும் எப்படியாவது பேட்டி ஒன்றில் பேசவைத்துவிட வேண்டும் என்பதில் தீர்மானமாக இருந்தேன். இளையராஜாவை நேரடியாகவே சந்தித்துச் சொன்னேன். நீங்கள் கட்டாயம் பேசவேண்டும் என்று வேண்டுகோள் வைத்தேன். 'மற்றவர்களைப் போல வியாபார நோக்கம் எனக்குக் கிடையாது. இதை ஒரு தவம் போலச் செய்கிறேன். இன்னும் பத்தாண்டுகள் ஆனாலும் நீங்கள் பேட்டி தராமல் விடமாட்டேன்', என்று சொன்னேன். அவர் என்னைக் கவனித்துப் பார்க்கவே பல காலம் ஆனது. அவரது உதவியாளர் பிரபாகர் என்னுடன் ஃபிலிம் இன்ஸ்டிட்யூட்டில் படித்தவர். அவரைப் பார்ப்பதுபோல அடிக்கடி இசைஞானியின் அலுவலகத்துக்குச் சென்றேன். ஒரு வழியாக முக்கால் மணிநேரம் ஒதுக்கி பொறுமையாகப் பேசிக்கொடுத்தார். டி.எம்.எஸ்ஸின் சுயசரிதை எழுதிய எத்தனையோ பேர் இறுதி வரை அவர்கள் இருவரும் சந்திக்கவே இல்லை, பிணக்குடன் இருந்தார்கள் என்று எழுதினார்கள். ஆனால் இருவரும் மனம் திறந்து, என் தொடருக்காக ஒன்றாகப் பேட்டி தந்திருக்கிறார்கள்.'

'ஐயா 2013ஆம் ஆண்டு இறந்துபோனார். அவர் இறப்பதற்கு ஆறு மாதங்களுக்கு முன் தொடர் நிறைவடைந்துவிட்டது. அவரிடம் 150 எபிசோடுகளையும் போட்டுக் காண்பித்துவிட்டேன். பொறுமையாக அமர்ந்து ஒரு நாளைக்கு 10 எபிசோடுகள் என 15 நாள்களில் முழுத் தொடரையும் பார்த்துவிட்டார். 'எல்லா எபிசோடையும் நான் பார்த்துவிட்டேன், இனி நான் இறந்தால்கூட எனக்குக் கவலையில்லை, சாதித்துவிட்டீர்கள் விஜயராஜ். இனி உங்கள் வாழ்க்கை உயரும், நான் நிறைவாக இருக்கிறேன்', என்று வாழ்த்தினார். அவரது இறுதிக் காலத்தில் அவருடனே இருக்கும் பெரும் வரம் எனக்குக் கிடைத்தது. தொடரும் நிறைவுபெற்றது. ஆனால் ஒவ்வொரு எபிசோடிலும் இருக்கும் பாடல்களுக்கு உரிமைப் பிரச்னை உள்ளது. சரிவர உரிமை பெறாவிட்டால் தொடர் வெளிவரமுடியாது, வந்தாலும் எனக்குச் சட்டரீதியான சிக்கல்கள் வரும். எனவே பொறுமையாக ஒவ்வொரு பாடலுக்கும் உரிமை

பெற முயன்று வருகிறேன். 2001ஆம் ஆண்டு தொடங்கிய பணி இது. இன்னும் தொடர் வெளிவராமல் இருக்கிறது. அதை வெளியிட என்னாலான முயற்சிகளை எடுத்துவருகிறேன்.'

'யாருக்கும் எந்த அழுத்தமும் தராமல் பணியாற்ற விரும்பினேன். அவரவர் பொறுமையாக நேரம் எடுத்துக்கொண்டு பேட்டி தந்தால், அதில் முழுமை இருக்கும், நிறைவிருக்கும். கடமைக்காக நான்கு வரிகள் டி.எம்.எஸ். பற்றி மற்றவர்கள் பேசுவதில் எனக்கு விருப்பமில்லை. உள்ளார்ந்த எண்ணங்கள் வரவேண்டும். இவை எல்லாம் தாமதத்துக்குக் காரணங்கள்.'

'ஒரு நிகழ்ச்சிக்காக ஐயா மலேசியாவுக்குச் சென்றபோது நானும் உடன் சென்றேன். அங்கு காமிரா ஒன்றை வாடகைக்கு எடுத்து, ஐயா வெளிநாட்டுக் காட்சிகளுக்குப் பாடிய பாடல்களைப் பற்றிப் பேசவைத்தேன். அப்போது அங்குள்ள கொலம்பியா நிறுவனத்தின் அறிமுகம் நண்பர் மணிவண்ணன் மூலம் கிடைத்தது. அவர்களிடம் பீட்டா டேப்கள் இருந்தன. அங்கு உரிமையாளரின் மகன் கிறிஸ்டோஃபர் என்னிடம் பேசி, எனக்குத் தேவையான அரிய ஐந்து டி.எம்.எஸ். பாடல்கள் அடங்கிய பீட்டா டேப்களைத் தந்தார். எனக்கு மிகவும் உதவிகரமாக இருந்தது. அதே மலேசியா கொலம்பியா கடைக்கு மீண்டும் நேரில் சென்று டி.எம்.எஸ். ஐயாவும், நானும் நன்றி தெரிவித்தோம்.'

'எந்த விஷயத்தையும் சட்டத்திற்கு உட்பட்டு நியாயமாகச் செய்யவேண்டும் என்பதுதான் என் எண்ணம். அதனால்தான் எந்தப் பாடலுக்கு யாரிடம் உரிமை இருக்கிறது என்று தேடித் தேடி தகவல் சேகரிக்கிறேன். பாடல் ஒன்றை எடுத்துக் கொண்டால் நெகடிவ் ஒருவரிடம், பாசிடிவ் ஒருவரிடம், வெவ்வேறு தொலைக்காட்சி நிறுவனங்களில், தூர்தர்ஷனில், சாடிலைட் ரைட்ஸ் வேறொருவரிடம் என்று பெரும் குழப்பமாக இருக்கிறது. யாரோ ஒரு நபரைக் கைகாட்டி, அவரிடம் பணம் கட்டினால் பாடலைப் பயன்படுத்திக் கொள்ளலாம் என்ற முறை இருந்தால் மட்டுமே என் பணி எளிதாகும். இதை அரசு தலையிட்டு முறைப்படுத்த வேண்டும். இல்லையென்றால் எந்தக் கலைஞனின் கதையையும் இங்கே யாரும் இனி ஆவணப்படுத்தமுடியாது. எனக்கு இது பெரும் சிக்கல் தான். கிட்டத்தட்ட 20 ஆண்டுகளும், 60 லட்ச ரூபாய்க்கும் அதிகமாக இதற்குச் செலவிட்டிருக்கிறேன். தொடர் தயாரிக்க எனக்குப் பேருதவியாக இருந்த திரு. சுவாமினாதன், திரு. செந்தில், கே. சுரேஷ்குமார், டி.எம்.எஸ். குடும்பத்தினர் உள்பட அனைவருக்கும் என்றென்றும் நன்றிக்கடன் பட்டிருக்கிறேன்.'

20 ஆண்டுகால அசுர உழைப்பைக் காலம் விழுங்கியிருக்கிறது. தனி மனிதனாகச் சிறு வீட்டில் நம்பிக்கை என்ற ஒன்றை மட்டும் கையில் இறுகப் பற்றிக்கொண்டு வாழ்கிறார் விஜயராஜ். மூன்றாவது மாடியிலிருந்து கீழிறங்கிக் கொண்டிருக்கிறோம். தாய்ப் பூனை இப்போதும் தலை தூக்கி எங்களைப் பார்க்கிறது. அதன் கண்களில் சிறு சினேகமும் இப்போது தெரிகிறது. தன் குட்டிகளை நெருக்கிக் கொள்கிறது. எங்கோ தொலைவில் 'நான் நிரந்தரமானவன் அழிவதில்லை, எந்த நிலையிலும் எனக்கு மரணமில்லை', என்ற டி.எம்.எஸ்ஸின் பாடல் தேய்ந்து ஒலிக்கிறது. மரணமில்லாக் கலைஞனுக்கு நம் அஞ்சலி.

குறிப்பு: 2020ம் ஆண்டு மின்னம்பலம் இணைய இதழில் வெளியான கட்டுரை இது. 2022ம் ஆண்டின் இறுதியில் அச்சுக்கு இந்நூலை அனுப்பும்வரை தொடர் வெளிவரவில்லை. விஜயராஜ் தோழர் இன்னும் என்னிடம் நெருக்கமான நட்பில் இருக்கிறார். பட்டன் செல்ஃபோனுடன் கோடம்பாக்கத்துத் தெருக்களில் நீங்கள் யாரையேனும் சந்திக்க நேர்ந்தால், அது விஜயராஜாக இருக்கக்கூடும்.

•

17

மதராஸின் பைடன்

கமலா ஹாரிஸின் இந்திய வேர்களை அலசி ஆராய்ந்து கொண்டிருக்கும் வேளையில் திடீரென பைடனின் இந்திய வேர்கள் ஆய்வுக்கு உள்ளாகியிருக்கின்றன. கமலாவின் தாய் சியாமளா கோபாலனின் உறவினர்கள் வசிக்கும் பெசன்ட் நகரிலிருந்து 10 கிலோமீட்டர் தொலைவில் உள்ள ஜார்ஜ் கதீட்ரல், பைடனுக்கு இருக்கும் இந்திய தொடர்பைக் கண்டறிய வழி செய்யலாம்!

ஜார்ஜ் கதீட்ரலில் உள்ள கிறிஸ்டோஃபர் பைடன் என்ற 'மாஸ்டர் அட்டென்டன்ட்'டின் நினைவுக் கல்வெட்டு 1858ம் ஆண்டு நிறுவப்பட்டது. பைடன் என்ற அயர்லாந்து நாட்டின் குடும்பப் பெயர் அவ்வளவு அதிகம் பயன்பாட்டில் இல்லை என்பதால், சென்னையின் பைடனுக்கு அமெரிக்க ஜோ பைடனுடன் தொடர்பிருக்கலாம் என்று கருதப்படுகிறது.

கப்பல் செலுத்தி வந்த கேப்டனான கிறிஸ்டோஃபர் பைடனுக்கு வில்லியம் பைடன் என்ற சகோதரனும் உண்டு. இரு பைடன் சகோதரர்களும் ஆங்கிலேயக் கப்பல்களில் தேர்ட் மற்றும் ஃபோர்த் மேட்களாக இங்கிலாந்திலிருந்து இந்தியாவுக்கு வந்தவர்கள். இவர்களில் வில்லியம் 1843ம் ஆண்டு பர்மாவில் மரணமடைந்தார். கிறிஸ்டோஃபரோ, ஆங்கிலேயக் கப்பல்களில் இங்கிலாந்துக்கும் இந்தியாவுக்கும் இடையே கேப்டனாகப் பணியாற்றி கப்பல்

சென்னை ஜார்ஜ் கதீட்ரலில் பைடன் பெயர்கொண்ட கல்வெட்டு

செலுத்தினார். ஒரு கட்டத்தில் கேப்டன் கிறிஸ்டோஃபர் பைடன் மதராஸில் குடியேறினார். ஹாரியட் ஃப்ரீத் என்ற ஆங்கிலேயப் பெண்மணியை 1819ம் ஆண்டு திருமணம் செய்தவர், அவரையும் மதராஸ் நகரில் குடியமர்த்தினார்.

ஆங்கிலேயருடைய 'மாஸ்டர் அட்டெண்டன்ட்'டாக கப்பல் தளத்தில் பணியாற்றி வந்தார் கேப்டன் பைடன். ஹெச்.சி.எஸ். அதிகாரியான கிறிஸ்டோஃபர் 19 ஆண்டுகள் மதராஸில் பணியாற்றி பிப்ரவரி 25, 1858ம் ஆண்டு இறந்ததாகச் சொல்கிறது பைடன் நினைவைப் போற்றும் கல்வெட்டு. இந்த கல்வெட்டைச் செய்தவர்கள் பொது மக்கள் என்றும் அதில் குறிப்பிடப்பட்டுள்ளது.

கிறிஸ்டோஃபர் பைடனின் மனைவி ஹாரியட் பைடன் 1880ம் ஆண்டு இங்கிலாந்தில் இறந்து போனார். ஆனால் தன் கணவர் பைடனது முக்கிய கடிதங்கள் மற்றும் ஆவணங்களை 'பைடன் பேப்பர்ஸ்' என்று தொகுத்து வைத்திருந்தார். பின்னாளில் கேம்பிரிட்ஜ் பல்கலைக்கழகத்துக்கு அந்தத் தொகுப்பு வழங்கப்பட,

மிக முக்கியமான அந்த பைடன் பேப்பர்களிலிருந்து நமக்கு பைடன் பற்றிய குறிப்புகள் கிடைக்கின்றன.

1839 முதல் 1858 வரை மரைன் ஸ்டோர்கீப்பர் பணியிலும் பைடன் இருந்துள்ளதை இந்த ஆவணங்கள் சொல்கின்றன. அந்தமானில் கலங்கரை விளக்கங்கள் தேவை என்று தொடர்ந்து பைடன் வலியுறுத்தி வந்தார். ஜார்ஜ் கோட்டைக்கு அருகே கிளைவ் பத்தேரி மற்றும் தானியக் கிட்டங்கிக்கு (கமிசரியட் கிரானரி) இடையே உள்ள மணற்பாங்கானப் பகுதியைப் பாதுகாப்பாகக் கப்பல்களை நங்கூரமிட வாங்க வேண்டும் என்று வலியுறுத்தினார்.

மதராஸில் கப்பல்களை எளிதாக நிறுத்த கப்பல் துறை ஒன்றின் அவசியத்தையும் எழுதினார். மதராஸில் கப்பற்படை பயிற்சிப் பள்ளி ஒன்றுக்கு அரசின் நிதியுதவி குறித்தும் பைடன் பேப்பர்கள் பேசுகின்றன. 1830ம் ஆண்டு கிறிஸ்டோஃபர், 'பைடன்'ஸ் நேவல் டிசிப்ளின்' என்ற நூலையும் எழுதியிருக்கிறார்.

1851ம் ஆண்டு கூவம் ஆற்றின் நிலையை மேம்படுத்த அன்றைய மிலிட்டரி போர்டின் செயலாளருக்கு பைடன் கடிதம் எழுதி உள்ளார். 1842 முதல் 1853 வரை சரியான பாதுகாப்பு இல்லாத காரணத்தால் மதராஸ் கடற்பகுதியில் சேதமடைந்த கப்பல்கள் பற்றிய தகவல் தொகுப்பும் செய்திருக்கிறார். 1842ம் ஆண்டு 22 முதல் 30 அக்டோபர் வரை மதராஸ் சந்தித்த மோசமான புயல் குறித்த கட்டுரை ஒன்று ஆசியாட்டிக் சொசைட்டி ஜர்னல் ஏட்டில் வெளியாகியுள்ளது. அதற்கான முழுத் தகவல்களையும் கேப்டன் பைடன் அளித்ததாக கட்டுரையை எழுதிய ஹென்றி பிட்டிங்டன் எழுதுகிறார்.

லேடி ஃபீவர்ஷாம், வாட்டர்லூ, விட்பி, ஹைலாண்டர், ரிபல்ஸ், அமேலியா, ஃப்ரான்செஸ் ஸ்மித் என பல ஆங்கிலேயக் கப்பல்கள் சந்தித்த சேதம் பற்றிய குறிப்புகள் பைடன் அளித்தவை என்றும் ஜர்னல் சொல்கிறது. மீண்டும் 1851ம் ஆண்டு ஏப்ரல் 30 முதல் மே 5 வரை வீசிய புயலின் தாக்கம் குறித்தும் நுணுக்கமான விவரங்களைத் தொகுத்து ஆசியாட்டிக் ஜர்னலில் கட்டுரை எழுத பைடன் உதவியதாக நன்றி தெரிவிக்கிறார் பிடிங்டன்.

பைடன் நகருக்கு அவரது பெயரிலேயே விட்டுச்சென்ற மிக முக்கியமான நிறுவனம்- பைடன் டெஸ்டிட்யூட் சீமென் ஹோம். கப்பல் படையில் பணியாற்றிய ஆதரவற்ற கப்பல் பணியாளர்களுக்கு உதவ ராயபுரம் பகுதியில் பைடன் தன் சொந்தச் செலவில் நிறுவிய இல்லம் அது. அழகான கரையோரப் பங்களா அது என்பதைத் தவிர வேறு தகவல்கள் கிடைக்கவில்லை.

கிளென் பார்லோ என்ற ஆங்கிலேயர் 1921ம் ஆண்டு எழுதிய 'தி ஸ்டோரி ஆஃப் மெட்ராஸ்' நூலில் 'புதிதாகத் தெரியும் பைடன் ஹோம் பிரம்மாண்ட வீடு. இப்போது அது ஹார்பர் மாஸ்டரின் வீடாகப் பயன்படுத்தப்படுகிறது. முற்காலத்தில் கையில் பணமிருந்தும் தங்க இடமற்ற நிர்க்கதியான மாலுமிகளுக்கு அந்த வீடு பெரிய புகலிடம்', என்று தெரிவிக்கிறது. ராயபுரம் பகுதியில் ஆய்வுகள் செய்யும்போது இந்த பைடன் சீமென் ஹோம் எங்கே இருக்கிறது என்று தேடி அலைந்திருக்கிறேன்.

ஒரு வழியாக சென்னை போர்ட் டிரஸ்டின் 'ஏரியா 1' பகுதியில் இந்த பைடன் சீமென் ஹோம் இருந்த தகவல்களைக் கேட்டறிந்து கொண்டேன். கட்டடம் இன்று இல்லை என்று சொல்லும் நண்பர், அந்த இடத்தில் மொலாசஸ் மற்றும் எண்ணெய்ச் சேமிப்புக் கிடங்குதான் உள்ளது என்றும் சொல்கிறார். போர்ட் டிரஸ்டின் 2016ம் ஆண்டு 'லேண்ட் யூஸ் பிளானும்' இதை உறுதி செய்கிறது. 4427 சதுர மீட்டர் நிலப்பகுதியிலுள்ள துறைமுக எண்ணெய்க் கிட்டங்கியில் பைடன் பிளேசும் அடக்கம். 2010ம் ஆண்டு ஜஸ்டிஸ் பத்மனாபா கமிட்டி வெளியிட்ட சென்னையின் பாதுகாக்கப்பட வேண்டிய கட்டடங்கள் பட்டியலில் '2ஏ' பிரிவில் பைடன் ஸ்டாஃப் குவாட்டர்ஸ் குறிப்பிடப்பட்டுள்ளது.

2009ம் ஆண்டு சென்னை உயர்நீதிமன்றத்தில் ராயபுரம் குடியிருப்போர் நலசங்கம் சார்பில் சமர்ப்பிக்கப்பட்ட ரிட் மனு ஒன்று நம் கவனத்தை ஈர்க்கிறது. மொலாசஸ் மற்றும் எண்ணெய்க் கிட்டங்கியை பொது மக்கள் வாழும் பகுதியான பைடன் பிளேஸ் ரெசிடென்ஷியல் குவாட்டர்ஸ் பகுதிக்குள் அமைக்கக் கூடாது என்று மனு செய்தது இந்த அமைப்பு. ஆனால் தற்காலிகக் கிட்டங்கிகளை அமைத்துக் கொள்ள போர்ட் டிரஸ்டுக்கு நீதிமன்றம் அனுமதி தந்தது. (P 21315 of 2009) கிறிஸ்டோஃபர் பைடன் கட்டிய பைடன் பிளேஸ் இப்போது இருக்கிறதா இல்லையா என்ற கேள்விக்கு விடை சென்னை போர்ட் டிரஸ்டிடம் மட்டுமே உள்ளது. தொல் சின்னங்களைப் பாதுகாக்க கமிட்டிகள் மட்டுமே பத்தாது. சட்டம் இன்னும் கடுமையாக வேண்டும், முக்கியமாக இதுபோன்ற தொல் சின்னங்கள் பற்றிய தகவல்கள் பொதுவெளியில் எளிதாகக் கிடைக்கும் வெளிப்படைத் தன்மை வேண்டும். தொல் சின்னங்கள் மக்கள் சொத்து; தேசத்தின் சொத்து.

பைடன் கட்டித் தந்த கட்டடம் இன்று இருக்கிறதா இல்லையா என்ற சந்தேகம் ஒருபுறம், ஜோ பைடனுக்கும், கிறிஸ்டோஃபர் பைடனுக்குமான தொடர்பை வெளிக்கொணர்வது இன்னும்

சிக்கலான விஷயம்தான். 1963ம் ஆண்டு லெஸ்லி பைடன் என்ற நாக்பூர் வாசி ஜோ பைடனுக்குக் கடிதம் ஒன்றை எழுதினார். மதராஸின் கிறிஸ்டோஃபர் பைடனின் மகனான ஹொராஷியோ பைடன் லெஸ்லியின் தந்தை ஆவார். லெஸ்லி, தனக்கும் ஜோ பைடனுக்கும் உறவுமுறை இருக்க வாய்ப்பிருப்பதாக அனுப்பி இருந்த கடிதத்துக்கு, 9 ஆண்டுகள் கழித்து பதில் அனுப்பினார் ஜோ பைடன்.

அந்தக் கடிதத்தில் என்ன இருந்தது என்பது இன்று வரை யாருக்கும் தெரியவில்லை. 1983ம் ஆண்டு லெஸ்லி பைடன் இறந்து போனார். 2013ம் ஆண்டு இந்தியா வந்த ஜோ பைடன், லெஸ்லி தன்னைத் தொடர்பு கொண்ட செய்தியை மும்பை கூட்டம் ஒன்றில் தெரிவித்தார். லெஸ்லி இறந்துவிட்ட காரணத்தால் கிறிஸ்டோஃபர் பைடனுக்கும் ஜோ பைடனுக்குமான தொடர்பு என்ன என்பது விளங்கிக்கொள்ள முடியாத புதிராகவே இருக்கிறது.

மதராஸின் பைடன் எங்கே வாழ்ந்தார், அவர் நினைவாக விட்டுச் சென்றது இங்கு எது என்று ஒருவேளை ஜோ பைடன் நம்மிடம் கேட்டால், நம்மிடம் என்ன விடை இருக்கிறது?

•

18

மலாக்காப் பிரவேசத் திரட்டு

‘மலாக்காப் பிரவேசத் திரட்டு’ என்ற இந்த நூல் நாகூர் கி. அப்துல்காதிறு சாகிபு மரைக்காயர் மகன் மதுரகவி வாருதி கி.அ.வு. செவத்தமரைக்காயர் இயற்றி, 1886ம் ஆண்டு புறையாறு குலாமுகய்யிதீன் சாகிபு மகன் சிங்கப்பூர் மகுதூம் சாகிபுக்குச் சொந்தமான தீனோதயவேந்திரசாலை அச்சகத்தில் அச்சிடப்பட்டது. இந்த பொறையாறு மகுதூம் சாகிபு அவர்கள்தான் சிங்கையின் மிகப் பழமையான தமிழ் இதழான சிங்கை நேசனைப் பதிப்பித்தவர்.

செவத்தமரைக்காயர் எழுதிய ‘மும்மணிக் கோவை’, ‘உயிர் வருக்கக் கோவை’ ஆகிய நூல்களை காரைக்கால் இந்தியக் காவலன் அச்சு இயந்திர சாலை வெளியிட்டுள்ளது. உயிர் வருக்கக் கோவையில் காரைக்காலில் அடங்கியுள்ள ஆரிபுல்லா காமில், ஹஜரத் மஸ்தான் சாகிபு ஆகியோரைப் பற்றியப் பாடல்களை செவத்தமரைக்காயர் எழுதியுள்ளார். பதங்கள், சிந்து என மக்கள் விரும்பும் செய்யுளும் இயற்றியுள்ளார். இவரது சில பாடல்கள் சிங்கைநேசன் இதழ்களில் காணக் கிடைக்கின்றன.

கடல் கடந்து சிங்கப்பூரில் இவர் இயற்றிய மலாக்காப் பிரவேசத் திரட்டு வெளியிடப்பட்டது. இந்த நூல், மலேசியாவின் மலாக்கா நகரிலுள்ள ‘புக்கேபஸார்’ என்னும் பெரியமலையில் அடங்கியுள்ள கலறாத்து செய்குணா செய்கு இசுமாயில் ஒலியுல்லா தருகாவுக்கு ஜியாரத்து பயணம் மேற்கொண்டதை விளக்குகிறது. நூலின்

பிஸ்மில்லாஹி.

மலாக்காப்

பிரவேசத்திரட்டு.

இஃது.

வல்லாளங் கல்கத்தா

ம-ள-ள-ஸ்ரீ,

மதுரகவிவாருதி பி. அ. வு.

செவத்தமரைக்காயர் நாவலர்

இயற்றியது.

S. S. 'Paya Paket'

புறையாறு,

நாகூர் முஹியித்தீன் சாகிபவர்கள்

குமாரராகிய, சிங்கப்பூர்

மகுதூம்சா புக்குக்

சொந்தமாகிய

தீனுதயவேந்திரசாலை

யச்சிடப்பட்டது.

'மலாக்காப் பிரவேசத் திரட்டு' நூல் அட்டை

இறுதியில் இரட்டை நாகபந்தம், கமலபந்தம், இரதபந்தம், அட்ட நாகபந்தம், ஆபத்திர பந்தனம் என்னும் ஐந்து சித்திரங்களும் சித்திரக்கவிதைகளும் இடம் பெற்றுள்ளன.

இந்த நூலை எழுதும்படிச் செவத்த மரைக்காயரை காரைக்கால் காதிறு முகையதீன் சாகிபு மகனும் சிங்கப்பூர் கம்பங்கிள்ளான் காசுக்கடை மீறாலப்பை மரைக்காயர் அவர்கள் கேட்டுக் கொண்டுள்ளார். இதற்கு முயற்சி எடுத்தவராக காலி முகம்மது ஜமாலுத்தீன் மகன் முகம்மது இபுறாகீம் சாகிபு அவர்களை நூல் சுட்டுகிறது. நாகை சுலையிமாயிலப்பை மரைக்காயர் மகன் முகம்மது செய்கு அவர்களால் எழுதப்பட்ட நூல், 1886ம் ஆண்டு ஜூலை மாதம் சிங்கை தீனோதயவேந்திரசாலை அச்சகத்தில் அச்சிடப்பட்டது.

செவத்த மரைக்காயர் கவித்திறன்

முற்காலத்தில் அச்சிடப்பட்ட செய்யுள் நூல்கள் அத்தனையிலும் சாற்றுக்கவி கட்டாயம் இடம் பெறுவதுண்டு. இக்காலக் கட்டுரை நூல்களில் இடம்பெறும் அணிந்துரைபோல, செய்யுள் நூல்களில் சாற்றுக்கவி உண்டு. தங்கள் முன்னோடி என்று கருதும் கவிஞர்களிடம் இவ்வாறு சாற்றுக்கவி பெற்று அவற்றை நூல்களில் முகப்பில் அச்சிட்டுள்ளனர். இராமலிங்க அடிகளார், பாரதியார் எனச் சாற்றுக்கவி எழுதாத கவிஞர்களே இல்லை எனலாம். இந்த மலாக்காப் பிரவேசத் திரட்டுக்குச் சிங்கப்பூர் 'கவர்ன்மென்ட் வித்தியாசாலை உபாத்தியாயர்' யாழ்ப்பாணம் சி.ந. சதாசிவம் பண்டிதர் வெண்பா வடிவில் சாற்றுக்கவி வழங்கியுள்ளார்.

> 'கத்து கடற் சிங்கைக் கார் மீறாசாகிபின்மேல்
> சுத்த மலாக்காத் திரட்டுசொலும்- சித்தன்
> இலக்கண வாருதியை யுண்டேப்ப மிட்டோன்
> கலைக்கியான நூலறிந்தோன் காண்'

என்று சாற்றுக்கவியில் இலக்கண வாருதியை 'உண்டு ஏப்பமிட்டோன்' என்று செவத்த மரைக்காயரைப் புகழ்கிறார்.

சிங்கப்பூர் முத்தமிழ்ப் புலமை 'நடாத்தும் வித்துவான்' நா.மு. முகம்மது அப்துல் காதிறுப் புலவர் கழிநெடிலடி விருத்தமாகத் தன் சாற்றுக்கவியை வழங்கியுள்ளார். அதில் செவத்த மரைக்காயரை 'நாற்கவிகள் பொழி காளமேகந்தானே' என்று காளமேகப் புலவர் அளவுக்குப் புகழ்கிறார். நாவினுக்கும் செவியினுக்கும் விழியினுக்கும் இனிய பாடல்கள் என்றும் செவத்த மரைக்காயர் பாடல்களை மெச்சுகிறார்.

சிங்கப்பூர் சித்திரக்கவி, நாவலர் சி.வெ. நாராயணசாமி நாயகரவர்களும் நிலைமண்டில ஆசிரியப்பா வடிவில் சாற்றுக்கவி வழங்கியிருக்கிறார்.

'கோதறுவப்துல் காதிறுசாயுபு
மரைக்கான்றவசுதன் றிருக்காண்சிவத்த
மரைக்கான்பாவா லுரைக்கவேகும்ப
னறிந்துளங்குன்றிச் செறிந்தான்றவநிலை
நிறைந்தசீர்ச்சேட நுறைந்தாங்கீழ்த்தலந்
துதிபெறும்வாணி ததிமுகம்வெளுத்து
கதியெனக்கமலக் கதவடைத்தனளே'

என்று செவத்த மரைக்காயர் பாடல் கேட்டு முகம் வெளுத்து வாணி கண் மூடினாள் என்று வானளாவப் புகழ்கிறார்.

ராமநாதபுரம் மகாவித்துவசிரோமணியும் புலவர் நாயகமுமான மீனாட்சிசுந்தரம் பிள்ளையின் மாணாக்கர்களில் ஒருவரான காரைக்கால் சவேரிநாதப்பிள்ளை நாற்கவி நாவலர் கழிநெடிலடி ஆசிரிய விருத்த சாற்றுக்கவி எழுதியிருக்கிறார். புதுவையைச் சேர்ந்த கிறிஸ்துவரான சவேரிநாதப் பிள்ளை (சவரிராயலு நாயகர் என்றும் அழைப்பாருண்டு, புதுவையை அடுத்த பாகூரில் வசித்தவர்) இந்துவான மீனாட்சிசுந்தரம் பிள்ளையிடம் தமிழ் பயின்றவர்; இஸ்லாமியரான செவத்த மரைக்காயர் நூலுக்குச் சாற்றுக்கவி எழுதியுள்ளதைக் காண்கையில் அன்றைய தமிழ் மக்கள் மொழியால் எப்படி ஒன்றித்திருந்தனர் என்று புரிகிறது.

'சற்சனர்துதி தருநடையோன்
சாருமென்றமிழ் முந்நீரினைக் கடந்தோன்...
தங்குநாற்கவியும் மங்குல்போற்சொரிவோன்'

என்று செவத்த மரைக்காயரின் நாற்கவியும் மேகம்போல் சொரியும் திறனை வியக்கிறார் சவரிநாதப்பிள்ளை.

நாகூர் மு. ஆக்கின் சாகிபு நகுதா மகனும், நூலாசிரியர் செவத்தமரைக்காயரின் நண்பருமாகிய நாவலற்றிலதம் முகய்யிதீன் அப்துல்காதிறுப்புலவர் ஆசிரியப்பா சாற்றுக்கவி எழுதுகிறார்.

இவர்கள் தவிர நூலாசிரியரின் மாணவர்களான மு.ஆ. சுல்த்தான் மரைக்காயர், முகம்மது அலிமரைக்காயர், கா.மு. குமாரசுவாமிப் பிள்ளை ஆகியோர் முறையே வெண்பா, நேரிசை வெண்பா, வெண்பாக்களாகச் சாற்றுக்கவிகளை எழுதி தங்கள் ஆசிரியருக்குப் பெருமை சேர்த்திருக்கிறார்கள்.

சிங்கப்பூர் கம்பங்கிள்ளான் மாணிக்க வணிகர், ‘யாருக்குமுபகாரி’ மு.தா. மீறாசாயிபு அவர்களுக்குச் சீட்டுக்கவி ஒன்றையும் இந்த நூலில் செவத்தமரைக்காயர் எழுதி இருக்கிறார். வள்ளல்களுக்கு உதவி வேண்டி கவிஞர்கள் எழுதும் இவ்வகை சீட்டுக்கவிகள் பெரும்பாலும் பொருளுதவி வேண்டி எழுதப்படுபவை.

‘கற்றவற் கறிவூட்டுநற்றவம் பெற்றிடுங் கற்பகத்தரு கரத்தன்
கையாரமாணிக்க நவரத்னமழைபொழிய காசினியிலுளமனுபயிர்க்
காதாரமாகிடக் கணக்கிலாவாணிபங் கண்டதிஜயிக்கசெய்ய’,

என்று வள்ளல் மீறாசாயிபுவின் கொடைச்சிறப்பைப் பாடுகிறார். தென்மதுரை, காசி, தஞ்சை, கும்பகோணமும் என தேசம் முழுவதும் பிரபலமாக அறியப்படும் மீறாசாகிபின் செல்வச் செழிப்பு என்று புகழ்கிறார்.

மீன்கள் சூழ பயணம்

கி.அ.வு. செவத்த மரைக்காயர் இயற்றி 1886-ம் ஆண்டு மகுதூம் சாகிபால் பதிப்பிக்கப்பட்ட ‘மலாக்காப் பிரவேசத் திரட்டு’ மலாக்கா நகரின் பெரியமலையில் அடங்கியுள்ள கலறாத்து செய்குணா செய்கு இஸ்மாயில் ஒலியுல்லா தருகாவுக்கு ஜியாரத்து சென்று வந்ததைச் சொல்கிறது. திரட்டு என்பதே தொகுப்பு என்று பொருள் தருவதால் இந்த நூலை செய்யுள் தொகுப்பெனவே கொள்ளலாம்.

நூலை ‘ஸ்டீம்பர் யாத்திரை’ 1886-ம் ஆண்டு மே மாதம் 8-ம் தேதி, சோமவாரம் என்று தேதியிட்டே செவத்த மரைக்காயர் தொடங்குகிறார். இஸ்மாயிலுக்கு காப்பு வெண்பாவுடன் எழுதத்தொடங்குகிறார்.

‘நாடுதற்குரிய கல்பு நன்மறையுரக்கவாயும்
பாடுதற்கினிய நாவும் பார்ப்பதற்குரிய கண்ணுங்
கூடுதற்கவையங்கண் குறிப்போடுமிவைகடந்த
தேடுதற்கரியோன்றன்னைத் தெரிசிலார் பரிசிலாரே’

உடலின் அத்தனை அவயவங்கள் இருந்தாலும், இறையைத் தெரியாதோர் பரிசிலாரே என்று சொல்கிறார். அடுத்த வரியிலேயே சல்லெனக் கப்பல் நகரத் தொடங்குகிறது.

‘ஏலேலோ ஏலேலோ தத்தையா ஏலேலோ ஏலேலோ’

ஸ்டீம்பர் கப்பலின் சிறப்பு அடுத்துச் சொல்லப்படுகிறது. உலகத்தார் மதிக்கும் கப்பல், முழுமையாக ‘சபர் செய்ய’ புகலரிய ஸ்டீம்பர் கப்பல் என்று பாடுகிறார். சபர் என்பதை வடமொழி ‘ஸஃபர்’- பயணம்

என்று இங்குக் கொள்ளலாம். கணக்கிலா சாமான் ஏற்றி 'பாய்ஹேட்டுக் கப்பல்' ஆரவாரத்துடன் இருக்கும் அலைகடலுக்கு அப்பால் அச்சமின்றி ஓடிடும் கப்பல் என்று வியக்கிறார். நூலின் தொடக்கத்திலேயே 'எஸ் எஸ் பாயா பாகெத்' (SS Paya Paket) என்ற பெயர் எழுதப்பட்ட பாய்மரக் கப்பல் ஒன்றின் ஓவியம் காணப்படுகிறது. அந்த பாகெத் என்பதைத்தான் கவிஞர் இவ்வாறு குறிக்கிறார் என்று கருதலாம். செய்கு இஸ்மாயில் பாதம் சேரும் இக்கப்பலில் தங்கினோம் என்று செவத்த மரைக்காயர் குறிப்பிடுகிறார்.

அவருடன் மாணிக்க வியாபாரி, யாருக்கும் உதவிடும் வியாபாரி, காணும் திசையெல்லாம் காணும் வியாபாரி, காசி வங்காளம் ஆகிய இடங்களை சீமைக்கும் வியாபாரி, 'ஆணவமாய்' - பெருமையாய் என்றே இங்கே பொருள் கொள்ளல் வேண்டும்- சிங்கையை ஆளும் வியாபாரி, அருணன் நிகர் கம்பங்கிளான் வியாபாரி, உயர்ந்த புகழ் கொண்ட மீறாசாகிபு என்ற அதிகாரி செல்வத்துடன் கப்பலில் பயணித்தார் என்பதைப் பாடுகிறார். கொடை வள்ளலைப் பாராட்டி சீட்டுக்கவி மட்டும் எழுதவில்லை, அவருடன் பயணிப்பதையும் பாடலில் வானளாவப் புகழ்ந்து சொல்கிறார். இவர்களுடன் முகைய்யிதீன் சாபு, முகம்மது இபுறாகீம், அப்துல் கப்பூர், சின்னமரைக்காயர் ஆகியோரும் பயணிக்கிறார்கள்.

'கௌதுஸமதானி, கர்தோஜஹானி, குத்புறெப்பானி, காம்பிரஜெயிலானியின்' பாதமடைய செவத்த மரைக்காயனும் அங்கு வெற்றியுடன் கப்பலை அடைந்தார். அங்கு டாப்புடன் கூடிய ஜீப்பைக் காண்கிறார். காப்பீஸிலிருந்து (காப்பீஸ் காடுகள்) வரும் சுவாயை விட (சுவாகி- சுவாசம்) படகின் ஆவியும் சுவாயும் மேலாக இருக்கிறது என்று சொல்பவர், பதினாறு ரூபாய் கட்டணம் செலுத்தியதும், எஞ்சினை உயிர்ப்பித்து கப்பல் புறப்படத் தயாரானது என்கிறார்.

அன்று காற்று வேகமெடுக்கவே, 'பாசஞ்சர்கள் தலை மயக்கம்' கொள்கிறார்கள். மூசுமூசென்று சிலர் முழித்துக்கொண்டும், முகத்தை மூடி உறங்க முயல்வதுபோலச் சிலரும், காசம் பிடித்தவர்கள் போலக் கக்கிக் கொண்டு சிலரும், பேசாமல் பிதற்றிக்கொண்டு சிலரும் இருக்க, தெளிவாகப் பேசக்கூடியவர்கள் கப்பலில் சிலரே இருந்ததாகச் சொல்கிறார். மலாக்காவைக் காணக் கப்பலும் விரைந்து கொண்டிருக்கிறது. காற்று நீரை வாரியடிக்க, துரைமார்கள் சொல்படி சுக்கானைப் பிடித்துக் கப்பலைச் செலுத்துகிறார்கள். ஈரேமு வெள்ளியைச் செலுத்தி உணவுக்கான

‘ஆர்டரை’ தாளில் பெற்றுக்கொள்கிறார்கள். ஆகக் கப்பலில் பயணிக்க 16 ரூபாயும், உணவுக்கு தனியே 14 வெள்ளியும் செலுத்தியதாகத் தெரிகிறது.

கடலில் சுற்றியுள்ள மீன்களைப் பட்டியலிடுகிறார். மா மகரம் (விலங்கு / மீன் வடிவம் கொண்ட தொன்மவியல் விலங்கு - பெரிய மீனைக் குறிக்க இந்தச் சொல்லைப் பயன்படுத்தி இருக்கலாம்), இமிலீசு (இலிஷ்- ஹில்சா மீனாக இருக்கலாம்), சூரை, மணற்கொடுவா, அபுலீசு, கத்தாளை, முள்வாளை, சுரும்பு, வெளவால், சினையுடன் இருக்கும் பன்னா, சூடை, கோலா, கெளிறு, திருக்கை, ‘நாற்றமுறு’ இரால், மடவை இவற்றோடு, தாம் உண்ணும் பாரை, நண்டு, சுப்பி என அத்தனையும் நான்கு புறமும் ஏக, பூமானின் அருளால் மறுநாள் புண்ணிய மலாக்காவை அடைந்தேன் என்று பாடுகிறார். இத்தனை வகை மீன்கள் மலாக்காவை ஒட்டிய கடல்பகுதியில் 1880-களில் நிறைந்திருந்தன என்பதே நமக்கு அரிய வரலாற்றுச் செய்தி. இன்று எஸ்.ஈ.ஏ. கடல்வாழ் உயிரினங்கள் காட்சியகத்தில் நாம் காணும் காட்சியைக் கவிஞர் நம் கண் முன் எவ்வளவு அழகாகச் சொற்களில் கொணர்கிறார்.

கப்பலை ஓரிடத்தில் நிறுத்த சுழன்று அடிக்கும் மழைக்காற்றுக்கு நடுவே நங்கூரம் போடப்படுகிறது. நங்கூரமிடுவது இன்றே தடுமாற்றம் தரும் செயல். 140 ஆண்டுகளுக்கு முன், சிறு பாய்மரக்கப்பலை நிறுத்த யத்தனிக்கையில் பயணிகள் பட்ட துயரையும் செவத்த மரைக்காயர் சொல்கிறார்-

> ‘ஒப்பாரி சொல்லியே உளருவர் சிலரே
> ஓகோ நாம் என்செய்வோம் என்பார்கள் சிலரே
> தப்பிடுவோம் இப்பொழுது என்பார்கள் சிலரே
> தையலைக் காண்பதென்று என்பார்கள் சிலரே
> சிக்கினோம் இப்பொழுது என்பார்கள் சிலரே
> செய்த்தானே (சைத்தானே.) போட்டையி (வி)டு
> என்பார்கள் சிலரே...’

ஆனால், மார்க்கத்தில் நம்பிக்கை கொண்ட செவத்த மரைக்காயரோ, ‘செப்பரும் செய்கு இஸ்மாயில் ஒலியே நீர் சேதாரம் வராமல் காரும்’ என்று வேண்டுகிறார். ஏறும்போது மரியாதைக்குரிய ஸ்டீம்பர் கப்பல், இறங்குகையில் ‘பாதகனின் போட்டாக’ மாறுவதில் வியப்பேதுமில்லை.

காத வழி தூரத்தைப் போட்டில் மலைபோல அலை உயரும் கடலைச் சமாளித்துப் பயணிக்கிறார்கள். சாமான் இறக்கி, அவர்களை

‘ஆண்டவா’ என்று தூக்கி, பாதகமில்லாமல் பாதுகாத்து, ஆழமான கடலை விட்டு, துவாவை ஆதாரமாக்கிக் காதலுடன் கரையில் இறக்குகிறார்கள். யாவரும் கரை கடந்தோம் என்ற நிம்மதிப் பெருமூச்சுடன் இந்தப் பகுதியை நிறைவு செய்கிறார் செவத்த மரைக்காயர்.

புக்கே பஸார் என்னும் பெரிய மலை

மலாக்காவிலுள்ள புக்கே பஸார் (இன்றைய புலவ் பஸார்) என்ற பெரியமலைப் பகுதியிலுள்ள செய்கு இஸ்மாயிலின் தருகாவுக்கு ஜியாரத்து செய்யச் செல்லும் செவத்த மரைக்காயர் இயற்றிய நூல் இந்த மலாக்கா பிரவேசத் திரட்டு. பாய்மர ஸ்டீமர் கப்பல் மூலம் மலாக்காவைச் சென்றடையும் கவிஞர், பெரியமலைக்கு ஜியாரத்து செய்யப் புறப்படுகிறார்.

‘பெரியமலைக்குப் போனதும் அதிலுண்டாகி காணப்பட்ட காரணீகமும் செறிந்த தரு’ என்றே தலைப்பிட்டு இன்னிசைப் பாடலுடன் இந்தப் பகுதியைத் தொடங்குகிறார். தரு என்ற இன்னிசைப் பாடல் வடிவம் 18ம் நூற்றாண்டில் பரவலாகப் பயன்படுத்தப்பட்டுள்ளது. உதாரணத்துக்கு 18ம் நூற்றாண்டு இறுதியில் சீர்காழி அருணாசலக் கவிராயர் இயற்றிய ராம நாடகக் கீர்த்தனை நூலில் தரு என்ற கீர்த்தனைப் பகுதி முழுவதும் கதாபாத்திரங்கள் பேசிப் பாடி ஆடும் வகையில் எழுதப்பட்டுள்ளது.

அதே போல இந்த நூலிலும் ‘மாது சிரோமணியே’ என்று பெண் ஒருவரிடம் பேசி பாடும் வகையில் தருவை செவத்த மரைக்காயர் அமைத்திருக்கிறார்.

> ‘மாதுசிரோமணியே மலாக்காஸாகிபின் பதத்திற்
> போதுலாங் கோதுபிணி யகன்றோடிடப்
> போற்றிடுவோந் தினமே’

என்று தொடங்குகிறார்.

பிற மதத்தவரும், புகழ்பெற்றோரும் அருள் தேடி வரும் பதி; மஞ்சு சூழ்ந்திருக்கும் நிறைமாடக் கோபுரங்கள் கொண்ட இந்தப் பெரியமலை பதி என்று போற்றுகிறார். தோரண வீதிகள் கொண்ட துரைசானிகள் வாழிடம் இது; உவகையோடு தோகை போன்ற மலர்கள், சாகை கொண்ட வாகை (கிளைகள் கொண்ட வாகை மரத்தைக் குறிக்கலாம்) சூழ்ந்திருக்கும் பதி இது என்று பாடுகிறார். அல்லலை அகற்றி வெற்றியைத் தரும் கரம் கொண்ட அருள் சேர்ந்த கோன்; நல்லவரெல்லாம் வாழ்ந்த இடமிது என்கிறார்.

'ஆரண ஓதைகளும் எங்கும் ஆலிமின் ஓதைகளும்' பெரிய மலையில் கேட்கின்றனவாம். ஆரண ஓதை என்ற சொல் சிலப்பதிகாரத்தின் மதுரைக் காண்டத்தில் குறிப்பிடப்படுகிறது. 'அந்தி விழவும், ஆரண ஓதையும்' என்று இளங்கோவடிகள் குறிப்பிடுவது வேத முழக்கம் என்று பொருள் கொள்ளப்படுகிறது. மறை முழக்கம் என்று இங்கே செவத்த மரைக்காயரால் எடுத்தாளப்பட்டுள்ளது. அலங்கரிக்கப் பட்ட வீதிகளில் வானத்து விண்மீன்கள் போன்ற விளக்குகள் மின்ன (ககன் மீனின சோதி என்று குறிக்கிறார்- ககன் என்ற வடமொழிச் சொல் வானம் எனப் பொருள் தருகிறது) அனைவருக்கும் அருளும் முமீன் மார்க்க மசூஜிது உள்ளது என்று பாடுகிறார்.

நீர் சூழ்ந்த பகுதியிலிருக்கும் மசூஜிதைக் கண்டவர் எல்லாம் களி கொண்டார்; மொழி கொண்டு ஓதினார் என்றும் பாடுகிறார். மல்லிகை, முல்லை, இருவாட்சி, செண்பகம் எனப் பல வித மலர்களும், வித்தும், செடி கொடிகளும் நிறைந்த 'சித்தர் குடி பற்றும்' பதி என்கிறார். புலிகள் வலம் வரும் அடர் கானகம் அது என்கிறார். மலாக்காவைக் கண்டு களித்த செவத்த மரைக்காயர் செய்யிது அவர்களது மகனிடம் நன்றி சொல்லத் தாயை அழைக்கும்படி சொல்கிறார். அவரோ ஸ்நானம் செய்து எங்கோ கிளம்பிவிட்டாரென மகன் சொல்கிறான்.

புதுப் புனல் நீராடி, புக்க பஸார் கோரியை நோக்கிய தன் பயணத்தைத் தொடங்குகிறார். வாகை பஜாரிலுள்ள மன்னன் முகமதுசைன் சாகிபின் மைத்துனன் தாவூது ஷாவின் கடையை அடைகிறார். அங்கே அவருக்குப் பலத்த உபசரிப்பு கிடைக்கிறது. அன்போடு ஆதரித்து அரும்பாகும் அமுதும் அளித்தார்; அன்னம் கறி என அன்போடு அமுதையும் அளித்தார். மன்னர் அகமது தம்பு மரைக்காயர் ஷாப் கடைக்கும் சென்று அன்பு பாராட்டுகிறார். அங்கிருந்து கம்பங்கிள்ளான் கனவான்கள் புகழும் மலர் போன்ற கரங்கள் கொண்ட மீறாசாகிபை செவத்த மரைக்காயர் சந்திக்கிறார். மாணிக்க வியாபாரி, மனிதருக்கு உபகாரி என்று மீறான் சாகிபைப் புகழ்பவர் 'டைமண் மரக்கால் அளவெடுக்கும் மகிபர்' என்று அவரைப் போற்றுகிறார். செல்வச் செழிப்புமிக்கத் தன்புரவலரை வானளாவப் புகழ்வது புலவர் வழக்கம் தானே?

மெய்தீன் சாகிபு, காலி முகமது இபுறாகீம் கன்னன் மரைக்கார், அப்துல் கபூர், மாமுனா லெவ்வை மகன் சின்ன மரைக்கார் என வள்ளல்கள் பலரைக் கண்டு வணங்கி வருகிறார். வள்ளல்களைக் கண்டு வணங்குவதை, 'வாராய் நாராயணா நம் வள்ளல் பதம் பணிவோம் நிதம் காலை, இரு மாலை, கண் மேலை மனமீதேயிட

கண்டிடுவோமகல்வாய்', என்று நாராயணனை அழைத்துச் சொல்கிறார். இந்தப் பெயர் அவரது தோழமை யாரையேனும் குறிப்பிடலாம். தரு என்பதால் தன்னுடன் வரும் 'சுந்தரியை' உடன் வணங்க அழைக்கிறார்.

'வாராய் சுந்தரியே நாம் வள்ளல் பதம்பணிய
மிகு வாகாயங்கு யேகாய் முனமாகாய்
மொழி போகாமலே மாதவம் பெற்றிடுவோம்'

செய்கு இசுமாயில் பாதங்கண்டதும் முறாது நிறைவேற்றியதும்

செய்கு இசுமாயில் அடங்கியுள்ள புக்கே பஸார் தீவை செவத்த மரைக்காயர் படகு மூலம் அடைகிறார். அங்கு 'மேற்படி மலாக்காவிலடங்கிய ஹலரத்து ஒலியுல்லா செய்கு இசுமாயீல் சாகிபு அவர்கள் பாதங்கண்டதும் முறாது நிறைவேற்றியதும் பழையபடி மலாக்கா வந்தடைந்ததுங் கூடிய மாதர் தூது' என்ற தலைப்பிட்டு இந்தப் பகுதியைத் தொடங்குகிறார்.

தரு வடிவப் பாடலாகவே வந்து விழுகிறது-

'மாதர் புகழும் நயமா மதியே
இங்கு வாராய் இங்கு வாராய்- எங்கள்
வள்ளல் செய்கிசுமாயில் செல்வப்பதமதனிற் சேராய் நீ சேராய்',

என்று மாதிடம் பாடுகிறார். 'ஞானம் தரும் மலையின் கானின் புலி அரி' தன் செய்கு இசுமாயில் என்று போற்றுகிறார். அண்டின பேருக்கு என்றும் கிருபை செய்பவர், எட்டுத் திசையும் துதி செய்யப்படுபவர் என்றும் அவரைப் புகழ்கிறார்.

செட்டிகள் கட்டிடம், சீன சிங்சான் கட்டிடமும் நீ பாராய் என்று தன்னுடன் வரும் மாதவளுக்குக் காட்டுகிறார். முத்து நிறைந்த மதிலும், முங்கு மகபூறாவும் பார் என்கிறார். அங்குள்ள நாணங்கமழும் மலர் பூ நிறைந்திருக்கிறது; அவரது பரம் சிரமின் சேராய் என்று அழைக்கிறார். உலகம் புகழும் அருட்பாலரான தாவூது சாகிபு, எங்களுக்கு ஆணையிடக் கூடிய மீறாசாகிபு என்னும் திவ்ய 'லோலர்' என்று வள்ளல் மீறாசாகிபைப் போற்றுகிறார். 'லோலர்' என்ற சொல் இங்கு 'களித்திருப்பவர்' என்று கொள்ளலாம். பாபநாசம் சிவன் தன் பாடலொன்றில் 'கானவிலோலனே'- கானங்களில் களித்திருப்பவனே என்று பொருள் தருகிறார்.

மாணிக்க வர்த்தகத்தை நானிலத்தும் 'பயிர்செய்யும்' விசுவாசர், மீறாசாகிபென்னும் திவ்ய 'போஜா' என்கிறார். வடமொழி 'போஜ்'

என்பது விருந்து, விழாவைக் குறிக்கிறது. சிங்கப்பூரை விட்டுக் கிளம்பி, புரவலரைக் கண்டு, ஆனந்தமாக மலாக்கா சென்று அங்கு கம்பங்கிள்ளானில் தங்கி விருந்தாடியதைச் சொல்கிறார்.

'கண்டு ஆனந்தமுற செண்டு மலாக்காவுக்
காகி நா மாகி- நகர்
கம்பங்கிள்ளான் சிங்கப்பூரையும் விட்டு நாளாகி மிக வாகி',

என்று பாடுகிறார்.

நாடுமுறாதை நிறைவேற்றி அருள்புரியும் ஒலியே என்று வணங்குவதுடன் இந்தப் பகுதியை நிறைவு செய்கிறார். அடுத்த பகுதியில் செய்கு இசுமாயில் ஒலியுல்லா பேரில் இன்னிசை பாடுகிறார். 'மலாக்கா நகரத் துய்ய புக்கே பஸாரில் ஆதரவாய் வந்து உதித்த அன்பு செய்கு இசுமாயில்' பாதம் தரவேணும் என்று வேண்டுகிறார். 'செந்தாமலர்பதம் தாரும் என் தாயக செல்வ சிகாமணியே', நாடிய நாட்டப்படி நலம் செய்திடு, கவி பாடிடுவோருக்குப் பலம் தரவேண்டும் மலாக்காப் பெருமலை வாழும் ஒலியே, என்கிறார்.

செய்கு இசுமாயில் பெயரில் கலிப்பாவும் பாடுகிறார்-

'நவமணிகள் செறிதடமு நாற்றிசை நறையிடமும்
புவனமதிலுள்ளவர்கட் போற்றிப்புகழ் சகடமும்
மவுனமலாக்காப் பெரியமலை செய்கிசுமாயீற்
றவமுடையதாதாவே சரணகதந்தாருமையா...'

என்று அவர் நெக்குருகிப் பாடும் போது செய்கு இசுமாயிலின் கருணைக் கண் அவர் மேல் விழாதா என்று நாம் ஆதுரம் கொள்கிறோம். புக்கே பஸார் காவினில் வாழும் கனக செய்கு இசுமாயிலே கருணை பதம் தாருமே என்று வேண்டுகிறார்.

'மேகங்கள் அடையும் உயர் மாடகோபுரங்கள் கொண்ட மலாக்கா நகர்வாழும் மலர் தஞ்சம் அடையும் செய்கு இசுமாயிலே, பிணி தீரும் பூரணரே, தஞ்சம் நீயே என்று கெஞ்சும் அடியோர் துயர் தீரும்', என்று வேண்டுகிறார். மீரான்சாகிபின் முகம் பார்த்து அருள வேண்டுபவர், நாகையில் வாழும் முகிய்யிதீன் சாகிபுக்கும் அருள வேண்டுமாய் விண்ணப்பிக்கிறார். இந்த இருவருமே இவரது புரவலர்கள். முறாதனாதை கபூல் செய்யுமாறும் வேண்டுகிறார். மலாக்கா நகரின் அதிபதியாய் வந்து உதித்தவர், ஆலம் பாஷா, மகராஜா, பிருதௌசா தயை செய்; ஜயசீரா, உபகாரா, மலை ஏறிவருவோருக்கு அருள் செய் ஒலியுல்லா, என்று பாடி முடிக்கிறார்.

(ஸல்) நபிகள் நாயகத்தின் சீடரான செய்கு இசுமாயில் சுமார் 700 ஆண்டுகளுக்கு முன் இஸ்லாத்தைப் பரப்புவதற்காக மலாக்கா பகுதிக்கு வந்ததாகச் சொல்லப்படுகிறது. சிலர் அவரது நேரடி வழித்தோன்றல் (18வது தலைமுறை) என்றும் சொல்கிறார்கள். சையது ஷேக் அப்துல் காதிர்- சயீதா ஃபாத்திமா தம்பதியின் மகனாக 1464ம் ஆண்டு பாக்தாதில் பிறந்தவர். மெதினாவிலுள்ள நபிகளின் அடக்கஸ்தலத்துக்கு அவர் சென்றபோது கேட்ட குரலொன்று அவரை ஜாவா தீவுகளுக்கு மறை பரப்பச் செல்லுமாறு வழிகாட்டியது. தன் 16 தோழர்கள், ஆசிரியர் ஷேக் யூசுஃப் அசித்திக் ஆகியோருடன் புலா பெசார் பகுதிக்கு 1495ம் ஆண்டு வந்து சேர்ந்தார். இங்கிருந்து மறைபரப்புச் செய்துவந்தார். தென் கிழக்காசியா முழுவதும் இஸ்லாத்தைப் பரப்பினார். தன் 58வது வயதில் புலா பெசார் பகுதியில் இறந்து, அங்கேயே நல்லடக்கம் செய்யப்பட்டார். சில நூற்றாண்டுகளாக இவரது ஆசி நாடி பலர் வந்து செல்கிறார்கள்.

காற்று விரைவாக அடிக்கும் குறைந்த அளவு நீருடைய கடலை அடைகிறார்கள். அங்கு ஸ்டீமரைக் கண்டு களி கொள்கிறார். அவரைக் காத்து, கரைசேர்க்க ஐந்து வெள்ளிப் பணம் கேட்கப் படுகிறது. ஒரு வழியாகக் கரையிறங்கி அருள் பதம் நெருங்குகிறார். அண்ணல் பாதங்களில் சிரம் வைத்துப் போற்றி ஆதரவாகிறார்.

அன்றைய புக்கே பஸார் தீவு இப்போது புலவ் பஸார் என பெயர் மாற்றமடைந்து இருக்கிறது. பல ஆண்டுகளாக இந்தத் தீவை மேம்படுத்த முயன்று மலாக்கா அரசு வெற்றிபெறவில்லை. தீவு முழுக்க அடக்க ஸ்தலங்கள் நிறைந்திருப்பதால், உள்நாட்டு வெளிநாட்டு இஸ்லாமியப் பயணிகள் இங்கு வருகை புரிகிறார்கள். சில ஆண்டுகளுக்கு முன்பு இங்கு ஒரு சொகுசு ஓட்டல் கட்டப்பட்டு, என்ன காரணத்தாலோ, கைவிடப்பட்டுள்ளது. பகலில் பயணிகள் அனுமதிக்கப்பட்டாலும் இங்கு இரவில் யாருக்கும் அனுமதி இல்லை.

பெரியமலைப் பயணமும், மீண்டும் சிங்கை அடைதலும்

புக்கே பஸாரிலுள்ள செய்கு இஸ்மாயில் ஒலியுல்லா தர்காவுக்குச் சென்று, தான் ஜியாரத்து செய்து வணங்கி வந்ததைத் திரட்டாக எழுதியுள்ளார் செவத்த மரைக்காயர் என்ற கவிஞர். ஜியாரத்து முடித்து மலாக்காவுக்குக் செல்லும் மரைக்காயர் அங்குப் பார்ப்பனவற்றை அடுத்து எழுதுகிறார்.

'பெரியமலையை விட்டுப் புறப்பட்டதும், மலாக்கா வந்ததுஞ் செறிந்த விருத்தம்' என்றே தலைப்பிட்டு இந்தப் பகுதியைத்

தொடங்குகிறார் செவத்த மரைக்காயர். தமிழ்ப் பாக்களின் மூன்று இனங்களில் ஒன்று விருத்தம். அளவொத்த நான்கு அடிகளை உடையது விருத்தம். ஆசிரிய விருத்தம், வெளி விருத்தம், கலி விருத்தம், வஞ்சி விருத்தம் என நால் வகை உண்டு.

'காரணமுடைய நாதர் கருணைசேரொலியுல்லாவின்
பூரணப்பதத்தைக் கண்ணிற் புகழ்செறிசிரத்தின் வைத்துத்
தாரணிப்புகழ் மலாக்காத்தன்னில் வந்தடையநாடி
வாரணிமுர சமார்ப்ப வருவதற்கெழும்புங்காலை'

என்று இந்தப் பகுதியை விருத்தமாகத் தொடங்குகிறார். கருணை கொண்ட ஒலியுல்லாவின் பதம் நாடி உலகம் புகழும் மலாக்காவை நாடிவந்து முரசம் ஆர்ப்ப வருவதாகக் கூறுகிறார். மாமதிவதன வள்ளன் இல்லில் (அந்தப் பகுதி புரவலராக இருக்கக் கூடும்) மலாய் சனமொருங்கு கூடி, புசித்து, நலம் விசாரித்து, புறப்படச் சொன்னார்களாம். இதைக் கேட்ட துரை மீறாசாகிபு, அவர்களுக்கு நன்றி கூறி, சலாம் செய்தபின் புறப்பட்டோம் என்று செவத்த மரைக்காயர் சொல்கிறார்.

வண்டிக்குப் பணம் கணக்குப் பார்த்துப் பிறகு கொடு என்று 'சற்குண' மீறாசாகிபு சொல்ல, வண்டி கூட்டி அங்கிருந்து கிளம்பினார்கள். எட்டு நாள்களாக அங்கேயே சுற்றித் திரிந்ததால் சொந்த அலுவல்கள் முடங்கிப் போயின என்று சொல்கிறார். தேன்மலர் சூடிய பெண்கள் நடமாடும் மாடவீதிகளை விட்டு மலைகளும், பல வண்ண மரங்களும், வேங்கைகள் உலவும் காடுகளில் பயணம் தொடர்கிறது. வானளாவ உயர்ந்த மரங்கள் சூழ்ந்திருக்க எங்கள் றெப்பனா எங்களைக் காப்பான் என்ற நம்பிக்கையுடன் பயணிக்கிறார்கள். இரவு நெருங்கிட, பங்களா ஒன்றை அடைகிறார்கள். அங்குப் பொறுப்பிலுள்ள சீனன் 'சீட்டுடன் பாஸ் உண்டா?' என்று இவர்களைத் துருவித்துருவி விசாரிக்கிறான். வெளியே சென்றுள்ள எஜமானன் மறுநாள் காலை திரும்புவதாகவும், இவர்களைக் கண்டால் தன்னை வதைப்பான் என்றும் புலம்பித் தங்க இடம் மறுக்கிறான்.

இனி என்ன செய்வது, ஈரமில்லாமல் இப்படி இரவில் வெளியே விரட்டுகிறானே, வேறு வழியில்லை, பல்லைக்கடித்து இங்கேயே இருந்து சகிப்போம் என்று வருந்திய புலவரும், நண்பர்களும், அங்கிருந்த கிணற்று நீரை வாரிக் குளிக்கிறார்கள். இந்திர லோகத்துக்கு இணையான கிணறு, அதன் நீர் கால்வீக்கம், கனல், நொண்டல், சூலை, வெட்டை போன்ற நோய்களை அகற்றக்கூடியது. அதன் தண்ணீரை மொண்டு தலையில்

ஊற்றியவர்கள், குளிர் தாங்காமல் கொன்னி உளறினார்கள். சிலர் வென்னீர் கேட்டுப் பெற்று விளாவிக் குளித்தார்கள். கிணற்று நீர் வடிந்து வயலுக்கு ஓடியது. தென்றல் வீசியது. வண்டல் உறையும் இடம், வானத்து அளவு வரை நெடிதுயர்ந்த வனம் சூழ்ந்த, மதிநிகர் வோகை பங்களா விடுதி என்ற இடத்துக்கு அனைவரும் செல்கிறார்கள்.

அங்கு முக்கால் பங்குக் கறியுடன் கூடிய பிரியாணி கிடைக்கிறது. முப்பாகம் கறியும் கால் பாகம் அரிசியும் கொண்ட பிரியாணியைப் பயணிகளுக்குச் செய்துதரும் பங்களாக்கள் / பயணியர் விடுதிகள் ஒரு காலத்தில் புக்கே பஸாரிலிருந்து மலாக்கா செல்லும் வழியில் இருந்திருக்கின்றன.

> 'முப்பாகுங்கண்டு கரியுடன் முங்கும்பிரியானியும் புசித்து
> இப்பாலுடறடங்கிடவே இடம் ஏந்தவனவர் துயில்புரியு
> மப்போபெரும் வேங்கை விழி அக்கினி போல யெறிந்திடவே
> தப்பாதடையுமெனத் தனித்தே அகலத்தகாதெனவே'

என்று தனிமையில் அந்தப் பங்களாவில் தங்குவது எவ்வளவு ஆபத்தானது என்று சொல்கிறார். வனத்து வேங்கைக்கு அஞ்சி கண்களையும் வாயையும் இறுக மூடித் துயில் கொள்கிறார்கள். அவர்களில் அப்துல் கபூர் உறங்கமுடியாமல் அங்கங்கென அலைவதும் அமர்வதுமாய் இருக்கிறார். அப்போது திடீரென அங்கு மலாய்த் திருடன் ஒருவன் கன்னமிட நொண்டி நடை நடந்து வருகிறான்.

'தண்டாயுதமெடுத்து உன்னை சங்காரம் செய்வேன்', என விழித்திருப்போர் உரும, கையில் கிடைத்ததை மட்டும் தூக்கிக்கொண்டு ஓடுகிறான் திருடன். கிழக்கு வெளுத்து உதயம் தோன்ற, மீண்டும் கிணற்றடிக்குக் குளிக்க வருகிறார்கள். பசியாறி, இரு வண்டிகளில் ஏறிக்கொண்டு மலாக்காவை நோக்கிப் பயணப்பட்டார்கள். அங்குச் சென்று சேர்ந்து அகமதுத் தம்பி மரைக்காயருடன் சேர்ந்து தாவூது சாகிபைச் சந்திக்கிறார்கள். இவர்களது பயணத்தை விசாரித்து அறிந்து, மனமகிழ்ந்து கனியும், புலாவும், பலகாரமும் எடுத்து மீறாசாகிபுடன் இணைந்து அவரது கடையில் விருந்து தருகிறார்கள். அங்கு உண்டு கிளம்ப, முகமது இபுறகீம் மீண்டும் உணவருந்த அழைக்க, 'பசி இல்லையே' என்று சொல்கிறார்கள். வேண்டியதை எடுத்துக்கொள்ளுங்கள் என்று சொல்லப்பட, தேவைக்கு மட்டும் உணவைக் கையில் எடுத்துக் கொண்டு கிளம்புகிறார்கள்.

மீண்டும் பயணம் ஸ்டீம்பரில் தொடர்கிறது. தரு பாடல் வடிவில் ஸ்டீமரின் சிறப்பைப் பாடுகிறார்.

'தாரணி புகழும் ஸ்டீம்பரைக் கண்டோமே களி கொண்டமே'

'காத்தவண்டிக்கப்பல் பாத்து முடியாவிரைவினாகவே
இஞ்சீன் போகவே'

'நிண்டிடுமிஸ்டீம்பரினை மனமுட்கி முங்கையாவே ஈனமாவே'

சென்னை, கல்கத்தா, வங்காளம் சேர்மைக்கு ஏகிடும் கப்பல் அது என்று சொல்கிறார். 'சென்னை' என்ற சொல் பயன்பாடு 1886ம் ஆண்டே பயன்பாட்டில் இருந்துள்ளது என்பதை இது காட்டுகிறது. அப்போது அங்கு வரும் மீறாசாகிபை மன்னர் மன்னவர்கள் போற்றும் மீறாசாகிபு என்று புகழ்கிறார். கப்பலின் ரூமிலும் தளத்திலும் நல்லோர் கூடுகிறார்களாம்; வில்லானின் விசை போல கப்பல் விரைகிறதாம். அல்லா என்று ஓதுவோர் கரைசேர அருள் வேண்டுகிறார். எண்ணிலா ஜனங்கள் கொண்ட ஸ்டீமர் மலாக்காவிட்டு கிளம்பி, செல்வர்கள் மகிழ மறுநாள் காலை சிங்கை வந்தடைந்தது. நலமுடன் அங்கு சேர்ந்த மீறாசாகிபு எல்லோருக்கும் நன்றி சொல்லி விடைபெற்று 'போட்டினில்' இறங்குகிறார். கரையைக் கண்ட செவத்த மரைக்காயருக்கு மகிழ்ச்சி பிடிபட வில்லை. வெண்பா ஒன்றைப் புனைகிறார்-

'கண்டோம் கரையகண்டோங் காணரியவானந்தங்
கொண்டோ மகக்களிப்புக்கொண்டோமே- அன்று
வண்டாருமாலைபுய வள்ளல் மீறாசாகி
பெண்டேகொண்டாடினாரே',

என்று பாடுகிறார். செய்கு இஸ்மாயில் ஒலியுல்லா தர்காவுக்குச் சென்று ஜியாரத்து செய்து சிங்கை திரும்புவது என்பது இத்தனை பெரிய ஆனந்தத்தைத் தந்திருக்கிறது. வனப்பகுதியும், விலங்குகளும், பாதுகாப்பற்ற கப்பல் பயணமும் என இதற்குப் பலகாரணிகளை அடுக்கலாம். நாகை வாழும் சிரோன்மணி செல்வராம் தாவூது சாகிபின் மகன் அண்ணல் மீறாசாகிபை ஆறாய், புகழ் கூறாய்; 'அண்டிய பேருக்கு அருள் செய்யும் தயாநிதி, ஆணழகனைப் பாராய்', என்று பாடுகிறார். எண் தியையோரும் புகழ்பவர், 'எனக்கு இன்பம் தரும் நவரத்ன சாகரம்' அவர் என்று தன் புரவலரைப் பாடுகிறார். நல்லவர்கள் போற்றுபவர்; தஞ்சை, சென்னை, நாகை என நான்கு திசை ஊராரும் அறிந்தவர், புனுகும் ஜவ்வாதும் அணியும் நாகரிகமானவர்; கற்றவர்களுக்கு அருள் செய்பவர்; கம்பங்கிள்ளானின் வணிகர்; மாணிக்க வர்த்தகம் செய்யும்

அவரது வீட்டுக்குச் செல்வோம் என்று சொல்லி அவரில்லம் செல்கிறார் செவத்த மரைக்காயர்.

பாய லேபார் பங்களாவின் அலங்காரச் சிந்து

மலாக்கா பெரிய மலையிலுள்ள செய்கு இசுமாயிலின் தர்காவுக்குச் சென்று ஜியாரத்து செய்து செவத்த மரைக்காயர், சிங்கை திரும்புகிறார். சிங்கையிலுள்ள பாய லேபார் பகுதியில் அமைந்த அவரது புரவலரான மீறாசாகிபின் பங்களாவில் தங்கியவர், அதைப் போற்றிப் பாடியுள்ள அலங்காரச் சிந்து திரட்டின் இறுதிப் பகுதியாக இடம்பெற்றுள்ளது. 1880களில் சிங்கையில் வாழ்ந்த இஸ்லாமியரின் வீடுகள் எப்படி இருந்திருக்கக் கூடும் என்பதை இந்த அலங்காரச் சிந்து நமக்குக் காட்டுகிறது.

சிந்து ராகத்தில் அமைந்த முதல் பாடம் இப்படித் தொடங்குகிறது-

'பொன்னாலுமணியாலும் புனைந்தரணியற்றிய
புவியோர்தினம்புகழு நவனிதபுனிதமு
மின்னிடையனமயில் விளங்கொளிபாகுவின்
விரையுமலங்காரத் துகையுமெடுத்துரைக்க...'

மீறாசாகிபும், முகம்மதலி மரைக்காயரும், செய்யது அகமது மகதூம் சாகிப், சீர்காழி (சீர்காலி என்றே புலவர் குறிப்பிடுகிறார்) முகம்மது முகம்மது இபுறாகீம், திரு அப்துர் ரகுமான், முகம்மதிமாம், காஜி தம்பி, பக்கீர் அகமது கப்பித்தான் (இவர் கப்பல் செலுத்தியவராகலாம்), பெரியதம்பி இசுமாயித்தம்பி, யூசுபு மகவம் சூர் ஃபக்கீர், சேகு சாகிபு அப்துல் காதிர், முகையிதீன் அப்துல் காதிர் ஆகியோரை தன் நண்பர்கள் என்கிறார். இவர்களுடன் 'கெங்கையுறு பொருளை சிங்கப்பூர் கடையினிற் கெடியாய் வாணிபங்களை மிடியின்றிப் பயிற்செய்யும் எங்களின் சிதம்பரம் செட்டியார் முத்தையா' எனப் பல கடைகளை நிறுவி நிர்வகித்த சிங்கப்பூரின் தமிழ் வணிகர்களை நமக்கு அறிமுகம் செய்கிறார்.

தாவூது சாகிபு, செய்யதுக்கனி, கமீது, குலாம், சின்னத்தம்பி லெவை ஆகிய சிங்களத் தமிழ் வணிகர்கள் சின்னையா என்பவருடன் சேர்ந்து பாய லேபார் மீறாசாகிபு பங்களாவுக்குச் செல்கிறார்கள். தூவான் சுல்தானின் வீட்டை விட கம்பங்கிள்ளான் மீறாசாகிபின் வீடு 'சுகமுடையது' என்று செவத்த மரைக்காயர் புகழ்கிறார். பங்களாவுக்கு நேராக உஸ்மானின் மனை இருக்கிறது என்கிறார். பங்களாவின் இருபுறமும் 'காடி' வரிசை இருக்கிறது. சுத்தி முகமது தங்கிய மனை, மெய்தீன் பிச்சை அழகிய தன் காடியை நிறுத்தும்

மனை இது என்கிறார். பழம் பள்ளிக் கொல்லை, கவர்மெண்ட்திடல், சுக்கூல் (பள்ளி), ஆலை, பலரின் கடைகள் ஆகியவை பங்களாவுக்குச் செல்லும் வழியில் இருந்துள்ளன. சமாதி, 'நாறிடும் தோலின் கிடங்கு', ஆலை இரும்புப் பாலம், கோறஸ்தான், நரகிஸ்தான், ஆலம்கிர் தோட்டம், புதுப்பள்ளி சிக்கந்தர் மனை, சவுறாலி தோட்டம், அரபி வீடு, சீனன் மனை, சாயப் தோட்டம், டாணா (காவல் நிலையம்), பாலம் மசுஜிது தோட்டம், ஆகியவை தாண்டி பங்களாவை அடைகிறார்கள்.

'முத்துச் சுதையால்' செய்த மதில், குத்துச் செடி போல அங்கங்கு 'மரகத ஸ்தம்பமும்', 'மாணிக்க சாதுரி மேல்வீச்சும்' என ரத்தின வணிகரான மீறாசாகிபின் பங்களாவை நவரத்தினங்கள் கொண்டே ஒப்பிடுகிறார். ஐம்பொன்னில் வைடூரியங்கள் அழுந்திய பிரபைகள் வீட்டு முகப்பில் உள்ளன என்கிறார். இன்னும் ஒரு படி மேலே போய் 'கோமேதகத்தால்' செய்த கதவு, வைரங்கள் பதித்த சன்னல்கள் எனப் பகலவன் குடியிருக்கும் வீடு போல மீறாசாகிபின் வீடு ஒளிவீசியது என்று செவத்த மரைக்காயர் சொல்கிறார்.

'எத்திசைபுகழ்கோமேதகத்தானிலைக்கதவு
மிடையினிலுமிசஞ்செய்யிணைவயிரத்தினால்
பத்தியுடன ளுத்தி டலவன்னஜன்னல்கள்
பகலவன்குடியுறு மகலிடமிதுவென'

என்று பாடுகிறார். உண்மையில் இத்தனை செல்வச் செழிப்பு மிக்க வீடு இருந்திருக்க வாய்ப்பில்லைதான். புரவலர் பெருமையைப் பாடுவதில்தான் புலவருக்கு எவ்வளவு பெருமை! பங்களாவைச் சுற்றி சொருகுங்கால் நாட்டி, இருபுறமும் உருகுங்கால் நீட்டி சீன பத்தியும் மெழுகுத்திரிகளும் எரிகின்றன; கம்பங்களில் சங்கிலியால் கோக்கப்பட்டு அலங்காரப் பூச்செடித் தொட்டிகள் அணியாகச் சூட்டப்பட்டிருக்கின்றன. பங்களா முகப்பில் காற்று வீச வாகாக பங்காக்களும், ரசப்படங்களும் (ஓவியங்கள் அல்லது புகைப்படங்களாகலாம்) மாட்டப்பட்டுள்ளன. துரைமார்களும் பொறைவான்களும் போற்றும் அழகிய பல படங்கள் முன்னறையில் மாட்டப்பட்டுள்ளன. துதிக்கும் தலங்களின் படங்கள், துரைமக்கள், துரைசானி (மீறாசகிபின் குடும்பம்) தசுவீருப் படங்கள் (தசுவீர் வடமொழியில் புகைப்படத்தைக் குறிக்கிறது), புதுமையான நிலைக்கண்ணாடி, ரத்தினக் கம்பளமுமாய் முன்னறை இருக்கிறது. புகழ்பெற்ற 'சாருகான் கோஸ் தங்கி, உலகம் காண ராகத்துடன் இசை நிகழ்ச்சி நடத்தும் பங்களா இது', என்று சொல்கிறார் செவத்த மரைக்காயர்.

மாணிக்கக் கடசல் செய்த நாற்காலிகள், சாய்மானக் கவுச்சுகள் (couch), பெஞ்சு, மெத்தை, சப்ரமஞ்சம், பெரும் தலையணைகளும், சாய்மானமும் கொண்ட கட்டில்கள், அத்தர், குலாபு மணம் வீசும் மலர்களைக் கட்டி வைத்திருக்கும் தங்க வட்டில்கள், அத்தாபி, குல்பதன் என பலவகைப் படுதாக்கள், பொன்னிற மரப்பு (மறைப்பாகலாம்) போன்றவற்றுடன் ஒளிவீசும் வீடு மீறாசாகிபின் பங்களாவாகும். பங்களாவிலுள்ள சீனத்துக் கூசா உள்ளிட்ட பல 'பாசன்கள்' சொல்லக்கூடுமோ, ஷாப்பின் பல சாமான்களும் வேறு எங்கும் காணமுடியாது என்று சொல்கிறார்.

தோட்டத்தில் மாதுளை, மா, பலா, வாழை, எலுமிச்சை, துரியன், மங்குஸ்தான், கரம்புஸ்தான், றெம்பை (ரம்புதான் பழமாகலாம்), நார்த்தம், அருனாசு (அன்னாசி), நாகை (நாவல்), கொடிமுந்திரி, சிமுட்டா, கொய்யா, இலந்தை, ஜம்பு, குலாபிஜானம், இவை தவிர மாம்பழ வகைகளில் மீர் பசந்து (பசுந்து என்றே எழுதுகிறார்), பேகம் பசந்து, மல்கோபா (மல்கோவா), வாலாஜா பசந்து உள்ளிட்டவையும், அரிநெல்லி, உரிநெல்லி, கமலா, லீம்பு (நீம்பு என்ற வடமொழிச் சொல் திரிபு- எலுமிச்சை வகை) எனச் சகல 'தருக்கள்' நிறைந்த தோட்டம் மீறாசாகிபினுடையது. அந்தத் தோட்டத்துக் கனிகளிலிருந்து மது வழிந்தோடியது; பொன்னிறத் தேனாறு (ஓடையாகலாம்) பூங்காவின் நடுவே ஓடியது. அதன் நன்னீரைக் குடித்தவர் மனமகிழ்ந்து பாராட்டினார்களாம்... அதனிரு கரைகளிலும் மல்லிகை, இருவாட்சி, முல்லை, செண்பகம், கமுகு, என யாரோ மாலையாய் அணிவதற்காக மலர்கள் காலையும் மாலையும் பூத்துக் குலுங்கின என்று சொல்கிறார்.

வீட்டுக்கு வந்தவர்களுக்கு எல்லாம் வகை வகையாக பிரியாணி, கொளுமம் புலா (புலவு வகை), முருகிப் புலா, மிட்டா புலா, சீனி பிரினி, கறிகளும், குருமா, கிச்சடிகளும் அளிக்கப்பட்டதாம். இது தவிர-

'சுந்தரகுறுமாவுங் குப்புத்காபச்சடி
சுகமுளபருப்புடன் முருகிகாசு முதல்
சிந்தைமகிழும் பாகு கற்கண்டு பழங்களுஞ்
சீனி வூலா சுகர் பாணி சருபத்துவுஞ்
சிந்துமுரீதும்- மேலோகத்தை
உந்திடப்போது'

என்று மீறாசாகிபின் பங்களாவில் வழங்கப்படும் உணவுவகைகளை அடுக்குகிறார். (இவற்றில் குப்புத்காபச்சடி, முருகிகாசு போன்றவை சிங்கை இஸ்லாமியரின் சிறப்பு உணவுகளாகலாம்).

கலியாணி, பைரவி, தோடி, சதிருறும் லாவணி, எதிருறும் கஜல்கள், இசைத்தரு பதங்கள், நாச் (nautch- சதிர் நடனம்), நாட்டியம் எனப் பல கலைகள் பங்களாவில் எப்போதுமுண்டு. இவை தவிர நேரம் போக சொக்கட்டான், சோவி விளையாட ஐந்து தனி ரூம்களும், அங்கு செய்கு, சாகிபுகள் கடல் போல ஆர்ப்பரித்துக் கதறுவதும், பதறுவதும் பார்க்கலாம் என்று சொல்கிறார். அங்கிருந்து வெளியேறினால் ஜாலான் களாப் பாசார், சராங்கு ரோடு, பூங்கா தோட்டம், ஜொஹரின் ராஜா வீடு, மலையிலிருந்து கீழிறங்கி 'பம்பு' செய்யும் தோட்டம், பொம்பாய்க்காரர்கள் தோட்டம், சீக்கினர்கள் காட்டாசுபத்திரி, போலீஸ் டாணா, கனசாயர்க் கொல்லை, கொத்து வேலை செய்யும் கற்சூளை, காளவாயினைக் கண்டு நண்பர்கள் செல்கிறார்கள். இனி கணவான் மீறாசாகிபுடன் இணைந்து கல்கத்தா செல்வதாகச் சொல்லி சலாம் செய்து பங்களா அலங்காரச் சிந்தை நிறைவு செய்கிறார்.

இந்தப் பகுதி சிங்கைத் தமிழர் வீடுகளும், அவற்றின் அலங்காரமும், அங்குக் கிடைத்த உணவு வகைகளும், ஆடல் பாடல்களும் என நிறைவான ஆவணப்படுத்தலாகவே காணமுடிகிறது.

•

19

சிங்கை ஜுஹர் பிரயாணக் கும்மி

சிங்கைக்கும் ஜுஹருக்கும் இடையேயான பெரும் தாம்போதி 1919ம் ஆண்டுதொடங்கி 1924ம் ஆண்டுதான் கட்டி முடிக்கப்பட்டது. அப்படி என்றால் அதற்கு முன் வாழ்ந்த மக்கள் ஜுஹருக்கும் சிங்கைக்குமிடையே எப்படிச் சென்று வந்தார்கள், வழியில் என்னென்ன பார்த்தார்கள், கப்பல்களும் படகுகளும் கடலுக்குள் செய்த வித்தைகள் என்ன என்பதைக் கும்மி வடிவில் சிங்கை ஜுஹர் பிரயாணக் கும்மி சொல்கிறது.

கும்மிப் பாடல்கள் பெரும்பாலும் எளிய மக்களின் இசை வழி கருத்துப் பரிமாற்றமாகவே இருந்திருக்கின்றன. வழிநடைச் சிந்துக்கு ஒரு கட்டு உள்ளதைப்போலவே பிரயாணக் கும்மிக்கும் உண்டு. நவீனப் பயணக் கட்டுரைத் தொகுப்பு நூல்களின் செய்யுள் வடிவாக இந்தப் பிரயாணக் கும்மி நூல்களைச் சுட்டலாம்.

இந்த நூல் 1910ம் ஆண்டு அடியற்கமங்கலம் (இன்றைய அடியக்கமங்கலம் தான்) ஊரைச் சேர்ந்த வா.அ. செய்குமுகமது பாவலர் அவர்களால் இயற்றப்பட்டது. நாகப்பட்டினத்திலிருந்து 15 கிலோமீட்டர் தொலைவிலுள்ள சிற்றூர் அடியக்கமங்கலம். பல சூஃபி ஞானிகளின் வாழிடமாக ஒரு காலம் அமைந்த ஊர் என்பதால் 'அடியார்க்கு மங்களம்' என்று பொருள்பட்டு இன்று மருவி அடியக்கமங்கலமாகி நிற்கிறது. இவ்வூரைச் சேர்ந்த முகமது செ.அபுபக்கர் மற்றும் வா.அ.அ. முகமது இபுறாஹீம் ஆகியோரின்

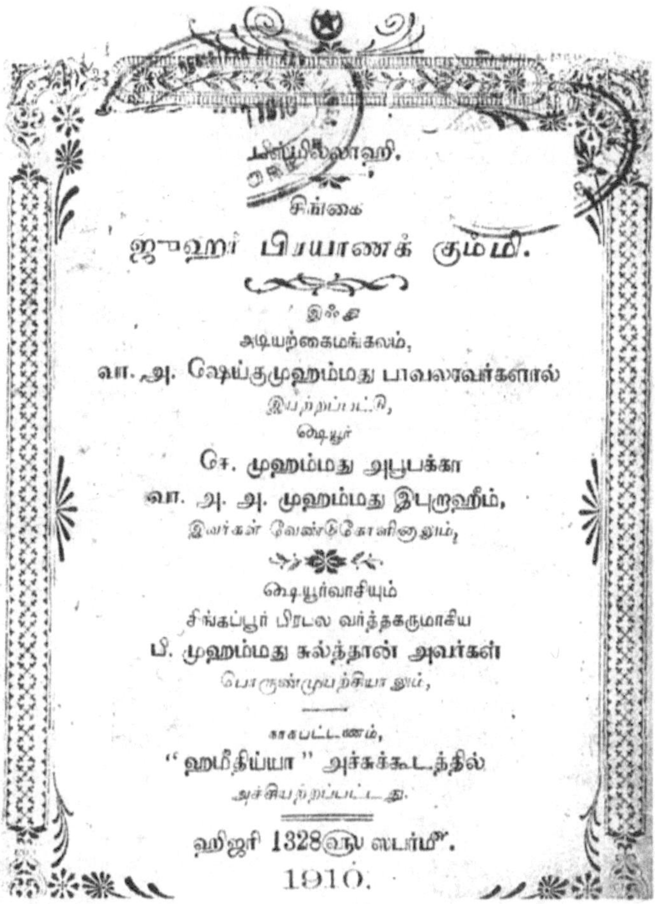

பிஸ்மில்லாஹி.

சிங்கை

ஜூஹூர் பிரயாணக் கும்மி.

இஃது

அடியற்கைமங்கலம்,

வா. அ. ஷெய்குமுஹம்மது பாவலரவர்களால்

இயற்றப்பட்டு,

ஷெடியூர்

செ. முஹம்மது அபூபக்கா

வா. அ. அ. முஹம்மது இபுருஹீம்,

இவர்கள் வேண்டுகோளினாலும்,

ஷெடியூர்வாசியும்

சிங்கப்பூர் பிரபல வர்த்தகருமாகிய

பி. முஹம்மது சுல்த்தான் அவர்கள்

பொருண்முயற்சியாலும்,

நாகபட்டணம்,

“ஹமீதிய்யா” அச்சுக்கூடத்தில்

அச்சியற்றப்பட்டது.

ஹிஜரி 1328௵ ஸபர்௴.

1910.

சிங்கை ஜூஹூர் பிரயாணக் கும்மி பாடல் நூல் முகப்பு

வேண்டுகோளின்படி இயற்றப்பட்டதாக நூலில் கூறப்பட்டுள்ளது. அதே ஊரைச் சேர்ந்த சிங்கப்பூர் வாசியான பி.முகமது சுல்தான் அவர்களது பொருண்முயற்சியாலும் (பொருளுதவி செய்தவராகலாம்), நாகப்பட்டினம் ஹமீதியா அச்சகத்தில் அச்சடிக்கப் பட்டது.

புரவலர் கடை

‘மக்கபதி மெய்நபிக்கு’ வணக்கத்தைச் சொல்லும் காப்புச் செய்யுளே நூலின் முதல் பாடலாகிறது. ‘பிஸ்மில்லாஹிர் ரஹ்மானிர் ரஹீம்’ -

மிகவும் இரக்கமும் கருணையுமுள்ள அல்லாவின் திருப்பெயர் சொல்லிய பின்பே 'கும்மியடி பெண்ணே கும்மியடி' என்ற முதல் வரி தொடங்குகிறது. 1909 ஜூலை ஒன்று என்று பயணம் தொடங்கும் தேதியைக் குறிப்பிட்டு, அது குருவாரம் (வியாழக்கிழமை) என்றும் பாடல் சொல்கிறது. பினாங்கு பரவைத் துறைமுகத்திலிருந்து ஸ்டீமர் கப்பலில் பயணம் ஆரம்பிக்கிறது.

இயந்திரக் கப்பலில் பயணிப்பது பெருமை போலும். 'கங்கையில் சிங்கைத் திசை நோக்கிச் செப்பிய கப்பலுட் சீறும் இயந்திரச் சித்திரம் அசைந்திடச் செல்வதைப் பார்' என்று கடலில் செல்லும் ஸ்டீமரை ஆசிரியர் ரசிக்கிறார். சுக்கிரவாரம் கப்பல் கிள்ளான் துறையில் பொருள்களை இறக்கி ஏற்றுகிறது. அத்தனையும் இரண்டரை நாழிக்குள் நடப்பதை அதிசயத்துடன் சொல்கிறார். இரவு நிலவின் ஒளியைச் சந்தனக் கூடு ஜொலிப்பதற்கு ஒப்பாக்கிச் சொல்கிறார். சுற்றிலும் கடலில் ஒளிரும் மற்ற கப்பல்களின் ஒளியை விளக்குகளுடன் ஒப்பிடுபவர், சிங்கப்பூரின் கலங்கரை விளக்கத்தை ரசிப்பவர், 'சுற்று விளக்கத்தின் பத்திச் சுடரது சிங்கப்பூராகுமடி' என்று கும்மியடிக்கும் பெண்ணுக்குச் சொல்கிறார். மறுநாள் காலை ஆதவன் எழும்போது சிங்கையை அடைந்திடலாம் என்றும் சொல்கிறார். ஆக, பினாங்கு துறைமுகத்திலிருந்து சிங்கப்பூருக்கு வியாழன் அன்று கிளம்பி, சனிக்கிழமை காலை வந்தடைந்துள்ளார். மூன்று நாள்கள் பயணம் என்று நினைத்தால் மலைப்பாக இருக்கிறது, அல்லவா?

சிங்கப்பூர் வந்தடைபவரை வரவேற்க சேனா முகமது அபுபக்கரும், சீனா அப்துர் ரஹீமும் வருகிறார்கள். சலாம் சொல்லிக்கொண்டபின் அறிந்தவர், தெரிந்தவரின் சலாத்தையும் வண்டியில் பயணித்துக் கொண்டே பரிமாறிக்கொள்கிறார்கள். 'பீனாமூனாவென்ற சுல்த்தான்' என்ற நண்பர் தன்னை நாடி அழைத்தவர் என்று சொல்பவர், அவரது கடையில் சந்தித்து அனைவரும் உரையாடி மகிழ்ந்ததைச் சொல்கிறார். சிங்கப்பூரை 'தேவேந்திரப் பட்டிணத்தின் தேர்ச்சி' என்று வியக்கும் செய்கு முகமது பாவலர், அஷ்டலட்சுமி அங்கு ஆடுவதாகக் குறிப்பிடுகிறார். செல்வத்தைக் குறிக்கும் லட்சுமியை செய்கு முகமது பாவலர் பாடுவது என்ன ஆச்சர்யம் நமக்கு.

அதே லட்சுமி ஆடிடும் இடமும், நண்பர்கள் குழுமுமிடமும் நாற்பத்தாறாம் எண் கொண்ட அந்தக் கடை என்று நண்பனின் செல்வச் செழிப்பைக் கூறுகிறார். நூலைப் பதிப்பிக்கும் தன் புரவலரான பி.முகமது சுல்த்தானின் கடையைத்தான் இப்படி லட்சுமி

வாசம் செய்யும் இடமென்று குறிப்பிடுகிறார். 'நம் அடியயற்கை நகருளான நண்பன்முகம்மது சுல்த்தானயம் பொங்கும் இவ்வாணிபம் பூணும் சரக்கெல்லாம் பூர்த்தியாய் இங்கு உளநேர்த்தியைப் பார்', என்று நண்பரது வணிகத்தைப் புகழ்கிறார்.

கண்ணாடிப் பெட்டிகளுக்குள் கத்தி முதலிய கருவிகள், அலமாரிகளில் சித்திரங்கள், செப்புப் பொருள்கள், பொன் வண்ண எழுத்துகள் கொண்ட புத்தகங்கள், வகைவகையான பீங்கான் பொருள்கள், விளக்குகள், பொன் மற்றும் ரத்தினங்களை அடக்கிய தகர, இரும்புப் பேழைகள் அணி அணியாக இருப்பதைக் குறிப்பிடுகிறார். 'பஞ்ச வருணக் குளோபுகள்' என்று அவர் தரும் வர்ணனை ரசிக்கத்தக்கது. எண்ணெய் மற்றும் மெழுகுத்திரிகளுடன், லைட்டுகள் மற்றும் ஸ்டாண்டோடு கூடிய மிலிட்டரி லைட்டுகளும் விற்பனைக்கு அடுக்கி வைக்கப்பட்டிருந்தன என்று சொல்கிறார்.

இவை தவிரச் செப்பு, பித்தளையில் செய்யப்பட்ட குழந்தை களுக்கான விளையாட்டுப் பொருள்களும் இருப்பதைச் சொல்பவர் இந்தக் கடையை எட்டு வகை தொழில்களுடைய 'ஷாப்புக்கடை' என்று குறிக்கிறார். ஜெர்மனி, பிரான்ஸ், ஐரோப்பா, இந்தியா, ஜப்பான், சீனா ஆகிய நாட்டுப் பொருள்கள் கடையில் உள்ளன என்றும் சொல்கிறார். பீ.எம். சுல்த்தான் என்ற பெயர்ப் பலகையைப் பார்த்து நம்பி வருபவர்களுக்கு நேர்மையாகப் பொருள் தரும் இடம் என்றும் கடையைப் பாராட்டுகிறார்.

கீழ்த் தளத்தில் மட்டுமல்லாது மேல் தளத்திலும் பொருள்கள் விற்பனைக்கு இருந்ததையும், கயிறு வழியாக ஏறியிறங்கியதையும் சொல்கிறார். கவனமுடன் ஏறி இறங்குமாறு கும்மிப் பெண்ணை அறிவுறுத்துகிறார். கிள்ளங்கி ஸ்ட்ரீட்டில் உள்ள இந்தக் கடையை விட்டிறங்கி கிட்டங்கித் தெருவுக்குப் போகலாம் என்று அழைக்கிறார். கிள்ளங்கி என்ற பெயர் பின்னாளில் தென்னிந்தியரை அவமதிக்கும் சொல்லாக, கூலிகள் என்று பொருளில் பயன்படுத்தப் பட்டது. கிள்ளங்கி தெருவின் பெயரே பின்னர் ஹெச்.எஸ். முன்ஷி அவர்களது முயற்சியால் 1921ம் ஆண்டு சுலியா தெருவானது. 1982-83ம் ஆண்டு வரை சுலியா தெருவின் இரட்டை மாடி இந்தியக் கடைகள் இயங்கிவந்தன.

கிட்டங்கி வீதியின் கட்டடங்களைக் கண்டு அமராபுரி போல இருப்பதாக அதிசயிக்கிறார். ஐரோப்பியப் பாங்குகளும் கிளப்புகளும் அங்கு நிறைந்திருந்ததைச் சொல்கிறார். அங்கிருந்து கோரியின் நீளத்தையும் ஆழத்தையும் கும்மி அடிக்கும் பெண்ணுக்குக் காட்டுகிறார். எஞ்சின் மரக்கலன்கள், பிரிட்டன், பிரான்ஸ், இத்தாலி,

ஜெர்மனி, ஆஸ்திரேலியா, அமெரிக்கா என பல நாட்டு வண்ணக் கப்பல்கள் அங்கு நிற்பதைக் காட்டுகிறார். மாட்டையும் ஆட்டையும் தும்புடன் மந்தையில் சேர்த்துக் கட்டுவது போலவே கப்பல்களைப் பாலத்தில் ஆடாது பிணைத்திருப்பதைக் கண்டு அதிசயிக்கிறார்.

தர்காக்கள், மலைகள் சூழ் சிங்கை

கோரிப் பாலத்தைக் கடப்பதாகச் சொல்லும் பாவலர், அதில் கப்பல்கள் கட்டப்பட்டிருக்கும் விதத்தைக் கண்டு வியக்கிறார். மூன்றரை நாழிகை நடைப் பயணத்தில் கடக்கக் கூடிய பாலம் என்று அதன் நீளத்தை விளக்குபவர், பாடித் தான் கடக்க வேண்டும் என்றும் சொல்கிறார். கடலின் ஓரம் மலையுச்சியில் படைவீரர்கள் காவலுக்கு இருப்பதையும், அவர்களது வீடுகளையும் கும்மிப் பெண்ணுக்குக் காட்டுகிறார். அங்கே சுரங்கமும் அரங்கமும் இருப்பதைக் குறிப்பிடுகிறார்; பீரங்கிகள் வரிசையாய் நிறுத்தி வைக்கப் பட்டுள்ளதையும் காட்டுகிறார். அதற்கு நேரே பளாங்கானின் கூரை வீடுகள் தெரிவதைச் சொல்கிறார்.

கோலாசிலாட், அங்கேயுள்ள துருக்கி கவுன்சிலர் மேடை, அதனருகே உள்ள கோரியையும் காட்டுகிறார். கம்பம்பார் தாண்டி டிராம் வண்டியில் ஏறி நூகொலி தர்காவைத் தரிசிக்கச் செல்கிறார். மலை மேலுள்ள செய்யது ஹபீபு நூகொலியுல்லா தர்காவினுள்ளே கோரியில் பூமண வாச சமாதியைப் பார் என்று சொல்பவர், ‘ஆண்டவர் பாதந்தொழுதேத்தி பாத்திஹா ஓதிப்பணிந்திடுவோம்’ என்று வணங்குகிறார். ‘தி கிராண்ட் செயின்ட் ஆஃப் சிங்கப்பூர்’ என்று அழைக்கப்படும் ஹபீப் நூகொலி 1819ம் ஆண்டு சிங்கப்பூருக்கு வந்ததாகச் சொல்லப்படுகிறது.

நபிகள் நாயகம் (ஸல்) அவர்களுடைய நேரடி வாரிசுகளில் ஒருவர் நூகொலியுல்லா. புலாபினாங்கு பகுதியில் வாழ்ந்த நூகு இறந்தபின் அவரது உடலை நல்லடக்கம் செய்ய பளாங்கான் கோரிக்கு எடுத்துச் செல்ல முயன்றதாகவும் தூக்க முடியாத கடும் கனமாக அவரது உடலைத் தாங்கிச் சென்ற பேழை மாறியதாகவும் சொல்லப் படுகிறது.

அவர் தன்னை பால்மர் மலை மேல் அடக்கம் செய்யச் சொன்னது பேழையைத் தூக்கியவர்களின் நினைவுக்கு வர, பேழை லேசானதாகவும், தஞ்சம்பாகர் பகுதியின் பால்மர் மலை மேல் அவர் அடக்கம் செய்யப்பட்டதாகவும் நம்பப்படுகிறது. ‘தானே யுவந்திடு மானே சலாத்துடன் சம்மதமாயொரு கும்மியடி’ என்று சலாத்தையும், கும்மியையும் ஓரடியில் கொண்டு வருகிறார் பாவலர்.

அங்கிருந்து கம்பங்கிள்ளான் பகுதிக்கு வண்டியில் செல்கிறார். கம்பங்கிள்ளான் தெருவில் இஸ்லாமியர்களுடன் சேர்ந்து பல சாதியினரும் கடைகள் வைத்திருப்பதை, 'முஸ்லீம்கள் வாணிபமும் விண்டிடும் பற்பல ஜாதி வியாபாரம் வேண்டியே கூண்டதாய் பூண்டிடுவார்', என்று எழுதியுள்ளார். அப்துல் ஹமீது ஷா அரசரின் 'ஆரிய மாளிகை'யைக் கண்டு வியப்பவர், அங்கு அவர் நட்புகள் சூழ வாழ்வதைச் சொல்கிறார்.

அதற்கப்பால் உள்ள குத்துபாப் பள்ளி, யாவா முஸ்லீம் தெரு என்று 'நம் மறை தங்குலமே' அதிகமிருப்பதாகச் சொல்கிறார். அரபி, துருக்கி, ஹிந்துஸ்தான், பாரீஸ், இந்தியர், ஈரானி, காபூல், ஹபஷியினி, சீனம், மலாயா, யாவா, மாண்டலின், பினாங்கு எனப் பல நாடுகளை, குலங்களைச் சேர்ந்த இஸ்லாமியர் சிங்கையில் சீருடன் வாழ்வதைக் குறிப்பிடுகிறார்.

ஒத்த வியாபாரச் சித்தமுளர் பல ஒருமை முஸ்லீம் பெரும்பாலும் நித்த நியம மஸ்ஜிது எத்தனை நேமி சிறந்த இப்பூமியடி', என்று சிங்கையின் முஸ்லீம் மக்களின் உழைப்பையும், மார்க்க பற்றையும் சொல்கிறார். அப்படியே 'குபிர் குலம்' அங்கிருப்பதையும் சொல்பவர், அவர்கள் பட்டியலையும் சொல்கிறார்- இங்கிலீஷ் துரைத்தனத்தார் தன் கண்ணிமைபோல எண்ணி இந்த ஊரைக் காக்கிறார்கள், வீரமுடையவர்கள் என்கிறார். இதற்குள் இருட்டிவிட்டதால், கிள்ளங்கி ஸ்ட்ரீட்டின் ஷாப்புக் கடையில் இறங்கி, மறுதினம் செல்லலாம் என்று விடைபெறுகிறார்.

மறுநாள் காலை வெள்ளிக் குத்துபா என்ற பெரிய பள்ளியைக் கண்டு தரிசித்துத் தொழுது வரலாம் என்று கிளம்புகிறார்கள். சோறு உண்டபின், வண்டியேறி கொடிமலைக்குச் செல்கிறார்கள். மலையின் மேல் கொடிகள் கூடிக்குலவுகின்றன. கொடிமலையில் சுல்தான் சிக்கந்தர் அவுலியாவின் கோரி சியாறத்து முன்பு ஓதுகிறார். அங்கிருந்து பூமலையை அடைகிறார். 'இந்திரன் பூம்பொழில்' என்று மலையின் எழிலைக் கண்டு வியப்பவர், இந்தக் காவினில் வாசம் கமழ்வதால், காம விகாரம் கழன்றிடுமோ என்றும் பாடுகிறார்.

சிந்து மர மலர் (செந்தூர மரத்தின் பண்டைய பெயரிதுவாகலாம்), சந்தனம், செண்பகம், மல்லிகை, ரோஜா, முல்லை, இருவாட்சி போன்ற மலர்கள் பூத்து மலையெங்கும் மணம் வீசுவதாகச் சொல்கிறார். யுனெஸ்கோ மரபுத் தளமாகப் பூமலைத் தோட்டம் 2015ம் ஆண்டு அறிவிக்கப்பட்டது. அதற்கு ஒரு நூற்றாண்டுக்கு முன்பே அதன் சிறப்பை செய்கு முகமது பாவலர் பாடியுள்ளது

எத்தனை ஆச்சர்யம். சிங்கைக் கவர்னரின் மாளிகை இந்த மலை மேல் இருப்பதைக் காட்டுபவர், கும்மியடிக்கும் பெண்ணையும் அந்தப் பிரம்மாண்ட மாளிகையின் உன்னத அழகைப் பார்க்க அழைக்கிறார்.

அங்கிருந்து தண்ணீர் மலையைக் காட்டுபவர், அதன் படித்துறை அச்சமூட்டுவது என்று எச்சரிக்கிறார். இரும்புக் குழாய் வழி அங்கிருந்து நீர் எடுக்கப்படுவதைப் பார்க்கிறார். இவ்வூரின் சஞ்சீவி என்று அதைக் குறிப்பிடுபவர், காகமும் பருந்தும் கூட இதை அணுகாமல் பாதுகாவல் புரியப்படுவதையும் சொல்கிறார். இயற்கையில் நன்னீர் ஆதாரமே இல்லாத சிங்கப்பூர், தண்ணீரை இப்படி பாதுகாத்துப் பயன்படுத்தியதில் வியப்பேதுமில்லை. சிங்கப்பூரின் முதல் நீராதாரமான மெக்ரிட்சி நீர்த்தேக்கம் 1868ம் ஆண்டு கட்டப்பட்டது. இன்று பாதுகாக்கப்பட்ட காட்டுப் பகுதியாகவும், நீர்ப்பிடிப்புப் பகுதியாகவும் பாதுகாக்கப்பட்டு, பார்வையாளர்கள் 'ஃபாரஸ்ட் ட்ரெய்ல்' நடைபயணங்கள் மேற்கொண்டு ரசிக்கும் பகுதி நூறாண்டுக்கு முன்பு அச்சமூட்டக் கூடியதாக இருந்திருக்கிறது.

சிராங்கூன் குதிரைப் பந்தய மைதானத்திலிருந்து ஜூஹர் வரை

பூமலை, தண்ணீர் மலை போன்ற இடங்களை ரசிப்பவர், அடுத்து குதிரைப் பந்தயங்கள் நடக்கும் இடத்தையும், அதன் அருகே வட்ட வடிவில் கட்டப்பட்டுள்ள சிறு தடாகத்தையும் காண்கிறார். 'கட்டளைபெற்றபல்திட்டப்பரிகளின்காலடிப்பந்தயம்பாலடியாம்' என்று அவர் குறிப்பிடும் பகுதி பழைய குதிரைப் பந்தயத் திடலாகலாம். 1910-ம் ஆண்டு இந்த நூல் எழுதப்பட்ட காலத்தில், குதிரைப் பந்தய மைதானம் சிங்கப்பூரின் இன்றைய ஃபரர் பார்க் பகுதியில் இருந்தது.

அதன் அன்றைய பெயர் சிராங்கூன் ரோடு ரேஸ் கோர்ஸ். 1842-ம் ஆண்டு கட்டப்பட்ட இந்த மைதானம் 1933-ம் ஆண்டுதான் புக்கிட் திமா பகுதிக்கு மாற்றப்பட்டது. புக்கிட் திமா, சிராங்கூன் சாலைகள் சந்திக்கும் இடத்தில் இந்த மைதானம் அமைந்திருந்ததும், அதனருகே சிறிய ஓடை ஒன்று இருந்ததையும் சிங்கப்பூர் இன்ஃபோபீடியா உறுதி செய்கிறது. 'வட்டணை கட்டிய இட்டத்தடாகத்தை வண்டணி மாதே நீ கண்டிடவே' என்று ஆசிரியர் சொல்லும் சிறிய அணை இந்த ஓடையில் இருந்திருக்கக் கூடும்.

'ஒய்யார வாவிகள் உள்ள மலையிதில்' வசிக்கும் செய்யது முகமது சக்காபு என்பவரது மாளிகையை வர்ணிக்கிறார். மேட்டின் மேலுள்ள

மாளிகையைச் சுற்றி மெல்லிய மணம் வீசும் மல்லிகை, முல்லை, செண்பகம், குங்கும வாச்சி மலர்ச் செடிகள் இருந்தன; அங்கு வண்டுகளின் ரீங்காரம் கேட்டுக்கொண்டே இருந்தது. இந்த நந்தவனத்தின் நடுவே உள்ள தடாகத்தில் நாரை, அன்னம், புல்லிப் பறவைகள் விளையாடுகின்றன. இதைத் தாண்டி இன்னுமொரு பெரிய குளம் இருப்பதாகவும், அதுவே சிங்கப்பூருக்கு நீரும் உணவும் தருவதாகவும் சொல்கிறார். நீண்ட கரை தெரிவதால் நீட்டி நடையைப் பூட்ட கும்மிப் பெண்ணை அறிவுறுத்துகிறார்.

கரையின் இருபுறமும் சிங்காரச் சோலைகள்; கரையின் உயரமான பகுதியிலேறிக் கடல் போன்ற தடாகத்தைப் பார் என்று சொல்கிறார். இரு பக்கமும் இரும்புக் கிராதி இட்டு அடைத்துப் பூட்டி, பொறுப்புடன் காவலர் காவலிருப்பதைக் குறிப்பிடுகிறார். இந்தத் தடத்தில் வரும் நீர் மட்டுமல்லாமல், பல்வேறு தடங்களிலிருந்தும் நீர் ஓடிவந்து இந்தத் தேக்கத்தில் நிறையுமென்றும் கூறுகிறார். சூரியன் மேற்குத் திசையில் கூடுகிறான், இனி நாளை மறுநாள் நாயன் கிருபையால் மற்றது பார்ப்போம் என்று புறப்படுகிறார்.

மறுதினம் ஜுஹர் நகர் செல்ல 'புகை ரதம்' ரயிலேறுகிறார். முகமது சாலிகு அப்துல் ரகுமான், அப்துல் ரஹீம், முகமது அபுபக்கர் சுல்தான் ஆகிய தோழர்களுடன் பயணத்தைத் தொடங்குகிறார் பாவலர். 'மாகவிப் பாவலர் மேவினரே' என்று தன்னைத் தானே புகழவும் செய்கிறார். ஜுஹர் பாரு ரயில் நிலையத்தைக் கண்டு வியக்கிறார்; அங்கு நிற்கும் ரயிலை 'பறக்கும் ரயில்' என்கிறார். 'இந்தப் புகைரதமேறிய சீனர்களேதுக்கு செல்கிறார் சூதுக்கடி' என்று அவர் சொல்வது நமக்கு அதிர்ச்சியாக உள்ளது. சீனர்களுடன் சுற்றுலா செல்லும் பயணிகளுக்கு இருந்த பாராமுகத்தைச் சாடையாக உணர்த்துகிறார். இன்று ஜுஹர் பாரு ரயில்நிலையம் மலேசியாவின் முதல் ரயில்வே அருங்காட்சியகமாக மாற்றப்பட்டுள்ளது. வண்டியை விட்டிறங்கி வரிசையாகக் கப்பலில் வந்ததால் இரண்டரை நாழிகைக்குள் 'காவினதிக்கரை தாவி வந்தோம்' என்று சொல்கிறார்.

ஜுஹர் கரையோரம் கப்பல்கள் நெருப்பு பறக்கக் கடந்தன என்று சொல்கிறார். ஸ்டீமர் கப்பல்கள் அதிகம் பயன்பாட்டில் இருந்திருக்க வேண்டும். ஜுஹர் இருப்பணைப் பாலத்தில் கப்பலை விட்டிறங்குகிறார்கள். 'சோலைத் தடமலை சூழ்ந்திருக்கும் இந்த ஜுஹர்பாறென்னும் தொன்னகரம்' என்று நகரை வர்ணிக்கிறார். அங்கு வேலையில்லாத 'சுப்பாய் மலாயர்கள்' வீதிக்கு வீதி இருப்பதாகக் கூறுகிறார். மெல்லிய வீதிகள் சுற்றி வளைந்து

செல்லும் பழைய நகரம் என்று ஜுஹரைக் குறிப்பிடுகிறார். இபுறாகீம், அவர் மகன் அபுபக்கர், அவர் மகன் சுல்தான் இபுறீகீம் அவர்களது சொந்த அரசாட்சி அங்கு நடைபெறுவதாகவும் கூறுகிறார்.

இங்கு வீதியின் இருபுறமும் ஜவுளிக்கடை, மளிகைக்கடை, மலர்க்கடைகள், மிட்டாய்க்கடை, காசுக்கடைகளைக் காண்கிறார். காசுக்கடை என்பது வங்கிகளைக் குறிக்கலாம். அவை தவிர ஜுஹரில் தங்கக்கடை, கத்தி ஷாப்புக்கடை, 'விலைத்தாசிக் கடையுடன் தையற் கடை' (தாசிகள் தையல் கடையை நடத்தினார்களா, அல்லது அவர்களுக்கென்று தனிக் கடைகள் இருந்தனவா என்று தெளிவாகவில்லை), பங்கக் கடை, சூது இயங்கும் கடை (என்னவாக இருக்குமென்று ஊகிக்க முடிய வில்லை), 'போதை பற்குல மானிடர் விற்குங்கடை' - மதுக் கடை போன்றவையும் உள்ளன என்கிறார்.

கண்டவர் மெச்சிடும் கனகாலயம்- சுல்தான் அபுபக்கர் பள்ளி

ஜுஹர் பாரு தெருக்களில் சுற்றித் திரிந்து அவற்றின் அழகை வியந்து செய்கு முகமது பாவலர் பாடுகிறார். ஜப்பானியர், மலேசியர், மஞ்சள் இந்தியர் உள்ளிட்ட பல இனத்தினர் தொழில் செய்தாலும், அதன் அளவை சிங்கைத் தொழில்களுடன் ஒப்பிடுகையில் ஆயிரத்தில் ஒரு பங்கு தான் ஜுஹரில் நடக்கிறது என்று சொல்கிறார். பார்க்கும் இடமெல்லாம் சூதுதான் என்றும் உலகில் வேறெங்காவது இப்படிப் பார்த்ததுண்டா என்றும் கும்மிப் பெண்ணை வினவுகிறார். இஸ்லாமிய மார்க்கத்தைப் பின்பற்றும் மன்னர் ஆளும் இடம் என்றும் குறிப்பிடுகிறார்.

மன்னரின் கோட்டையையும் அதன் மொடிமரத்தின் உயரத்தையும் கண்டு ஆச்சர்யம் கொள்கிறார். அதைச் சுற்றிச் செல்லும் சாரட்டுகளைப் பார்க்கிறார். நந்தவனங்கள் நிறைந்த ஜுஹர் நாட்டில் தொழுகையின் வீடாக மலையுச்சியிலுள்ள பள்ளிவாசலைக் காட்டுகிறார். ஜுஹர் ஜலசந்தியைப் பார்க்கும் வகையில் மலையுச்சியில் அமைக்கப்பட்டுள்ள சுல்தான் அபுபக்கர் பள்ளிதான் செய்கு பாவலர் குறிப்பிடும் ஜுஹர் பள்ளி. 'கண்டவர் மெச்சிடும் கனகாலயம், பண்டுள மன்னவர் பார்த்துமறியாத பக்குவத்துள்ளோர் பள்ளியென்பார்' என்று அபுபக்கர் பள்ளியை மெச்சுகிறார்.

1900-ம் ஆண்டு ஜுஹர் மன்னர் சுல்தான் அபுபக்கரால் கட்டப்பட்ட இந்தப் பள்ளிவாசல், பண்டைய இஸ்லாமிய மற்றும் ஆங்கிலேய காலனி கால கட்டடப் பாணிகளின் அற்புதக் கலவையாகும்.

இன்றைய ஜுஹரை நிர்மாணித்த 'நவீன ஜுஹரின் தந்தை' என்றே சுல்தான் அபுபக்கர் அழைக்கப்படுகிறார். ஒரே நேரத்தில் 2,000 பேர் அமர்ந்து வழிபடக்கூடிய பிரமாண்ட பள்ளி இது. துவான் ஹாஜி முகமது ஆரீஃப் பின் புனக் வடிவமைத்த இந்தப் பள்ளிவாசலின் நான்கு மினாராக்களும், ஆங்கிலேய மணிக்கூண்டுகள் போல வடிவமைக்கப்பட்டிருப்பது பேரெழில்.

செய்குப் பாவலர் ஜுஹரைக் காணும் காலத்தில் அந்தப் பகுதியை ஆண்ட இபுராஹிமின் தந்தை சுயாதீனமாகக் கட்டிய 'பொன் போன்ற மலைமேலிருக்கும் பொன்னான பள்ளி' என்று பாடுகிறார். ஐரோப்பிய கட்டடப் பாணியை - லண்டன் ஐரோப்பாவிலே கண்டதை அப்படியே ஜுஹருக்குக் கொணர்ந்தவர் அபுபக்கர் என்று அவரைப் பாவலர் போற்றுகிறார். ஜாலர், மாடம், சாளரங்கள் என்று அழகுற மிளிரும் கட்ட்டத்தின் 'நாலு பாலிலும் நன்மணறாவென்னும் நாட்டியக் கோபுரம் நான்கதுவாம்', என்று மினாராக்களைப் பாடுகிறார். பள்ளியின் நீட்டம் 'நடையடிக்காறு பத்தாகுமா' என்றும் 'நாற்பதடி அகலம்' என்றும் அளவை மிகச் சரியாகக் குறிப்பிடுபவர், அதன் தரையிலிட்ட பளிங்குக்கல்லையும் கண்டு வியக்கிறார். பள்ளியின் மூன்று பக்கமும் எட்டடி அகலத் தாழ்வாரமுண்டு என்றும் வர்ணிக்கிறார்.

இது தவிர எட்டுக் கம்பங்களும், இரும்பு விட்டமும், அதன் மேல் செப்புத்தகடு பதித்த கூரையும், கலசங்களும் தெரிவதாகப் பாடுகிறார். வெள்ளை, பொன், பசுமை, செம்மை எனப் பஞ்சவர்ணத்திலும் (நான்கு நிறங்களைக் குறிப்பிட்டு மட்டுமே சொல்கிறார்), கண்ணாடிகளும் பதித்து மின்னும் பள்ளியை நம் கண்முன் நிறுத்துகிறார். பால் போன்ற வெள்ளியோ உட்சுவர் என்று பள்ளியின் உள் தோற்றத்தை ரசிப்பவர், அதில் தன் முகம் தெரிவதாகச் சொல்கிறார்.

மினாராவின் மேலேறிப் பார்த்ததில் மேனி எல்லாம் மேகம் உலவுகிறதாம். அங்கிருந்து சித்திரம் போன்ற சிங்கை நகர் தெரிகிறது என்று சொல்கிறார். எண்ண முடியாத அளவுக்கு முஸ்லிம்கள் கூட்டம் கூட்டமாக வெள்ளியன்று பள்ளியில் ஒன்று கூடித் தொழுவதாகக் கூறுகிறார். குன்றின் மேலிட்ட விளக்கு போல மலைமேல் விளக்குகளுடன் ஒளிரும் இந்தப் பள்ளி இருந்ததாம்.

18 கிளைகள் கொண்ட செடி போல உள்ள ஒன்பது சர விளக்குகள் ஒளிர்ந்து அந்த இடத்தை மெருகூட்டியிருக்கின்றன. பட்டணத்தில் இருந்து ஒரு காத தூரத்தில் பள்ளி இருக்கிறது என்று தொலைவையும்

குறிப்பிடுகிறார். இந்தத் தொலைவை, கட்டிய மன்னர் பெரிதாகக் கருதவில்லை என்றும் சொல்கிறார்.

மன்னர், அவரது இரு பால் முன்னோர் மற்றும் பிற அரச மரபினரின் சமாதிகள் பள்ளியில் இருந்ததையும், அங்கு ஃபாத்திகா ஓதலாம் வா என்றும் கும்மிப் பெண்ணை அழைக்கிறார். கோரியில் லெப்பைமார் சலவைக்கல்லில் நீர் கசிந்திட திரு குர்ஆன் ஓதுகிறார்கள் என்கிறார். மடப்பள்ளி, தைக்கா (இஸ்லாமிய ஆசிரமங்களைத் தைக்கா என்று சொல்லும் வழக்கமுண்டு) தாண்டிச் செல்லலாம் வாவென்று அழைக்கிறார்.

அதைத் தாண்டிக் காணும் சித்திர மாடங்களுடன் கூடிய மாட மாளிகைகளை ரசிக்கிறார். சிங்காரத் தோட்டங்கள் சூழ்ந்திருக்கும் அழகைக் காண்கிறார். அறுபத்து நான்கு மானிடர் வரிசையாக நின்று இசைக் கருவிகள் இசைத்துப் பாடிடும் அழகைப் போலக் குழலூதும் வண்டுகளின் ஒலி கேட்கிறதாம். மலை மேல் அங்கங்கே பீரங்கிகள் நிறுத்தப்பட்டிருப்பதையும் காட்டுகிறார். ரயில் வேலை முடிந்திருந்த பினாங்கு - கோலாலம்பூர் ரயில் பாதையையும் அந்த ரயில் வந்தடையும் வட்டமான பண்டைய ஜுஹர் பாரு ரயில் நிலையத்தையும் கண்டு வியக்கிறார். சூரியன் இறங்கி இருள் கவியவும், கப்பல் புகை ரதமேறி சிங்கை நகருக்குத் திரும்பலாம் என்று அழைக்கிறார்.

அங்கே திடீர் திருப்பமாக, இருள் பரவிய பின் சீனக்குழுக்கள் அதிகம் நடமாடும் பாலத்தின் பகுதியில் திருடர்கள் சூழ்ந்து கொள்வார்கள் என்று சொல்கிறார். ‘இந்தா பிடி’ என்று அவர்களிடம் பொருள்களைத் தருபவர்களே அதிகம், அவர்களை ‘எட்டிப் பிடி’த்தவர் யாருமில்லை என்றும் சொல்கிறார். கள்ளத் தொழில் அதிகமுள்ள நகரம் ஜுஹர் என்றும், சேவுகருக்கும் திருடருக்கும் கூட்டு உண்டு என்றும் துணிவுடன் சொல்கிறார். வாரத்துக்கு ஒருமுறை பாலத்தில் இரவுக் கொள்ளை நடப்பதாகச் சொல்பவர், எந்தச் சிக்கலும் இல்லாமல் வந்தோம், அதுபோலவே ரயில் மூலம் பாதுகாப்பாகச் செல்வோம் என்று சொல்கிறார். இன்றளவும் திருட்டு, சிறு கொள்ளைகளுக்கு ஜுஹர் பாரு பெயர் போனது என்பது வியப்பே...

ஸ்டேஷன் பக்கம் என்பதால் இரவு எட்டு மணிக்குக் கிளம்பினால், ஒன்பதரை மணிக்கு சிங்கை அடையலாம் என்று சொல்கிறார். சிங்கையில் இறங்கி பாதையை ஒட்டியே நிலவொளியில் மின்னும் தீபங்களை ரசித்தபடி நடக்கலாம் என்று சொல்கிறார். ஆயிரம்

தீபங்கள் ஏற்றியதைப் போலக் காந்த எலெக்ட்ரிக் லைட்டுகள் பொருத்திய தாட்டிகரா ஃபர்ஸ்ட் ஓட்டல் கல்யாண வீட்டைப் போல ஜொலிக்கிறது என்று சொல்கிறார். அதனருகே நாடக சாலைகளும், அதில் ஆடிப்பாடி நடிக்கும் பெண்களையும் காட்டுகிறார். இருப்பிடத்தை அடைந்து இரு வாரங்கள் கழிந்ததால் அடுத்து பினாங்கு செல்லலாம் என்று திட்டமிடுகிறார்.

பினாங்கு கோலாலம்பூர் பயணம்

பினாங்கு நகருக்குச் சுற்றிப்பார்க்கச் செல்லப் பாவலர் முடிவெடுக்கிறார். இன்னுமொரு நாள் சிங்கையில் தங்கச் சொல்லி நண்பர் சுல்தான் அறிவுறுத்த, நான்காவது நாளாகப் பாவலர் சிங்கையில் தங்குகிறார். பயணத்தில் நண்பர்கள் அளிக்கும் விருந்துகளுக்கு மறுப்பு சொல்லாமல் சம்மதிக்கும்படி சொல்கிறார்.

வெள்ளிக்கிழமை காலை விடிந்ததும் எழுந்து மலாக்கா பள்ளியில் தொழுகைக்குச் செல்கிறார். தொழுகை முடிந்து வெயில் ஏற, நண்பருக்குச் சலாம் வைத்துவிட்டு, ஆறு நண்பர்கள் சேர்ந்து துறைமுகம் வந்து சேர்கிறார்கள். கப்பலில் இருந்தவர்கள் இவர்களுக்கு வந்தனம் சொல்லி வரவேற்க, பயணம் தொடங்கியது. பினாங்குக்கு எதிர்திசையில் சென்றால் கிள்ளான் துறையை அடையலாம் என்று கும்மிப் பெண்ணுக்குப் பாவலர் வழிகாட்டிச் செல்கிறார். காலையில் கிளம்பிய கப்பல் பிற்பகல், மாலையில் சென்று சேரும் என்பதால் கோலாலம்பூர் சென்று திரும்பிவிடலாம் என்று திட்டமிடுகிறார்.

காற்றின் துணையுடன் விரைந்து சென்ற நாலரை காத தூரம் ரயிலிலேறித் தோட்டங்கள் தாண்டி கோலாலம்பூரை வந்தடைகிறார். 'கோலாலற நெறிக் கோலாலம்பூர்' என்று நகரைக் கொண்டாடுகிறார். பல வீதிகள், கட்டடங்கள், சிங்கை பினாங்கு நகரங்களின் அடியொற்றி கோலாலம்பூர் நகரமும் அதே அழகுடன் ஏற்படுத்தப்பட்டது என்றும் சொல்கிறார். பெருநகரம் என்று கோலாலம்பூரைச் சொல்லும் பாவலர், 'மன்னோர் போற்றிய மாமுஸ்லீம்களின் மாசகலோர் பள்ளிவாசலைக்' காண்கிறார். மக்களுடன் அரசும் சேர்ந்து பராமரிக்கும் பள்ளி என்று அவர் கூறுவதிலிருந்தும், *1910*-ம் ஆண்டு அவரது பயணம் அமைந்ததைக் கொண்டும் அவர் பாடும் பள்ளிவாசல், *1907*-ம் ஆண்டு கட்டப்பட்ட மஸ்ஜித் ஜாமக் பள்ளி குறித்தே அவர் பாடுவதாகக் கொள்ளலாம்.

எழிலார்ந்த கம்பங்கள், சித்திர மண்டபம், வாசல் அலங்காரம், கலசங்கள், கோபுரம், கும்பம் என கூசுமழகுடன் பள்ளி திகழ்வதை

ரசிக்கிறார். கிளாங் ஆற்றின் கரையில் அமைந்துள்ள ஜாமக் பள்ளி வெள்ளிக்கிழமை பள்ளி என்றும் அழைக்கப்படுகிறது. இஸ்லாமிய, முகலாய மற்றும் மூர் கட்டடக் கலைகளின் அழகிய கலவையாக நிற்கும் இப்பள்ளி, ஆர்தர் பெனிசன் ஹபக் என்ற ஆங்கிலேயரால் வடிவமைக்கப்பட்டது. 1965-ம் ஆண்டு தேசியப் பள்ளிவாசல் திறக்கப்படும் வரை நாட்டின் முக்கிய பள்ளியாக ஜாமக் பள்ளி இருந்துள்ளது. வழிபாட்டு மண்டபத்தைச் சுற்றி மூன்று குவிமாடங்களும், 25 மீட்டர் உயரமுள்ள இரு செங்கற்கட்டு மினாராக்களும் அமைந்துள்ளன.

மாமுடியின் மாணிக்கம் போல இந்தக் கோலாலம்பூருக்கு இந்தப் பள்ளி திகழ்வதாகப் பாவலர் சொல்கிறார். இஸ்லாத்தின் வாசம் பிரகாசமாக வீசும் விந்தை இந்தப் பள்ளி என்றும் அவர் குறிப்பிடுகிறார். கோலாலம்பூர் சிறப்பையும் கண்டு, குளித்து, உணவருந்தியபின் கதிரவன் உச்சியிலேறிய பின், இரண்டேமுக்கால் மணிக்கு ரயிலேறி கிள்ளான் அடைகிறார். அங்கு மரக்கலம் காத்திருக்கிறது. மாலை மங்கியதும் கிளம்பும் கலத்திலிருந்து விளக்குகள் அசைந்தாடும் பினாங்கைக் காண்கிறார். பெரிய பினாங்குத் துறைமுகப் பாலத்தைக் கண்டு வியக்கிறார். மலையே வந்து இடித்தாலும் தகர்க்க முடியாத கெட்டி இரும்புப் பாலம் என்று அதைப் புகழ்கிறார்.

கரையிறங்கி அடியக்கமங்கலம் ராவன்னா காவன்னா கடையைக் காண்கிறார். பாவலர் தங்கிடும் கடை என்று புகழ்கிறார். பாவலர்க்கு எல்லாம் தரும் கடையில் செல்வம் வளரவேண்டும் என்று கும்மியடிக்க கும்மிப்பெண்ணைப் பணிக்கிறார். இந்தக் கும்மியைப் படிப்பவர், கேட்பவர் அனைவரும் செல்வச் செழிப்புடன் வாழ்வார்கள் என்று சொல்பவர், முகமது தீன் வாழி, முகைய்யிதீன் தாழ் வாழி என்று போற்றி கும்மியை முடிக்கிறார். மிகச் சாதாரணர் இன்றிலிருந்து நூறாண்டுக்கு முன் சிங்கை - ஜுஹூர் - பினாங்கு - கோலாலம்பூர் என்று புரவலர் உதவியுடன் சுற்றிவந்து வணிகத் தொடர்புகளும் நட்புறவுமாக வாழ்ந்ததை இந்தக் கும்மி உணர்த்துகிறது. மலாய் தீபகற்பப் பகுதி இஸ்லாமியருக்கும், எங்கோ தமிழகத்திலிருக்கும் அடியக்கமங்கலம் பாவலருக்குமான நல்லிணக்கம், நட்பு என இந்தக் கும்மி பாடுவதை நூற்றாண்டு தாண்டியும் ரசிக்க முடிகிறது அல்லவா?

•

20

லாவணி சொல்லும் வாழ்வியல்

சிங்கையில் வாழ்ந்த தமிழர்கள் வாழ்வியல் குறித்த எத்தனையோ நூல்கள் வந்திருக்கின்றன. முதன்முதலில் படகில் பயணம் செய்து சிங்கையை அடைந்த தமிழ் பயணிகளின் வாழ்க்கையைக் கண்முன் காட்சிகளாக விரிக்கிறது 1893ம் ஆண்டு வெளியான 'அதிவினோத குதிரைப் பந்தய லாவணி' என்ற சிறு நூல். இரங்கநாத தாசன் என்பவர் இயற்றிய இந்த நூல், தஞ்சை மாவட்டத்தைச் சேர்ந்த ஒரு தம்பதி நாகை வந்து கப்பலேறி, பினாங்கு, மலாக்கா வழியாக சிங்கை அடைந்ததை லாவணி வடிவில் சொல்கிறது. சிங்கை வந்த கணவனும் மனைவியும் அங்கு நகர்ப்புறத்தில் கண்ட காட்சிகளையும், குதிரைப் பந்தயம் நடந்த விதத்தையும் கண் முன் நிறுத்துகிறது இந்த நூல்.

நா. கோவிந்தசாமி, வை.திருநாவுக்கரசு ஆகிய ஆய்வாளர்கள் இந்த நூல் தொடக்க கால சிங்கப்பூரின் வாழ்வியலைப் படம்பிடித்துக் காட்டுவதாகச் சொல்கிறார்கள். அவ்வாறு சிங்கை வாழ் தமிழர்களின் வாழ்க்கையை மையமாகக் கொண்ட முதல் தமிழ் படைப்பிலக்கியம் இந்த லாவணி என்றும் ஆய்வாளர்கள் சொல்கிறார்கள். மன்னர்களையும், அவர்கள் கொடைகளையும் புகழ்ந்து பாடிக் கொண்டிருந்த காலத்தில் சாதாரணக் குடிமகன் ஒருவன், தான் புதிதாகக் கண்ட ஊர், அதன் வாழ்க்கை முறை பற்றிப் பாடிய இந்த நூல் அதிசயம் தானே?

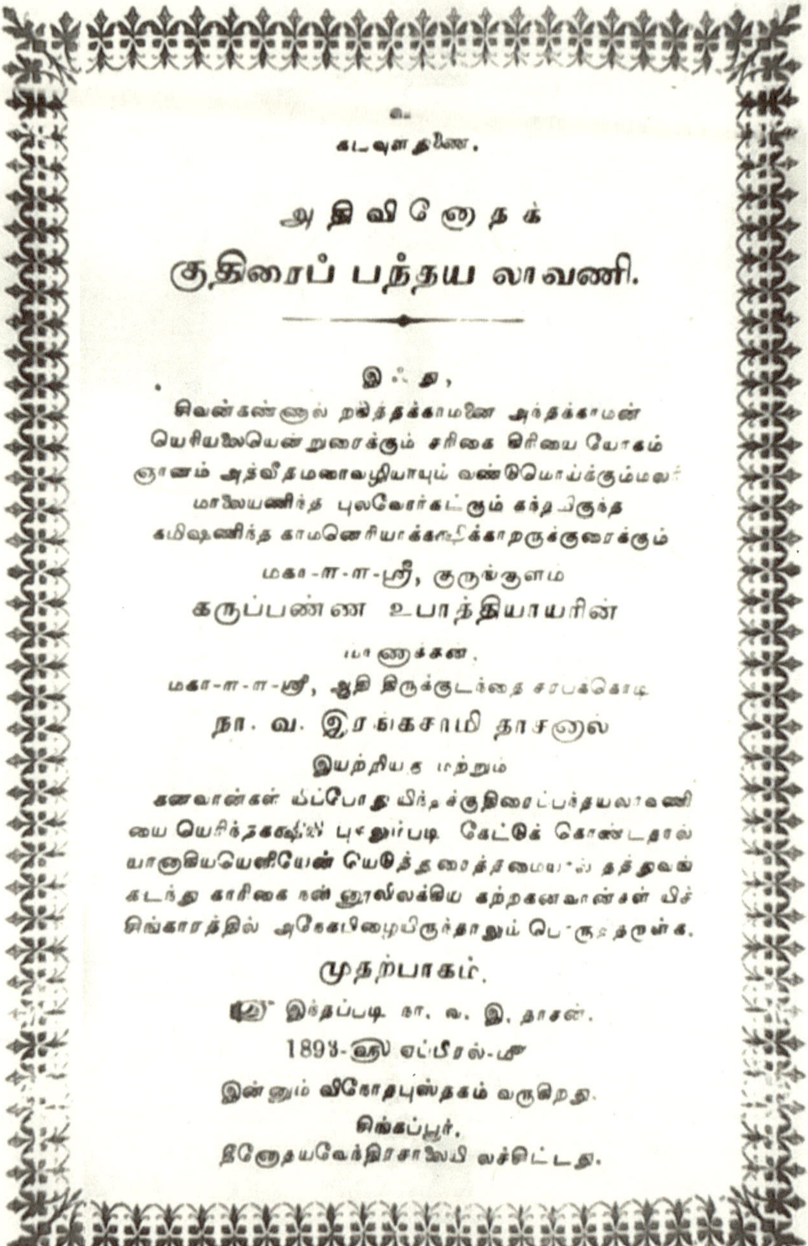

உ

கடவுள் துணை.

அதிவினோதக்

குதிரைப் பந்தய லாவணி.

இஃது,

சிவன்கண்ணால் நலிந்தக்காமனை அந்தக்காமன்
யெரியலையென்றுரைக்கும் சரியை கிரியை யோகம்
ஞானம் அத்வீதமனைவழியாயும் வண்டுமொய்க்கும்மலர்
மாலையணிந்த புலவோர்கட்கும் கற்றயிருந்த
கவிஷணிந்த காமனெரியாக்கவிக்காறருக்குரைக்கும்

மகா-ா-ா-ஸ்ரீ, குருங்குளம்

கருப்பண்ண உபாத்தியாயரின்

மாணாக்கன.

மகா-ா-ா-ஸ்ரீ, ஆதி திருக்குடந்தை சரபக்கொடி

நா. வ. இரங்கசாமி தாசனால்

இயற்றியது மற்றும்

கனவான்கள் இப்போது யிந்தக்குதிரைப்பந்தயலாவணி
யை யெசித்தகவீஸ் புசனூர்படி கேட்டுக் கொண்டதால்
யானுமியயெளியேன் யெடுத்துரைத்தமையால் தத்துவங்
கடந்த காரிகை நன்னூலிலக்கிய கற்றகனவான்கள் பிச்
சிங்காரத்தில் அநேகபிழையிருந்தாலும் பொருத்தருள்க.

முதற்பாகம்.

☞ இந்தப்படி நா. வ. இ. தாசன்.

1894-ஆம் ஏப்ரல்-மீ

இன்னும் விநோதபுஸ்தகம் வருகிறது.

சிங்கப்பூர்.

தீனோதயவேந்திரசாலையி லச்சிட்டது.

'அதிவினோத குதிரைப் பந்தய லாவணி' நூல் முகப்பு

லாவணி என்பது பொதுவாக மராட்டிய மொழி வகைப் பாடல் என்றே குறிக்கப்படுகிறது. கிரியா தமிழகராதியோ, புராணக் கதையை ஆதாரமாகக் கொண்டு இருவர் விவாதம் செய்வதுபோலப் பாடல்களைப் பாடி நடத்தும் கலை நிகழ்ச்சி லாவணி என்று சொல்கிறது. சித்திரை மாதத்தில் மழையை வருவிக்கவும், காமன் பண்டிகையின் போதும் லாவணி பாடப்படுகிறது.

'கருங்குளம் கருப்பண்ண உபாத்தியாயன் மாணவனான, ஆதி திருக்குடந்தை சரபக்கொடி நா.வ. இரங்கசாமி தாசனால்' இயற்றப் பட்டது என்று நூல் தொடக்கத்தில் ஆசிரியர் குறிப்பிடுகிறார். கும்பகோணம் பகுதியைச் சேர்ந்தவர் என ஆசிரியர் பற்றி அனுமானிக்க முடிகிறது. 1893ம் ஆண்டு ஏப்ரல் மாதம் சிங்கப்பூர் தீனோதய இயந்திரச் சாலையில் நூல் அச்சேறியதாகக் குறிப்பிடப் பட்டுள்ளது. சிங்கை நகரின் சுப்ரமணியர் மேல் பதம் இயற்றியுள்ளார். பதம் முடிந்ததும் 'அகர முதல எழுத்தெல்லாம்' என்று குறளையும் எழுதியிருக்கிறார். முதற்குறள் கொண்டு நூலைத் தொடங்கும் பாங்கு அப்போதே இருந்திருப்பதை நாம் அறிகிறோம்.

'பொய்யூர் நகரை விட்டு, நாகைப்பதியைக் கிட்டி போவோம் வா சிங்கை நகரடி மானே' என்று தொடங்குகிறது லாவணி. பொய்யூரிலிருந்து கிளம்புவதற்கு முன் அனந்தநாராயணசாமி வாத்தியார் வீட்டுக்குச் சென்று ஆசி பெற்றுப் புறப்படுவோம் என்றும் சொல்கிறார். பட்சணக் கடை, மிட்டாய்க்கடைக்குள் நுழைந்து வேண்டியதை வாங்கி, குதிரைப் பந்தயம் காண சிங்கை செல்வோம் என்று மனைவியை அழைக்கிறார். கட்டுச்சோறு மூட்டையை கணவன் கையில் எடுத்துக் கொள்ள மனைவியைக் கவனமாகப் பாய்மரப் படகில் ஏறப் பணிக்கிறான். படகு கடலில் தள்ளியதும் மணவறா சாயலில் கரையில் தெரியும் தர்காவைக் காட்டுகிறான். சந்தோஷத்துடன் மீரான் சாயுபுவை வணங்கச் சொல்லி மனைவியைப் பணிக்கிறான், இரங்கநாத தாசன்!

பெனாங்கில் படகு நங்கூரமிட்டு நிற்க, உண்டு இளைப்பாறக் கணவனும் மனைவியும் இறங்குகிறார்கள். பட்டாளம் நிறைந்த கோட்டையின் முன் சென்று கோப்பிக் கடையில் டீயும் பன்னும் உண்ணலாம் என அழைக்கிறான். கிளப்புக் கடை, மாரியம்மன் கோயில் சன்னிதி, பட்டுக் கடைகள், வெற்றிலை பாக்குக் கடை என்று வேண்டியதைப் பார்த்தும் வாங்கியும் மகிழ்கிறார்கள். மீண்டும் படகிலேறி அவர்கள் ஊர் காரி முகமது (கப்பலின் பெயராகவோ, படகோட்டியின் பெயராகவோ இருக்கலாம்) வேகமாகச் செலுத்தப் பயணிக்கிறார்கள். இடதுகைப் பக்கத்தில்

சிங்கப்பூர் மலையைக் கண்டு மெய்சிலிர்க்கிறான். பொறமலையில் படைவீரர்கள் பீரங்கியை நிறுத்தி இருப்பதையும் எதிரி நாட்டுக் கப்பல்கள் வந்தால், பீரங்கியில் மருந்திட்டு அவற்றைத் தாக்குவார்கள் என்றும் காட்டுகிறான்.

பாறைகளில் படகு மோதாமலிருக்கச் சுக்கானைத் திருப்புவதைக் காட்டுபவன், அவளைத் தன்னருகே ஒட்டி அமருமாறு சொல்கிறான். படகு நகரும்போது பித்தத்தால் மேல் நோக்கி வாந்தி எடுப்பவர்களை புறப்படும்போதே காட்டுபவன், மனைவி துணிவுடன் பயணிக்க வேண்டும் என்று அறிவுறுத்துகிறான். விமானப் போக்குவரத்து எளிதாகிவிட்ட இந்தக் காலத்தில் நூற்றாண்டுக்கு முந்தைய இந்தக் கடினப் படகுப் பயணத்தை நினைத்துக்கூடப் பார்க்கமுடியவில்லை, அல்லவா?

வானோர் சபைக்கு நிகரான தஞ்சோங் பக்கார் டாக்குக்கு படகு வந்து சேர்கிறது. டாக்கில் பழுது வராமல் காக்கும் டாணா என்று ஓரிடத்தை மனைவிக்குக் காட்டுகிறான். ‘குதிரைக் காடி’- குதிரைவண்டியிலேறி பயணம் தொடங்குகிறார்கள். இன்சிங் ரோடுக்கு அப்பாலுள்ள சப்ர்ஜி ரோடு மாரியம்மன் கோயிலை மனைவிக்குக் காட்டித்தருகிறான். அங்கு வணங்கி, அருகிலுள்ள பள்ளிவாசலிலும் வணங்கிவிட்டு பயணத்தைத் தொடர்கிறார்கள். நூற்கிண்ணா ரோட்டிலுள்ள பரமலோகன் கட்டடமாகிய சார்ட்டர் பேங்க், செங்காய் பேங்க், டெலிகிராப் பட்டிம், ஜெயின் பாதமென், கத்திரிஸ் காட் வழியாக குதிரை வண்டி பயணிக்கிறது. போஸ்டாபீஸ், இரும்பு விசைப்பாலம் கடந்து பெரிய கோர்ட்டு தாண்டி யூரோப்பா ஓட்டல், ஆண்டுக்கு ஒருமுறை ஆங்கிலேயர் கூடும் ஜனவரித் திடல், கிர்ச்சா கோர் (கிரிக்கெட் கோர்ட்) எல்லாம் கடக்கிறார்கள்.

பீச்சு ரோடு பாசார், நார்த்பிரிக்ஸ் சாலைகளில் மக்காக்காரிகள், ஜப்பான்காரிகளான கோரங்கிப் பெண்களை மனைவிக்குக் காட்டுகிறான். தாண்டி பால் கம்பம் கந்தசாமி ஐயா அனுமதியால், தம்பியையா வீட்டை அடைகிறார்கள். இவர்களை அவர் வரவேற்று உபசரிக்கிறார். விக்டோரியா கூத்து மேடையைத் தூற்றி, ரூமா பாஞ்சங் கொடியைப் போற்றி, டோபிக் கம்பத்துக்கு அப்பாலுள்ள இரும்புப் பாலத்தைப் பார்த்து ரசிக்கிறார்கள். அதன் பின் மாட்டுக்கடை தாண்டி, அப்பாசாமி என்ற பேதா வேலைக்காரர் குடும்பத்தாரை அணுகுகிறார்கள். அங்கு சற்றே இளைப்பாறிவிட்டு பயணத்தைத் தொடர்கிறார்கள். போலீஸ் டாணாவைத் தாண்டி சிராங் ரோடு, பப்ளி ரோடு, மருத்துவமனையைத் தாண்டி குதிரைப் பந்தயத் திடலுக்குக் கணவனும் மனைவியும் வந்து சேர்கிறார்கள்.

வாடியைச் சுற்றி மக்கள் கூட்டம் இருப்பதைக் காட்டுகிறார்; வித விதமான பக்கிட் சாரட் வண்டிகளையும் பார்க்கிறார்கள். மெக்ரீஷன், டாலனவன், இபுறான் ஆகியோர் அச்சமின்றி குதிரைகளில் ஏறி வாடி தாண்டி வருகிறார்கள். குதிரைகள் ஓட்டத்தைத் தொடங்கவிருக்கும் நிலையில் மனைவியிடம் பந்தயம் கட்டுகிறார் இரங்கநாத தாசன். 'நீ தோற்றுவிட்டால் உகந்தென்னைச் சேர நீதி கச்சிதமுடன் இனி கழறிட வேணும்' என்று காதல் மேலிட பந்தயம் கட்டுகிறான். ஜெயிக்கப் போவது யார் என்று அவளிடம் கேட்க, அவள் டாலனவன் மேல் துணிந்து பந்தயம் கட்டுகிறாள். ஆனால் ஜெயிப்பதோ இபுறான்!

'நீ தோற்றுவிட்டாய், சீக்கிரம் என்னைச் சேரடி', என்று மனைவியைச் சீண்டுகிறான். 'கூத்துப் பார்த்த விடத்தில் பேய் பிடித்தது போலே கூடிய சொக்குத்தூளை போட்டீர்களோ கண்ணிலே', என்று கணவரின் வேகம் கண்டு சலித்துக் கொள்பவள், 'களைத்துப் போச்சுது யெந்தன் பந்தயம் வீணாலே' என்று சொல்லி பேச்சை மடைமாற்ற, அங்குத் தெரிவது என்ன மலை என்று கைகாட்டுகிறாள்.

கவர்னர் மலை என்று அதைக் காட்டுகிறான். இருவரும் அங்குள்ள தோட்டங்களைச் சுற்றிப் பார்க்கிறார்கள். பாசாரில் சுற்றிவிட்டு, ராமசாமி பந்தரவர்களையும் பார்த்துவிட்டு, சிவன் கோயில் சன்னதிக்குச் செல்கிறார்கள். வெங்கோல் கம்பம், அருங்காட்சியகம், சௌரகர்கள் (யூதர்/பார்பர்) வாழிடம், புதுப்பள்ளி வாசல் ஆகியவற்றை வேடிக்கைப் பார்க்கிறார்கள். அதைத் தாண்டி சாராயம் மற்றும் ஒயின் விற்கும் கடைகளை சீயெனப் புறந்தள்ளிவிட்டு டோபிக்கம்பம் சந்தினுள் வசிக்கும் துப்பாசான சுப்பையாவை அடைந்து வணங்குகிறார்கள் என்பதோடு லாவணி முடிவுறுகிறது.

முடிவுரையில் மீண்டும் தான் 'சரபக்கொடி உல்லாசன், எங்கும் சிறந்த இரங்கசாமியான் பூபாலன் இயற்றினேன்' என்று தன் புகழும் பாடுகிறார். பயணக் கட்டுரைகளில் இல்லாத உயிர்ப்பு, 'சக்கரைப் பெண்ணே', 'மானே', 'மயிலே', காமரத்தினமே', 'காரிழையாளே', 'தங்கமே'. 'ஒளிவே', 'சேல் விழியாளே' என்று மனைவியைப் பாடல் வரிகளினூடே இரங்கநாதன் கொஞ்சும் அழகில் ஏற்படுகிறது. 21 பாடல்களும் அழகிய காவடிச் சிந்து பாடல் அமைப்பில் உள்ளன. என்னதான் மனைவியை அன்புடன் கவனித்துக் கொள்ளும் கணவனாக இருந்தாலும், 'அன்பர்கள் புகழ் சிங்கை குதிரைப் பந்தயமடக்க அவஸ்தையுன்னாலே நான் படலாச்சு' என்று சலித்துக் கொள்கிறான்!

இதில் ஆச்சர்யப்படும் விதமாக எளிய பேச்சு வழக்குத் தமிழ் சொற்கள் பல உள்ளன. கூடவே ஆங்கிலச் சொற்களான ஆபீஸ், மார்க்கட்டு, போலீஸ், டோக்கு, பக்கிட் சாரட், கிளப் போன்றவை இடம் பிடித்துள்ளன. கூடுதலாக சினாட்டு, கோப்பி, காடி, அள்ளூர் போன்ற மலாய் சொற்களும், உருதுச் சொற்களும் ஊடே வருகின்றன. வட்டாரத்துக்கு ஏற்றாற்போல சொற்கள் கையாளப்படுவது அழகு.

120 ஆண்டுகளுக்கு முந்தைய சிங்கப்பூரில் வாழ்ந்த தமிழர்கள் சிலரது பெயரை நூல் தெளிவாகச் சொல்கிறது. பால்கம்பம் கந்தசாமி, தம்பியையா, அப்பாசாமி பேதா, கருப்பண்ண வாத்தியார், அப்பாசாமி முதலி, ராமசாமி பத்தர், சுப்பையா ஆகியோரை நூல் குறிப்பிடுகிறது. இந்துக்களின் கோயில்கள், அவற்றுக்கு அருகேயே பள்ளிவாசல்கள், யூதர்கள் என பல தரப்பட்ட மக்கள் ஒன்றாக ஒரு நூற்றாண்டுக்கு முன்பே வாழ்ந்திருந்த ஊர் எனச் சிங்கப்பூர் நம்முன் ஒரு ‘காஸ்மோபொலிடன்’ நாடாகவே தெரிகிறது. இன்றும் சிங்கப்பூர் அப்படித் தொடர்வதில் ஆச்சர்யம் எதுவும் இல்லை!

•

21

குஜிலி – சாமானியனின் குரல்

சென்னை சென்ட்ரல் ரயில் நிலையத்தை அடுத்த தென்னக ரயில்வே தலைமையக அலுவலகத்தின் பின்புறம் இருக்கிறது அந்த நெரிசல் மிகுந்த தெரு - குஜிலி பஜார் தெரு. பெயரே கொஞ்சம் சிரிப்பை வரவழைத்தாலும், அந்தத் தெருவில்தான் ஒரு காலத்தில் 'குஜிலி இலக்கியம்', 'குச்சிலிப்பாட்டு' எனப்படும் ஓர் இலக்கிய வகை தோன்றி வளர்ந்தது என்பது பெரும் ஆச்சரியம். குச்சிலிகள் என்று அழைக்கப்பட்ட குஜராத்திகள் அங்கு பெருவாரியாக வசித்ததால் அந்தப் பெயர் வந்திருக்கலாம் என்று அறிஞர்கள் கூறுகின்றனர். ஈவினிங் பஜார் என்று அழைக்கப்பட்ட அந்தப் பகுதியில்தான் ஜேப்படித் திருடர்கள் அதிகம்! கள்ளச்சாவிகளின் பிறப்பிடம் இந்தத் தெரு. வெற்றிலைக் காவிப் பற்கள் தெரியச் சிரித்தபடி விலைமாதர்கள் நடமாடிய இடம். திருட்டுப் பொருள்கள் குறைந்த விலையில் விற்கப்பட்ட இந்த பஜார் நாளடைவில் 'தீவ்ஸ் பஜார்' என்று பெயர் மாறி நின்றது. மதிமோச விளக்கம் என்ற நூலில், 'சென்னையில் மோசங்களுக்குத் தாயிடம் குஜிலிக் கடை', என்று எழுதப்பட்டுள்ளது. தீவ்ஸ் பஜார் என்ற பெயரை ஒருவழியாக முனிசிப்பல் கமிஷனர் மலொனி 1920களில் 'ஈவினிங் பஜார்' என்று பெயர்மாற்றம் செய்தார்.

சென்னையில் மட்டுமல்லாது, புதுக்கோட்டை, தூத்துக்குடி, நாகை, கும்பகோணம், நெல்லை போன்ற ஊர்களிலும் இந்த வகைப் பாடல்

இயற்றியதை,
அ-இரங்கசாமிமுதலியாரவர்களது
பூமகள்விலாச அச்சுக்கூடத்திற்
பதிப்பிக்கப்பட்டது.

குஜிலி புத்தகம்

புத்தகங்கள் முக்கிய வீதிகளில் விற்கப்பட்டன. 1850கள் துவங்கி, 1950கள் வரை, சினிமாவின் தாக்கம் மக்களிடம் அதிகம் ஏற்படாத நூற்றாண்டில், இவ்வகைப் பாடல் புத்தகங்கள் மக்களுக்குப் பெரும் பொழுதுபோக்காய் அமைந்தன. அப்போது செய்தித் தாள்களும் குறைவு. ஏதாவது ஒரு நிகழ்வு நடந்ததும் ஒரு பாட்டு பாடி, புத்தகம் போடுவது இந்த 'கவி'களின் வழக்கம். பாடல் எழுதியவர்களே இவற்றை அச்சடிக்கும் முதலாளிகளாகவும் இருந்துள்ளனர். இவ்வகைப் பாடல் புத்தகங்கள் எழுதப் பெரிய இலக்கிய நயமோ, கவிதைச் சுவையோ தேவைப்பட்டிருக்கவில்லை. ஏகலைவன் போல, இதற்கு முன்னால் ஒரு புத்தகம் எப்படி இருந்ததோ, அதைப் பார்த்து அதைப் போலவே இன்னொன்று எழுதிவிட்டார்கள் கவிஞர்கள். வெங்காயச் சருகு போல மட்டமான தாள், அதில் தப்பும் தவறுமாக அச்சேறிய பாடல்கள் என மோசமான புத்தகங்களுக்கு எடுத்துக்காட்டாகவே இருந்தாலும், மிக முக்கியமான வரலாற்றுத் தகவல்களை அள்ளித் தருகின்றன இந்த நூல்கள்.

முதன்முதலில் தென்னிந்தியாவில் ஓடிய ரயில், முதல் பறக்கும் கண்காட்சி, கிண்டி ரேஸ், ரயில்வேத் துறை ஸ்ட்ரைக், தாது வருஷப் பஞ்சம், பீப்பிள்ஸ் பார்க் தீ விபத்து, ஆர்பத்னாட் வங்கி திவால், டிராம் வண்டி, எம்டன் கப்பல் குண்டு வீசித் தாக்கியது என அந்தக் காலத்தின் மிக முக்கியச் சம்பவங்களை நம் கண்முன் கொண்டு வந்து நிறுத்திவிடுகின்றன பாடல்கள். வரலாறு என்று ஆங்கிலேயன் எழுதிய ஏதோ ஒன்றைத்தான் இன்றளவும் வரலாறு என்று படித்து வந்திருக்கிறோம். ஆனால், நம் முன்னோர்கள் வாழ்க்கையை அணுகிய விதம், அவர்களது மகிழ்ச்சி, துக்கம் எல்லாவற்றையும் நமக்கென பதிந்து வைத்துவிட்டுச் சென்றிருக்கிறார்கள் இந்தப் பாடல்கள் வடிவில். பாடல் என்றதும் ஏதோ ஏனோ தானோ பாடல்கள் என்று எண்ணிவிடவேண்டாம்- சிந்து, நொண்டி நாடகம், கும்மி, பதம், சம்வாதம் என்று அழகாக இலக்கணச் சுத்தமாக எழுதப்பட்டவை. விருத்தமாகப் பாட சில, சந்தத்துடன் பாட சில, ராகம் தாளத்துடன் சில என்று பாடக் கூடியவகையில் எழுதப்பட்ட பாடல்கள் இவை. விஜயபுரம் சபாபதி, பீர் முகம்மது ராவுத்தர், சூளை முனுசுவாமி, சிறுமணவுர் முனுசுவாமி, ஆர்.பி.எஸ். மணி, கே.ஏ. மதுரை, நாகை சுவாமினாதன்- போன்றவர்கள் இவற்றை அச்சிட்டவர்கள், இயற்றியவர்கள்.

மக்கள் கூடும் இடங்களில் இந்தப் புத்தகங்களைக் கூடைகளில் வைத்து, பெரும் குரலில் ஆண் ஒருவர் பாடி, பாதியில் நிறுத்த, மீதிக் கதை அறியவேண்டுமா, புத்தகங்களை வாங்குங்கள் என்று பெண் ஒருவர் விற்கத் துவங்க, அமோகமாக வியாபாரம் நடந்திருக்கிறது.

திருச்சியில் இன்றும் நடு குஜிலித் தெரு உள்ளது. 1856ஆம் ஆண்டு ஜூலை மாதம் ஒன்றாம் தேதி தென்னிந்தியாவின் முதல் ரயில் ராயபுரம் ரயில் நிலையத்தில் இருந்து ஆம்பூர் வரை சென்றது. சரித்திர முக்கியத்துவம் வாய்ந்த இந்த நிகழ்வு பற்றிய கட்டுரையை, இல்லஸ்டிரேட்டட் லண்டன் நியூஸ் என்ற இங்கிலாந்தின் செய்தித் தாள் செப்டெம்பர் 6, 1856 அன்று வெளியிட்டது. நம் பாட புத்தகங்கள், ஆங்கிலத்தில் எழுதப்பட்ட வரலாற்றுப் புத்தகங்கள் போன்றவை மேற்கோள் காட்டி தென்னிந்தியாவின் முதல் ரயில் பற்றிக் கூறுவதன் மூலம் இந்தக் கட்டுரை தான்.

'300 ஐரோப்பியர்கள் ராயபுரம் ரயில் நிலைய நடைமேடையில் இருந்த முதல் ரயிலில் ஏறத்துவங்கினர். மிடுக்காக உடையணிந்த ஆண்களும், பெண்களும், சாண்டலியர்கள் ஒளிரும், பெரிய பங்காக்கள் கொண்ட அழகிய நிலையத்தின் முன் நின்றனர். அந்தப் பெண்கள் அணிந்திருந்த வெளிர்நிற கவுன்களுக்கு அப்படியே எதிர்ப்பதமாக, பக்கத்து ரயிலில் பிதுங்கி வழிந்த இந்தியர்களின் கருப்பு நிறம் தெரிந்தது... முதல் ரயில் ஆங்கிலேயர்களுடன் 65 மைல்களுக்கு அப்பால் உள்ள ஆம்பூர் வரை சென்றது. இரண்டாவது ரயில், இந்தியர்களை ஏற்றிக்கொண்டு திருவள்ளூர் வரை சென்றது. ரயில் வருவதைத் தூரத்தில் பார்த்த ஆடு மாடுகள், பயந்து சிதறி ஓடின. வயல்களில் இருந்த இந்தியர்களும், கரிய நிறப் பேய் என்று ரயிலைப் பார்த்துப் பயந்து ஓடி ஒளிந்தனர்' - இப்படிப் போகிறது முதல் ரயிலின் வர்ணனை.

1925ஆம் ஆண்டு வெளிவந்திருக்கிறது 'ராயபுரம் கடக்கால் கும்மி' என்ற குஜிலிப் புத்தகம். சென்னை திருவொற்றியூர் ராமானுஜர் அச்சுக்கூடத்தில் பதிப்பிக்கப்பட்ட இந்தப் பாட்டு, என்ன சந்தத்தில் பாடப்பட வேண்டும் என்ற குறிப்புடன் இருக்கிறது.

நன்னே நன்னாநானே நன்னா
நன்னா நானேநானே நன்னேநன்னாநானே - என்ற சந்தம்

சென்னைப் பட்டணமெனும் கெடிஸ்தலத்தில்
தன்னாலே ரெயில்போட ராயபுரத்தில்
ராயபுரத்தில் ரயில் ரோட்டுப் போட
நவாப்பு கெவுனர் செனல் மேஜரும் கூட
கர்னல் துரை சிப்பாயி துருப்பு தானே
சேர்ந்தார் போலீசுதுரை சேவகனுடனே
வேட்டுவர் போட்டார்கள் இருபத்து ஒண்ணு
பட்டாளம் துருப்பு ரயில் செய்தார் நிண்ணு

சிறந்த இஞ்சினீயர் ஓடிக் கொடிபிடிக்க
இருந்த இஞ்சினீயர் நிலம் அளந்தார் நெடுக்க
மண்ணை பொன் மண்வெட்டியால் நவாப்பு வெட்ட
மண்ணையேந்தி கெவுனர் சுமந்து கொட்ட
நவாப்புக் கையால் முகூர்த்தம் செய்துவிட்டபின்
அப்போது சாதுர்யமாக வேலைக்காரர்கள்
சட்டமாய் நிலத்தில் மரம் பரப்பிவைத்து
திட்டமாய் இரும்பு சட்டம் சாயாமல் வைத்து
புகைவண்டி கிரிசையோடு ஆறுசக்கரம்
வகையுடன் பின் வண்டிக்கி நாலு சக்கரம்
வண்டியின்மேல் அனல் போட ஆனையைப்போல்
ஒண்டிகுழைபோக வைத்ததின் மேலே
தொட்டி வைத்து தண்ணி றொப்பி அனல்மூட்டி
பொட்டிவண்டி சாமான்வண்டி பின்னாலே பூட்டி
புகைபோட்டுச் சாவிக்கொண்டு ஆள்முடுக்க
திகைத்திடும்படி சத்தம் கீச்சென்று எடுக்க
ஓடுது பார் ரயில் போகுது பார்

இப்படிச் சொல்கிறது குஜிலிப் பாட்டு! முகூர்த்தம் செய்வது முதல், முதல் வண்டி துதிக்கை கொண்ட ஆனை போல ஓடுவது வரை, அவன் செய்த பணிகளையும், ரயிலை அவன் பார்த்த விதத்தையும் சொல்லிச் சென்றிருக்கிறான் சாமானியன் ஒருவன்! இதுதானே நம் வரலாறாக இருக்க முடியும்?

1877ஆம் ஆண்டு தென்னிந்தியா வரலாறு காணாத பஞ்சத்தைச் சந்தித்தது. 'தாது வருஷப் பஞ்சம்' என்பது இன்றும் முதியவர்கள் பலர் செவி வழிக் கேட்டு நினைவில் வைத்திருக்கும் கொடும் பஞ்சம். இரண்டே ஆண்டுகளில் 5 மில்லியன் தென்னிந்தியர்கள் அன்றைய மதராஸ் மாகாணத்தில் மாண்டு போனார்கள். ஆனால் அந்த ஆண்டுகளில் 32 மில்லியன் டன் உணவு தானியங்களை இங்கிலாந்துக்கு ஏற்றுமதி செய்தது இந்தியா! அப்போதைய கவர்னர் ஜெனரல் லார்டு லிட்டன், 'எந்த விதத்திலும் இந்தியாவிலிருந்து ஏற்றுமதி குறையாமல் பார்த்துக் கொண்டார்', என்று பதிவு செய்கிறார் 'லேட் விக்டோரியன் ஹோலோகாஸ்ட்ஸ்' என்ற புத்தகத்தை 2001ஆம் ஆண்டு எழுதிய ஆங்கிலேயரான மைக் டேவிஸ். பஞ்ச காலத்தில் இங்கு துணை ஆளுனராக இருந்த ரிச்சர்டு டெம்பிள், பஞ்சத்தை முன்னிட்டு, சம்பளக் குறைப்புக்கு உத்தரவிட்டார். ஒரு நாள் முழுக்க வேலை ஆண்களுக்கு 450 கிராம் அரிசியும், ஓரணா பணமும் நாள் முடிவில் தரப்பட்டது. 'டெம்பிள் சம்பளம்' என்ற

இந்த ஊதியத்தைக் கொண்டுதான் உயிர் வளர்த்தனர் இந்தியர்கள். கால்வாய்கள் வெட்டவும், சாலைகள் போடவும் இந்தியர்கள் அடிமாட்டு ஊதியத்துக்கு வேலை செய்வதை 1907ஆம் ஆண்டு வெளிவந்த 'இம்பீரியல் கசட்டியர்' பதிவு செய்கிறது. அப்படிப் பஞ்ச காலத்தில் தோண்டப்பட்டதுதான் சென்னையின் முக்கிய நீர்த்தடமான பக்கிங்ஹாம் கால்வாய்!

அதே ஆண்டு வீரபத்திர முதலியார் 'தாது வருஷத்திய பஞ்சத்தின் கும்மி' என்ற குஜிலிப் பாடலை எழுதுகிறார். கண்முன் தன் சொந்த மக்கள் செத்து விழுவதைப் பொறுக்காது அவர் எழுதிய பாடல் இதோ-

கொட்டிக்கிழங்கு கிட்டிக்கிழங்கும்
கொஞ்சமும்கூட அகப்படலே
மட்டுப்படாத இந்தக் கருப்பினில்
வயிறு வளர்ப்போம் வாங்களடி
முஷ்டக்கீரையும் மின்னக்கீரையும்
முருங்கக்கீரை அகப்படலே
கஷ்டப்பட்டு நாமும் இந்தக்கருப்பினில்
காலங்கழிப்போம் வாங்கள்...
காட்டுப்பக்கம் நூறு பிணம் ஓ சாமியே
வீட்டுப்பக்கம் நூறு பிணம்ஓ சாமியே
ரோட்டுப்பக்கம் நூறு பிணம் ஓ சாமியே
மேட்டுப்பக்கம் நூறு பிணம் ஓ சாமியே

இது உங்கள் நெஞ்சை உருக்கவில்லை என்றால் வேறு எது மனதைத் தொடும்?

1913ஆம் ஆண்டு சூளை முனுசாமி முதலியார் எழுதிய 'மேல்பறக்கும் மோட்டர் கார் சிந்து', ஜூல்ஸ் டைக் எனும் பெல்ஜிய நாட்டு விமானி மதராஸில் விமானம் ஓட்டி கண்காட்சி செய்ததைக் கூறுகிறது. ஆங்கில மொழிப் பத்திரிகைகளிலோ, வேறு எந்தத் தமிழ் பத்திரிகையிலுமோ இது குறித்த தரவுகள் இல்லை!

டிசம்பர் 31, 1886. இன்றைய சென்னை சென்ட்ரலுக்குப் பின்புறமுள்ள பீப்பிள்ஸ் பார்க். அங்குதான் கொண்டாடப்பட்டது இங்கிலாந்தின் விக்டோரியா மகாராணி அரியணை ஏறிய பொன்விழா. 1878ஆம் ஆண்டு முதல் ஆண்டின் இறுதி நாளில் பீப்பிள்ஸ் பார்க்கில் வாண வேடிக்கையுடன் 'மெட்ராஸ் ஃபேர்' எனப்படும் திருவிழா நடப்பது வாடிக்கை. 1886ஆம் ஆண்டு அப்படி நடைபெற்ற விழாவில், மக்கள் நின்று கொண்டிருந்த பேண்டு ஸ்டாண்டில் தீ பற்றியது. 6000 பேர்

அப்போது அங்கு இருந்ததாகவும், அன்றைய கமாண்டர்-இன்-சீஃப், அர்புத்னாட் என்ற பெருவணிகரின் மனைவி, திருவிதாங்கூர் சமஸ்தான இளவரசர் ஆகியோர் அங்கு இருந்ததாகவும் தெரிவிக்கிறது 'தி கிராஃபிக்' என்ற பெயரில் இங்கிலாந்தில் அப்போது வெளிவந்த பத்திரிகை. திடீரெனத் தீ பற்றியதில், 15 பேர் குளத்தில் குதித்து மாண்டதாகவும் நிறைய இந்தியர்கள் இறந்ததாகவும் சொல்லும் பத்திரிகை, முக்கியஸ்தர்கள் யாருக்கும் சேதம் எதுவும் இல்லை என்றும், திருவிதாங்கூர் இளவரசர் அவரது ஜமேதாரின் தோளில் உட்கார்ந்து தப்பியதாகவும் எழுதுகிறது. கூடவே ரேக்ளா பந்தயம் மற்றும் மாட்டுவண்டி பந்தயப் புகைப் படங்கள் வேறு!

வ.வே.சு. ஐயர் அந்தக் கொடிய விபத்து குறித்து தன் 'என் சரித்திரம்' நூலில் இவ்வாறு எழுதுகிறார் -

> 'ஐயோ! பார்க்கு வேடிக்கைக்குப் போட்டிருந்த பெரிய கொட்டகையில் தீப் பிடித்துக் கொண்டதாம். பல பேர் சேதம். தீயை அணைக்க முடியவில்லை. குழந்தைகளும், பெண்களும், சிறுவர்களும், கிழவர்களும் தீயில் அகப்பட்டுத் தீய்ந்துப் போய் விட்டார்கள்' என்று சொல்லிக் கண்ணீர் விட்டார்.
>
> உடனே புரூஃப்களை அப்படியே வைத்துவிட்டு அவருடன் அங்கே போய் பார்த்தேன். என்ன பரிதாபமான காட்சி! கண்ணால் பார்க்கச் சகிக்கவில்லை. உடல் முழுவதும் வெந்தும் உயிர் போகாமல் துடித்துக் கொண்டும், கை வெந்தும், கால் தீய்ந்தும் போன பல ஜனங்களைப் பார்த்தேன். வெளியூர்களில் இருந்து ஆயிரக் கணக்கான ஜனங்கள் வந்திருந்தனர். அவர்களில் பலர் இந்த விபத்தில் சிக்கி உயிர் இழந்தனர்.'

இந்த விபத்து பற்றி இரண்டு சிந்துப் பாடல்கள் வெளிவந்தன.

பீப்பிள்ஸ் பார்க்கு பான் ரவுண்டு பத்திய சிந்து: முனுசாமி-1898

கொடுமையைக் கேளீர் காலேஜில் மாண்ட
கொள்ளையைப் பாரீர்
படியினில் ஆயிரத்து எண்ணூத்து எண்பத்தாறில்
பகரும் டிசம்பர் மாதம் முப்பத்தோறாம் தேதி...
ஓலையெரிந்து வீழ்ந்து உடல்தீஞ்சபிணம் பாதி
ஒருவருக்கொருவர் கட்டி உருண்ட பிணங்கள் பாதி
தாளைத் திறந்துகொண்டு தவித்த பிணங்கள் பாதி
தையலர் பிணம் பாதி கைவெந்த பிணம் பாதி...

சென்னைப் பீப்பிள்ஸ்பார்க்கின் தீக்கோள் சிந்து: வேலாயுதம்,1887

ஆக மொத்தம் நானூற்று ஐந்து என மெயில் பேப்பர்
அறைகின்றது அன்றன் வகை எண்பது பிள்ளைகள்
போக நாற்பத்து இரண்டு பெண்கள் புருஷர்கள்
பிரிவு இரண்டு நூற்றென்பானொடு மூன்றதில்
பேசுங்கால் நூற்று தொண்ணூற்று மூன்று
ஆஸ்பத்திரி சேர்த்து மிச்சமாய் நின்றது.

விபத்து நடந்த தேதியைச் சரியாகக் குறிப்பிட்டு, மக்கள் எப்படிப் பரிதாபமாக மாண்டு போனார்கள் என்று சொல்கிறது முதல் பாடல். மொத்தம் 493 பேர் மரணித்ததாகக் கணக்கு சொல்கிறது இரண்டாவது பாடல். இப்படியாக இந்தப் பாடல்களைப் படிக்கப் படிக்கச் சுவாரசியம் அதிகரிக்கிறது, மக்களின் வரலாறு கண்முன் விரிகிறது.

1930களில் விடுதலைப் போராட்டத்தின்போது இந்தப் புத்தகங்கள் மக்களிடையே புரட்சியை விதைப்பதாக நம்பிய ஆங்கிலேய அரசு அவற்றைத் தடை செய்தது. செய்தித்தாள்களை மக்கள் அதிகம் வாசிக்கத் துவங்கினர். வாசிப்பாரின்றி குஜிலிப் புத்தகங்கள் தேக்கம் அடைந்தன. சினிமாத்துறை அசுர வளர்ச்சி காணத் துவங்கியதும், அரையணா, காலணா குஜிலி பாட்டுப் புத்தகங்கள் ஒரு ரூபாய், இரண்டு ரூபாய் சினிமா பாட்டுப் புத்தகங்களாக உருமாறின. சாமானியன் செய்தித்தாள் வாசிக்கக் கற்றுக் கொண்டான், அல்லது வானொலிச் செய்திகளை எங்காவது கேட்டுக் கொண்டான். அவன் மனசை அதற்குமேல் இங்குச் சொல்வாரும் இல்லை, கேட்பாரும் இல்லை...

•

www.ingramcontent.com/pod-product-compliance
Lightning Source LLC
LaVergne TN
LVHW100240051026
849517LV00006B/1940